പുസ്തകം 23

കടത്തനാട്ട് മാധവിയമ്മ

kadathanattu madhaviyamma

•

rajan thiruvothu

•

first edition
november 2017

•

second edition
april 2018

•

typesetting & published
chintha publishers, thiruvananthapuram

•

cover
vee cee abhilash

വിതരണം

ദേശാഭിമാനി ബുക്ക് ഹൗസ്

H O തിരുവനന്തപുരം-695 035
phone: 0471-2303026, 6063026
www.chinthapublishers.com
chinthapublishers@gmail.com

ബ്രാഞ്ചുകൾ

ഹെഡ്ഡാഫീസ് ബ്രാഞ്ച് കുന്നുകുഴി • സ്റ്റാച്യു തിരുവനന്തപുരം • കെ എസ് ആർ ടി സി ബസ് സ്റ്റേഷൻ ആലപ്പുഴ • കെ എസ് ആർ ടി സി ബസ് സ്റ്റേഷൻ എറണാകുളം • മച്ചിങ്ങൽ ലെയ്ൻ തൃശൂർ • ഐ ജി റോഡ് കോഴിക്കോട് • മാവൂർ റോഡ് കോഴിക്കോട് • എൻ ജി ഒ യൂണിയൻ ബിൽഡിങ് കണ്ണൂർ • സെൻട്രൽ ബസ് ടെർമിനൽ കോംപ്ലക്സ് താവക്കര കണ്ണൂർ

CR - NS. 23 / 1820 / 4593
ISBN - 978-93-86637-47-5

കടത്തനാട്ട് മാധവിയമ്മ

രാജൻ തിരുവോത്ത്

ചിന്ത പബ്ലിഷേഴ്സ്
തിരുവനന്തപുരം-695 035

രാജൻ തിരുവോത്ത്

കോഴിക്കോട് ജില്ലയിലെ പേരാമ്പ്രയിൽ ജനനം. അച്ഛൻ തിരുവോത്ത് ഗോവിന്ദൻ വൈദ്യർ. അമ്മ പടിഞ്ഞാറെ പുത്തലത്ത് നാരായണി (മാഹി), പേരാമ്പ്ര ജി യു പി സ്കൂൾ, പേരാമ്പ്ര ഹൈസ്കൂൾ എന്നിവിടങ്ങളിൽ പ്രാഥമിക വിദ്യാഭ്യാസം. ഗുരുവായൂരപ്പൻ കോളേജിൽനിന്ന് ബി എസ് സി ബിരുദം. തുടർന്ന് സാഹിത്യത്തിൽ ബിരുദാനന്തരബിരുദവും. ആനുകാലിക പ്രസിദ്ധീകരണങ്ങളിൽ എഴുതാറുണ്ട്. വളരെ കുറച്ചുകാലം പത്രത്തിൽ ജോലി ചെയ്തു. കേരള സാഹിത്യ അക്കാദമിയുടെ ഗവേഷണ ഫെലോഷിപ്പ് ലഭിച്ചിട്ടുണ്ട്. നാടകരചനയ്ക്ക് പലതവണ സമ്മാനങ്ങൾ നേടി. ഇപ്പോൾ കേരള സിവിൽ സർവ്വീസ് അക്കാദമിയിൽ ഫാക്കൽറ്റിയാണ്.

വിവിധ മേഖലകളിലായി മുപ്പതോളം ഗ്രന്ഥങ്ങൾ രചിച്ചു. നിരവധി പ്രശസ്ത കൃതികൾക്ക് പരിഭാഷ നിർവ്വഹിച്ചു. മികച്ച നാടകകൃത്തിനുള്ള സംസ്ഥാനതല അവാർഡ് 3 തവണ ലഭിച്ചിട്ടുണ്ട്. പി എൻ മേനോൻ സംവിധാനം ചെയ്ത *ഉത്തരീയം* ടെലിഫിലിമിന്റെ രചനയും സംവിധാനവും നിർവ്വഹിച്ചു.

ഭാര്യ	:	ജയലക്ഷ്മി
മക്കൾ	:	ശ്രീഹർഷൻ, ശ്രീസൂര്യ
മരുമക്കൾ	:	സ്മിഷ, ബിജിൻ കൃഷ്ണ IAS
വിലാസം	:	പേരാമ്പ്ര പി ഒ കോഴിക്കോട് (ജില്ല) 673525
മൊബൈൽ	:	94464747850

ഉള്ളടക്കം

കടത്തനാട്ട് മാധവിയമ്മ

പ്രസാധകക്കുറിപ്പ്

ഇന്നത്തെ കേരളം ഒരു സുപ്രഭാതത്തിൽ ഉണ്ടായതല്ല. സഹസ്രാബ്ദങ്ങളുടെ ചരിത്രമുണ്ട് അതിന്. ഇരുപതാം നൂറ്റാണ്ടിന്റെ പകുതിവരെ ജന്മിനാടുവാഴിത്തത്തിന്റെ അധീശത്വവും അധികാരവുമാണ് കേരളത്തിലുണ്ടായിരുന്നത്. വ്യവസായവല്ക്കരണവും യുക്തിചിന്തയും കേരളീയ ജീവിതത്തിൽ വിവിധകാലങ്ങളിൽ ഗണനീയമായ പരിവർത്തനമുണ്ടാക്കിയിട്ടുണ്ട്. വിദേശീയരുമായുള്ള കേരളീയരുടെ സമ്പർക്കം ആരംഭിച്ചത് ആയിരക്കണക്കിന് വർഷങ്ങൾക്കുമുമ്പാണ്. കേരളത്തിന്റെ സുഗന്ധദ്രവ്യങ്ങൾക്കുവേണ്ടിയുള്ള മത്സരം യൂറോപ്യന്മാരുടെ ഭൂപരമായ കണ്ടെത്തലുകൾക്ക് കാരണമായിരുന്നു. ബി സി 3000 മുതൽ സുഗന്ധദ്രവ്യങ്ങൾക്കുവേണ്ടിയുള്ള ഈ പര്യവേക്ഷണങ്ങൾ ആരംഭിച്ചിരിക്കണം. സഹ്യപർവ്വതത്തിന്റെ പടിഞ്ഞാറുഭാഗത്തായി മലനിരകളും ഇടനാടും സമതലവും ചേർന്ന ഈ പ്രദേശം എക്കാലത്തും വ്യത്യസ്തമായ ഒരു പ്രദേശമായിരുന്നു. നാനാജാതിമതങ്ങൾക്ക് താവളവും അഭയവുമായിരുന്നു കേരളം.

ആധുനിക കേരളത്തിന്റെ ഭാവരൂപങ്ങൾ രൂപപ്പെടുത്തിയ അനേകം മഹാവ്യക്തിത്വങ്ങളുണ്ട്. അവർ ജീവിച്ച കാലഘട്ടവുമായി സംഘർഷത്തിലേർപ്പെട്ട് ഉയർന്നുവന്നവരാണവർ. അവരിൽ ഭരണാധികാരികളുണ്ട്, കലാകാരന്മാരുണ്ട്, സാഹിത്യകാരന്മാരുണ്ട്, ദാർശനികരും രാഷ്ട്രമീമാംസക്കാരുമുണ്ട്.

ഒരു കാര്യം സുവ്യക്തമാണ്. ഇന്ത്യാ രാജ്യത്തിന്റെ ഏറ്റവും തെക്കെ അറ്റത്തുള്ള ഈ ഭൂപ്രദേശം നീതിമാന്മാരെ വരിക്കാൻ എല്ലായ്പ്പോഴും സന്നദ്ധമായിട്ടുണ്ട്. മഹാബലിയെ സ്വന്തം രാജാവായി വരിക്കാൻ മലയാളദേശം സന്നദ്ധമായെന്ന കഥ തീർച്ചയായും നീതിമാന്മാരെ അംഗീ

കരിക്കുന്ന ഒരു ജനസംസ്കാരത്തിൽ നിന്നുള്ള ഉപലബ്ധിയാണ്. നീതിക്കുവേണ്ടിയുള്ള ഈ ദാഹത്തിൽ നിന്നാണ് കേരളം വിദേശവാഴ്ചയ്ക്കെതിരെ ആയുധമെടുത്തത്, പിന്നീട് സ്വന്തം മനസ്സുകളുടെ ഇരുൾക്കയങ്ങളിലേക്ക് നൂതനചിന്തയുടെയും, സമരത്തിന്റെയും പ്രകാശരശ്മികൾ ഏറ്റുവാങ്ങിയത്. നവോത്ഥാനത്തിലേക്ക് കേരളം നയിക്കപ്പെട്ടത് ഇങ്ങനെയാണ്.

ഇരുപതാം നൂറ്റാണ്ടിലെ കേരളം തിളച്ചുമറിയുന്ന ഒരു പാത്രം പോലെയായിരുന്നു. രാഷ്ട്രീയമുന്നേറ്റങ്ങളും പോരാട്ടങ്ങളും കേരളീയ ജീവിതത്തിന്റെ സ്വാഭാവികമായ അവസ്ഥയായി മാറി. പഴമയുടെ കാവൽക്കാരായ നാടുവാഴി-ഭൂപ്രഭുവർഗ്ഗത്തിനെതിരെ മാനസികവും ഭൗതികവുമായ പോരാട്ടങ്ങളുണ്ടായി. ഇത് കേരളീയരുടെ ഭൗതിക ജീവിതത്തെ മാത്രമല്ല, മാനസിക ജീവിതത്തെയും മാറ്റിമറിച്ചു. കവിതയിലും (സാമാന്യമായി സാഹിത്യത്തിലും) ചിന്തയിലും രാഷ്ട്രീയ പ്രവർത്തനത്തിലുമെല്ലാം ഈ മാറ്റം പ്രകടമായിരുന്നു.

ഈ പരിവർത്തനങ്ങൾക്ക് രൂപം നല്കിയവരെയാണ് 'നവകേരള ശില്പികൾ' എന്ന പരമ്പരയിലൂടെ ചിന്ത പരിചയപ്പെടുത്തുന്നത്. നമ്മുടെ അറിവും ഉറവും നിർണ്ണയിക്കുന്നതിൽ നവകേരളശില്പികൾ വലിയ പങ്കു വഹിച്ചു. അവരുടെ ചരിത്രം അറിയുന്നത് കേരളീയ ജീവിതം മുന്നോട്ടു കൊണ്ടുപോവുന്നതിനുള്ള ഒരു മുന്നുപാധിയാണ്. നവകേരളശില്പികൾ എന്ന പരമ്പരയിലെ ഓരോ പുസ്തകവും ഈ ദൗത്യം നിർവ്വഹിക്കുന്നുണ്ട്.

ശ്രീ. പ്രദീപ് പനങ്ങാടാണ് ഈ പരമ്പരയുടെ എഡിറ്റർ. അദ്ദേഹത്തിനും പരമ്പരയിലേക്ക് പുസ്തകങ്ങൾ തയ്യാറാക്കുന്ന എഴുത്തുകാർക്കും ചിന്ത പബ്ലിഷേഴ്സ് കൃതജ്ഞത അറിയിക്കുന്നു.

ചിന്ത പബ്ലിഷേഴ്സ്

കാലത്തിന്റെ അടയാളങ്ങൾ

കടത്തനാട്ട് മാധവിയമ്മയുടെ എഴുത്തും ജീവിതവും കേരളത്തിലെ ദേശീയ പ്രസ്ഥാനവുമായി ബന്ധപ്പെടേണ്ടതാണ്. ഇരുണ്ട ഒരു കാലഘട്ടത്തിൽ നിന്നും ജനതയെ വിമോചിപ്പിക്കാനുള്ള സമരങ്ങൾക്ക് ഊർജ്ജം പകരാൻ മാധവിയമ്മയുടെ വർഗ്ഗ ജീവിതത്തിന് കഴിഞ്ഞു. സ്വാതന്ത്ര്യത്തിന് വേണ്ടിയുള്ള സമരമുന്നണിയിൽ കടത്തനാട്ടു മാധവിയമ്മയുടെ കാല്പാടുകളുമുണ്ട്.

ഒരു സ്ത്രീ എന്ന നിലയിലുള്ള വലിയ പരിമിതികളിൽ നിന്നുകൊണ്ടാണ് മാധവിയമ്മ പ്രവർത്തിച്ചത്. ദേശീയ പ്രസ്ഥാനത്തോടുള്ള ആവേശം മനസ്സിൽ സൂക്ഷിക്കാനാണ് എപ്പോഴും ശ്രമിച്ചത്. അതിന്റെ അനുരണങ്ങൾ കവിതകളിലൂടെ ആവിഷ്ക്കരിച്ചു. ഒരു യാഥാസ്ഥിതിക മദ്ധ്യവർഗ്ഗ കുടുംബത്തിലെ അംഗമെന്ന നിലയിലുള്ള പരിമിതികൾ വരെ ബാധിച്ചിരുന്നു. പൊതു ജീവിതത്തെ സ്വപ്നം കാണുകയും തന്നിലേക്ക് തന്നെ ചുരുളുകയുമാണ് ചെയ്തത്.

മലയാള സാഹിത്യത്തിൽ നവോത്ഥാനത്തിന്റെ പ്രകാശം വിതറി തുടങ്ങിയ കാലത്താണ് മാധവിയമ്മ എഴുതിത്തുടങ്ങിയത്. സമത്വ ബോധം, ദേശീയത ജാതി വിരുദ്ധത തുടങ്ങി നിരവധി ആശയങ്ങൾ അതിന്റെ ഭാഗമായി ഉയർന്നു വന്നിരുന്നു. മാധവിയമ്മയുടെ എഴുത്തിലും അത് പ്രതിഫലിച്ചിരുന്നു. മാധവിയമ്മയുടെ കവിതകളിൽ പാരമ്പര്യത്തിന്റെ അടയാളങ്ങളും കാല്പനികതയുടെ സുഗന്ധവും ഉണ്ടായിരുന്നു. കടത്തനാട്ട് മാധവിയമ്മയുടെ കവിതകൾ ഒരു പ്രത്യേക കാലഘട്ടത്തിന്റെ സൃഷ്ടിയാണ്.

കടത്തനാട്ട് മാധവിയമ്മയുടെ ജീവിത പാതകൾ ഇന്നത്തെ വായനക്കാരന് അപരിചിതമാണ്. മാധവിയമ്മയെ മനസ്സിലാക്കുമ്പോൾ ഒരു

കാലത്തിന്റെ ചരിത്ര പഥങ്ങൾ കൂടി വായിച്ചെടുക്കാനാവും. രാജൻ തിരുവോത്ത്, മാധവിയമ്മയുടെ സമഗ്ര ജീവ ചരിത്രം അവതരിപ്പിക്കുകയാണ്. സൂക്ഷ്മവും സവിശേഷവുമായ നിരീക്ഷണങ്ങളാണ് അദ്ദേഹം നടത്തുന്നത്. നവകേരള ശില്പികൾ എന്ന ജീവചരിത്ര പരമ്പരയിലൂടെ ഈഗ്രന്ഥം പ്രദർശിപ്പിക്കാൻ കഴിഞ്ഞതിൽ സന്തോഷമുണ്ട്.

പ്രദീപ് പനങ്ങാട്
എഡിറ്റർ
നവകേരളശില്പികൾ
ജീവചരിത്ര പരമ്പര.

മുഖമൊഴി

കടത്തനാട്ട് മാധവിയമ്മയെക്കുറിച്ച് ഒരു പുസ്തകമെഴുതാൻ തുനിഞ്ഞപ്പോൾ മനസ്സിന്റെ ആഴങ്ങളിലെവിടെയോ ആഹ്ലാദത്തിന്റെ പരൽമീനുകൾ നീന്തുന്നുണ്ടായിരുന്നു.

കാരണങ്ങൾ ഒന്നിലേറെയാണ്. മാധവിയമ്മയുടെ തറവാട്ട് പേരും എന്റെ തറവാട്ട് പേരും ഒന്നുതന്നെ! അത് തികച്ചും യാദൃച്ഛികം.

മറ്റൊന്ന്

എന്റെ കുട്ടിക്കാലത്തിലെ ചില ദിവസങ്ങൾ ധന്യമാക്കിയ വ്യക്തിയായിരുന്നു കടത്തനാട്ട് മാധവിയമ്മ.

ചിങ്ങമാസത്തിൽ, എന്നും എന്റെ അമ്മ കുളിച്ചീറൻ മാറ്റി വരാന്തയിലിരുന്ന് *കൃഷ്ണഗാഥ* വായിക്കുമായിരുന്നു. എട്ടു വർഷം സംഗീതം പഠിച്ച അമ്മയ്ക്ക് രാഗവിസ്താരത്തിനുള്ള അവസരം നല്കിയത് കർക്കടകമാസത്തിലെ *രാമായണ*വും ചിങ്ങത്തിലെ *കൃഷ്ണഗാഥ*യുമായിരുന്നു.

എന്റെ വീടിന്റെ മുമ്പിലെ പാടവരമ്പിലൂടെ ചിലപ്പോഴൊക്കെ ബന്ധുവീട്ടിലേക്ക് നടന്നുപോകുമായിരുന്ന മാധവിയമ്മ ഒരു ദിവസം കൃഷ്ണപ്പാട്ടിന്റെ ഈണത്തിൽ ലയിച്ച് വീട്ടുമുറ്റത്തേക്ക് കയറിവന്നു.

ഏറെ നേരം അമ്മയ്ക്കരികിലിരുന്ന് ആലാപന മാധുരി ആസ്വദിച്ചു. പിന്നെ ബന്ധുവീട്ടിലേക്കുള്ള ഏതു വരവിലും എന്റെ വീട്ടിൽ കയറും. അമ്മയുമായി ചില്ലറ വർത്തമാനങ്ങൾ!

ഓർമ്മയിലിന്നും ആ മുഖമുണ്ട്. അക്ഷരത്തിന്റെ വെയിൽവീണ് ജ്വലിക്കുന്ന കണ്ണുകളും അനാർഭാടത്തിന്റെ സൗകുമാര്യവും! മനസ്സിൽ അക്ഷരമുറയ്ക്കാത്ത കുട്ടിക്കാലത്തിന്റെ ഓർമ്മകൾ മനസ്സിൽ സൂക്ഷിച്ചു

കൊണ്ടെഴുതിയ ഈ പുസ്തകം എത്രത്തോളം സമഗ്രമായി എന്നറി യില്ല. എന്നാലും......

ഇങ്ങനെയൊരു പുസ്തകമെഴുതാനുള്ള അവസരം തന്ന ചിന്ത പബ്ലി ഷേഴ്സിനോടുള്ള സ്നേഹവും നന്ദിയും ചെറുതല്ല.

രാജൻ തിരുവോത്ത്

ചരിത്രവഴിയിൽ

ഏതൊരു കവിക്കും ഏതൊരു വായനക്കാരനും ചരിത്രത്തിന്റെയും ജീവചരിത്രത്തിന്റെയും പിരിയൻ കോണിയിൽക്കൂടി കയറിപ്പോകാതെ വയ്യ. നാം നമ്മുടെ ഉമിനീരും കാലത്തിന്റെ ഉമിനീരും ചേർത്തു കൊണ്ടാണ് കാവ്യം എഴുതുന്നതും കാവ്യം ആസ്വദിച്ചുപോരുന്നതും. നമ്മൾ ജീവിച്ചിരിക്കുന്നു എന്നതിന്റെ അടയാളമാണത്. അതുകൊണ്ടാണ് കവി ജീവിച്ചിരിക്കുന്ന കാലഘട്ടത്തിലെ സാമൂഹികവും സാംസ്കാരി കവും രാഷ്ട്രീയവുമായ പ്രവർത്തനങ്ങൾ കവി വ്യക്തിത്വത്തെ രൂപവല്ക്ക രിക്കുന്ന പ്രധാന ഘടകങ്ങൾ ആയിത്തീരുന്നത്.

കവിക്ക് അയാളുടെ ജീവിത പരിസരത്തിലെ തളിരും തെഴുപ്പും നിറവും മണവും ചിരിയും കണ്ണീരും, താൻ ചവിട്ടിനില്ക്കുന്ന മണ്ണിന്റെ ഘടകവിശേഷങ്ങളും പാടേ തിരസ്കരിച്ചുകൊണ്ട് ഒന്നും തന്നെ എഴു താൻ കഴിയില്ല. പിറന്ന് വീണതുമുതൽ മുലപ്പാലിന്റെ കൂടെ നുണഞ്ഞു തുടങ്ങിയ മാതൃഭാഷയുടെ ആത്മചൈതന്യത്തെ വിസ്മരിക്കാനാവില്ല. പിറന്നുവീണ കുഞ്ഞിന് ലോകത്തെ അറിയുവാനും ഉൾക്കൊള്ളുവാനു മുള്ള ആദ്യമാർഗ്ഗം തുറന്ന വായ തന്നെയാണ്. അമ്മയുടെ മുലക്കണ്ണ് ചപ്പുമ്പോൾ, ഉണ്ണിക്കണ്ണനെപ്പോലെ പ്രപഞ്ചത്തെ മുഴുവൻ ആവാഹിക്കാ നാണ് അവൻ ശ്രമിക്കുന്നത്. ഇതിലൂടെ അവൻ അവനെത്തന്നെയും ജീവിതത്തെയും അതിനപ്പുറം സംസ്കാരത്തെയും ഉൾക്കൊള്ളുകയും കയ്പ്പും മധുരവുമുള്ള ജീവിതാനുഭവങ്ങളെ വേർതിരിച്ചെടുക്കുകയും ചെയ്യുന്നു. നവജാതശിശു സാഹിത്യത്തിന്റെയും സംഗീതത്തിന്റെയും ആദ്യപാഠം പഠിക്കുന്നത് അമ്മയുടെ മുലക്കണ്ണിൽ നിന്നാണെന്ന് രബീ ന്ദ്രനാഥ ടാഗോർ അദ്ദേഹത്തിന്റെ ആത്മകഥയിൽ പറയുന്നുണ്ട്. (A child imbibes the first lesson of music and literature from it's mother's breast nipple) സാഹിത്യത്തെയും സംഗീതത്തെയും കൂട്ടിച്ചേർത്ത് പറഞ്ഞത് സാഹിത്യത്തിന്റെ ഇണമുലയാണ് സംഗീതം എന്നതുകൊണ്ടാകണം.

കഴിഞ്ഞകാല കവികളും ഒരു പരിധിവരെയെങ്കിലും വർത്തമാന കാല കവികളും അവരവരുടെ പാരമ്പര്യത്തിന്റെ അടിവേരുകൾ തേടുകയും അതിൽനിന്ന് വാക്കുകളടക്കം പലതും സ്വാംശീകരിക്കുകയും ചെയ്തിട്ടുണ്ട്. കലയ്ക്കും സാഹിത്യത്തിനും രാഷ്ട്രീയത്തിനും തഴച്ചു വളരാനുള്ള ധാതുലവണങ്ങൾ ഒരുക്കിവെച്ചിരിക്കുന്ന കടത്തനാടൻ മണ്ണിനെക്കുറിച്ചും കേരളത്തിൽ ജീവിച്ച് മരിച്ച രാഷ്ട്രീയ നേതാക്കളെക്കുറിച്ചും ജാതിഭേദമോ കുബേര കുചേല ഭേദമോ ഇല്ലാതെ സർവ്വർക്കും അന്നം വിളമ്പുന്ന വയൽച്ചെളിയിൽ വിരലുകളൂന്നി നാടിന്റെ നന്മകൾ നെയ്തെടുക്കുന്ന കർഷകസ്ത്രീകളെക്കുറിച്ചും കടത്തനാടിന്റെ മണ്ണിലും വിണ്ണിലും നിറഞ്ഞ് നില്ക്കുന്ന നാടൻപാട്ടിന്റെ പൊലിമയെക്കുറിച്ചും നവനീതതുല്യമായ സാംസ്കാരിക സമൃദ്ധിയെക്കുറിച്ചും കവിതകളെഴുതിയ കടത്തനാട്ട് മാധവിയമ്മയുടെ കവിതയെക്കുറിച്ച് സംസാരിക്കുന്ന അവസരത്തിൽ മേല്പറഞ്ഞ കാര്യം പ്രസക്തമായിത്തീരുന്നു.

ദേശീയ നവോത്ഥാന നായകന്മാരുടെ പ്രവർത്തനങ്ങളും ദേശീയ സാംസ്കാരിക ബോധമുൾക്കൊണ്ട് കാവ്യരചന നടത്തിയ പൂർവ്വ സൂരികൾ ഉഴുതുമറിച്ചിട്ട് പരുവപ്പെടുത്തിയ മണ്ണിലാണ് - അരിച്ചെടുത്ത പൂഴിപ്പരപ്പിലാണ് മാധവിയമ്മ കവിതയെഴുത്തിന്റെ ഹരിശ്രീ കുറിച്ചത്. മാധവിയമ്മയുടെ കാവ്യരചനയുടെ ആരംഭദശ-ഇരുപതാം നൂറ്റാണ്ടിന്റെ തുടക്കം, പ്രബുദ്ധമായ ഒരു കാലത്തെയാണ് ഭാരതത്തിന് നല്കിയത്.

ദേശീയ നവോത്ഥാനത്തിന്റെയും രാഷ്ട്രീയ സ്വാതന്ത്ര്യസമരത്തിന്റെയും പ്രഭാവം മുമ്പേ തന്നെ ഭാരതീയ സാഹിത്യത്തിൽ പ്രത്യക്ഷമായി. ജനഹൃദയത്തെ ദേശീയ പ്രസ്ഥാനത്തിലേക്ക് നയിക്കാനും ജനഹൃദയത്തെ സമരാവേശഭരിതമാക്കാനും സാഹിത്യത്തിന് കഴിഞ്ഞിരുന്നു. രാജ്യമനസ്സിനെ ഊർജ്ജവത്താക്കുക എന്ന സൽക്കർമ്മമാണ് സാഹിത്യം അനുഷ്ഠിച്ചിരുന്നത്. അവിടെയാണ് സാഹിത്യത്തിന്റെ ശക്തിചൈതന്യങ്ങൾ നമ്മൾക്ക് മനസ്സിലാകുന്നത്. ചേതനയെ ചൂടും വെളിച്ചവും നല്കി ഉണർത്തി കർമ്മോന്മുഖമാക്കുന്ന വാക്കാണ് സാഹിത്യം എന്ന് നമ്മൾ തിരിച്ചറിഞ്ഞു. ഇംഗ്ലീഷ് വിദ്യാഭ്യാസത്തിന്റെ പ്രചാരം, പത്രപ്രവർത്തനത്തിന്റെ ശക്തി തുടങ്ങിയവ ഇക്കാര്യത്തിൽ വളരെയേറെ സഹായകമായിരുന്നിട്ടുണ്ട്. വിദ്യാഭ്യാസത്തിന്റെ പ്രചാരം വഴി ലഭ്യമായ വൈജ്ഞാനികവും ആശയപരവുമായ വികാസം എന്നിവ ചെയ്തുവെച്ചത് മഹത്തായ ഒരു കർമ്മമാണ്. അന്ധവിശ്വാസങ്ങളാലും അനാചാരങ്ങളാലും ജീർണ്ണപാരമ്പര്യങ്ങളാലും ദൂഷിതമായിരുന്ന മതപരവും സാമൂഹികവുമായ ജീവിതത്തെ നവീനവും വെളിച്ചം നിറഞ്ഞതുമായ ഒരു വഴിയിലേക്ക് എത്തിക്കുന്നതിനുള്ള ദേശീയ യത്നങ്ങളെ വ്യാപകമാക്കിത്തീർത്തു. ദേശീയ നവോത്ഥാന ഉദ്യമങ്ങളിൽ വളരെ പ്രധാനപ്പെട്ട

ഒന്നാണ് സാമൂഹിക പരിഷ്കരണ പ്രസ്ഥാനങ്ങളുടെ പ്രവർത്തനം. വിദ്യാഭ്യാസ പ്രചാരണത്തിന്റെയും പരിഷ്കരണ പ്രവർത്തനങ്ങളുടെയും സംയുക്തഫലമായുണ്ടായ സാംസ്കാരിക ഉണർവ്വിന്റെ ഫലമാണ് സാമൂഹിക സ്വാതന്ത്ര്യത്തിനായുള്ള ശ്രമം.

കേരളത്തിലെ ബ്രിട്ടീഷ് മേധാവിത്തത്തിന്റെ ചരിത്രം, ആദ്യകാല സ്വാതന്ത്ര്യസമരോദ്യമങ്ങൾ, വിദ്യാഭ്യാസ പ്രചാരം, സാമൂഹിക നവോത്ഥാന യത്നങ്ങൾ, രാഷ്ട്രീയ സംഘടനാ പ്രവർത്തനങ്ങൾ, ഗാന്ധിജിയുടെ പ്രവർത്തനങ്ങളുടെയും ദർശനങ്ങളുടെയും പ്രഭാവം! അങ്ങനെ 19-ാം നൂറ്റാണ്ടിന്റെ ആദ്യദശകങ്ങൾ തൊട്ട് സ്വാതന്ത്ര്യലബ്ധി വരെയുള്ള പരിവർത്തനാത്മകവും ചരിത്രപ്രധാനവുമായ കാലങ്ങളിലെ സാമൂഹികവും രാഷ്ട്രീയവുമായ ചലനങ്ങൾ മലയാള സാഹിത്യത്തെയും ഒരു പരിധിവരെ ബാധിച്ചിരുന്നു.

അഹിംസാധിഷ്ഠിതവും സ്നേഹപ്രചോദിതവുമായ ക്രിയാത്മക പ്രവർത്തനങ്ങളിൽക്കൂടി, സമരത്തിൽക്കൂടി, രാഷ്ട്രീയവും സാമൂഹികവുമായ സ്വാതന്ത്ര്യം നേടുന്നതിന് ഭാരതത്തിലെ വിവിധ പ്രാദേശിക ഭാഷകളിലെ സാഹിത്യം പ്രചോദന സ്രോതസ്സായി. 1935 ൽ തലശ്ശേരിയിൽ നടന്ന ഒരു സാഹിത്യ സമ്മേളനത്തിൽ സഞ്ജയൻ യുവതലമുറയ്ക്ക് നല്കിയ സന്ദേശം ഇങ്ങനെയാണ്.

> സാഹിത്യത്തിന്റെ കന്മുന ചുവക്കാതെ ഭടന്റെ കൈവാൾ ധർമ്മസമരത്തിൽ ചുവക്കുകയില്ല. ഞാൻ ബാരദൃഷ്ടികളുടെ മുമ്പിൽ നിണത്തിൽ കുളിച്ച കൈവാളിന്റെ വർണ്ണപ്പകിട്ടു കാണുകയല്ല. സാഹിത്യം ദുർബ്ബലമാണെന്ന വാദത്തെ സമൂലവിച്ഛേദം ചെയ്യുക മാത്രമാണ്. പാശ്ചാത്യന്റെ വാൾ ഉറയിൽനിന്ന് ഊരുന്നത് സാഹിത്യമാണെങ്കിൽ പൗരസ്ത്യന്റെ വാളിനെ ഉറയിൽ താഴ്ത്തി, അഹിംസാമന്ത്രം ജപിച്ചുകൊണ്ട് അവനെ കൈകെട്ടി നിർത്തുന്നതും സാഹിത്യമാണെന്ന് നിങ്ങൾ വിസ്മരിക്കരുത്. ഞാൻ പറയുന്നത് സാഹിത്യത്തിലേക്കും വിപ്ലവത്തിലേക്കും മാത്രമല്ല ചിരന്തന ശാന്തിയിലേക്കും ആത്മബോധത്തിലേക്കുംകൂടി സാഹിത്യം മനുഷ്യനെ നയിക്കുന്നു എന്നാണ്.

19-ാം നൂറ്റാണ്ടിന്റെ ആദ്യദശകങ്ങൾ തൊട്ടു തന്നെ ഇന്ത്യയിലെ വിവിധ ഭാഷാസാഹിത്യങ്ങളിൽ ഉണ്ടായ ഉണർവ്വിന്റെയും നൂതന വികാസങ്ങളുടെയും മുഖ്യമായ പ്രേരണ രാഷ്ട്രീയവും സാമൂഹികവുമായ സ്വാതന്ത്ര്യത്തിന് വേണ്ടിയുള്ള തീവ്രമായ അഭിലാഷമായിരുന്നു. കാലത്തിന്റെ ആത്മാവിൽനിന്നുയർന്ന കാഹളം കേട്ട് കന്മുന ചുവന്ന സാഹിത്യം അതിന്റെ ധർമ്മം സഞ്ജയൻ സൂചിപ്പിച്ച എല്ലാ അർത്ഥത്തിലും, മാനുഷികമായ സമുന്നത മൂല്യങ്ങളെ ഉൾക്കൊണ്ട് നിറവേറ്റിപ്പോന്നിട്ടുണ്ട്. 19-ാം നൂറ്റാണ്ട് മുതൽ സ്വാതന്ത്ര്യലബ്ധി വരെയുള്ള കാലങ്ങളിൽ സ്വാതന്ത്ര്യലബ്ധിക്കും മാനവപുരോഗതിക്കുമായി സാഹിത്യ

രചന നടത്തിയവർ ധാരാളമാണ്. കേരളം അക്കാര്യത്തിൽ ധന്യവുമായിരുന്നു.

ഒരു കാലത്ത് തമിഴിന്റെയും സംസ്കൃതത്തിന്റെയും പിടിയിലമരുകയും മനുഷ്യജീവിതവുമായി യാതൊരു ബന്ധവുമില്ലാതിരുന്നതുമായ മലയാള സാഹിത്യകൃതികൾ ക്രമേണ പിന്നോട്ടുപോകുകയും പകരം നവഭാവുകത്വം നിറഞ്ഞ് നില്ക്കുന്ന കൃതികൾ ഉണ്ടാവുകയും ചെയ്തു. കേരളത്തിലെ ആശാൻ പ്രഭൃതികളുടെ കാലവും നവോത്ഥാന കാലകൃതികളും പുരോഗമനാശയമുൾക്കൊള്ളുന്ന കൃതികളും കേരള സാഹിത്യത്തെ പുതുമേഖലയിൽ എത്തിക്കുകയാണ് ചെയ്തത്. കവികളും കഥാകൃത്തുക്കളും നാടകരചയിതാക്കളും പുതിയ ഒരു ഭാഷതന്നെ സൃഷ്ടിക്കുകയുണ്ടായി.

കവിയും സഹൃദയനും ചേർന്ന് പൂർത്തീകരിക്കുന്ന ഒരു സംവാദമായി കവിത മാറുകയും കവിതയുടെ ഈ രഹസ്യാത്മകത്വം ഭാഷയുടെയും സമുദായത്തിന്റെയും അട്ടിമറിയായി തീരുകയും ചെയ്തു. വ്യാകരണം പിതാവിന്റേതാണെന്നും (ഗുരു, അച്ഛൻ, ഭരണാധിപൻ എന്നൊക്കെ 'പിതാവ്' എന്ന വാക്കിന് അർത്ഥമുണ്ടെന്ന് ഓർക്കുക) അധികാരിയുടേതാണെന്നും ഉടമയുടേതാണെന്നും ഭാഷാപരമായ ആധിപത്യത്തിൽ വർഗ്ഗപരവും ദേശീയവും ലിംഗപരവുമായ മർദ്ദനമുണ്ടെന്നും നാം മനസ്സിലാക്കിത്തുടങ്ങി. ഭാഷയുടെ ശില്പം സമുദായത്തിന്റെ ശില്പം തന്നെയാണ് എന്നാണിതിനർത്ഥം. ഭാഷയുടെ ഉള്ളിലേക്ക് പോകുന്ന കവികൾ പലപ്പോഴും സമൂദായത്തിന്റെ ഉള്ളുകള്ളികളാണ് പുറത്തുകൊണ്ടുവരുന്നത്. അപ്പോൾ കവിയുടെ ഭാഷ പ്രതീകാത്മകമോ വ്യംഗ്യാത്മകമോ ക്ലിഷ്ടമോ അസ്ഫുടമോ വക്രമോ ആയിത്തിരുന്നു. വെണ്മണികളുടെ മൂരി ശൃംഗാരത്തിൽനിന്ന് വിഭിന്നമായ ഭാഷയും കവിതയുമായിരുന്നു പിന്നീട് ഉണ്ടായിരുന്നത്.

സാഹിത്യകാരന്മാർക്കിടയിൽ ഇങ്ങനെയൊരു തിരിച്ചറിവിനും ആദർശപരവും ചിന്താപരവുമായ മാറ്റങ്ങൾക്കും പിന്നിൽ വ്യക്തമായ ചില കാരണങ്ങളുണ്ട്. 1917 ലെ റഷ്യൻ വിപ്ലവം സാമ്പത്തിക സാമൂഹ്യരംഗങ്ങളിൽ വരുത്തിയ മൗലികമായ മാറ്റം കേരള ജനത തിരിച്ചറിഞ്ഞിരുന്നു. ചൂഷിത ജനങ്ങൾക്ക് സ്വയം സംഘടിക്കാനുള്ള ശക്തി ഇതിലൂടെ ജനങ്ങൾ ആർജ്ജിക്കുകയായിരുന്നു.

വിധേയത്വത്തിന്റെ ചങ്ങലകൾ പൊട്ടിക്കാനുള്ള കാൾ മാർക്സിന്റെ ദർശനം ഒരു പുതിയ വെളിപാട് തന്നെ ആയിരുന്നു. (*കമ്യൂണിസ്റ്റ് മാനിഫെസ്റ്റോ, മൂലധനം*) ഫ്രോയിഡിന്റെ മനഃശാസ്ത്ര സിദ്ധാന്തങ്ങൾക്ക് കേരളത്തിലുണ്ടായ പ്രചാരം ജനമനസ്സുകളെ പുതിയ ചിന്താസരണിയിലേക്ക് നയിക്കുകയാണ് ചെയ്തത്. അതുവരെ മനുഷ്യന്റെ ഭൗതികമായ കാര്യങ്ങൾ മാത്രം കാണുകയും വിലയിരുത്തുകയും ചെയ്തിരുന്നിടത്ത് മനുഷ്യന് മനസ്സ് എന്നൊന്ന് ഉണ്ടെന്നും അതിന് വിസ്മയാവഹമായ പ്രവർത്തനങ്ങൾ ഉണ്ടെന്നും തിരിച്ചറിയുകയും ചെയ്തതോടെ മനുഷ്യ

നെക്കുറിച്ചുള്ള വിലയിരുത്തലുകൾക്ക് പുതിയ വാതിലുകൾ തുറക്കപ്പെടുകയായിരുന്നു. ഇരുപതാം നൂറ്റാണ്ടിലെ മനുഷ്യന്റെ അകവും പുറവും കണ്ടറിഞ്ഞ രണ്ട് മഹാചിന്തകരായ മാർക്സും, ഫ്രോയിഡും മനുഷ്യനെ പുതുക്കിപ്പണിയുക തന്നെയാണ് ചെയ്തത്.

കേരളത്തിലെ സ്വാതന്ത്ര്യസമര പ്രസ്ഥാനങ്ങളായിരുന്നു മറ്റൊരു കാര്യം. ആനിബസന്റിന്റെ ഹോംറൂൾ പ്രസ്ഥാനത്തോടുകൂടിയാണ് രാഷ്ട്രീയം മലബാറിൽ സജീവമായത്. നേരിട്ട് ബ്രിട്ടീഷ് ഭരണത്തിൻ കീഴിലായിരുന്ന മലബാർ പ്രദേശത്താണ് രാഷ്ട്രീയ സ്വാതന്ത്ര്യസമരത്തിന്റെ അലയടികൾ ആദ്യം എത്തിയത്. ദേശീയ പ്രസ്ഥാനത്തിന്റെയും സ്വാതന്ത്ര്യസമരത്തിന്റെയും ചലിക്കുന്ന നാവായി കോഴിക്കോട്നിന്ന് 1923 ൽ ആരംഭിച്ച ദേശീയ ദിനപത്രമായ *മാതൃഭൂമി* ദിനപത്രത്തിന്റെ സ്ഥാപകനായ കെ പി കേശവമേനോനായിരുന്നു മലബാർ ജില്ലാ കോൺഗ്രസിന്റെ കാര്യദർശി.

1924 ൽ അയിത്തോച്ചാടനത്തിനും ക്ഷേത്രപ്രവേശനത്തിനുമുള്ള ഉദ്യമങ്ങൾ തുടങ്ങി. ഇതുമായി ബന്ധപ്പെട്ട് അക്കാലത്തെ പല നേതാക്കളും സത്യഗ്രഹം ചെയ്യുകയും അറസ്റ്റ് വരിക്കുകയുംചെയ്തു. തിരുവനന്തപുരത്തേക്ക് ജാഥ നയിച്ച മന്നത്ത് പത്മനാഭന്റെയും ചങ്ങനാശ്ശേരി പരമേശ്വരൻപിള്ളയുടെയും മറ്റും നേതൃത്വത്തിൽ റീജന്റ് മഹാറാണിക്ക് സവർണ്ണഹിന്ദുക്കൾ അയിത്തോച്ചാടന നടപടികളാവശ്യപ്പെട്ട് ഭീമഹർജി നല്കി. ഗാന്ധിജിയുമായുണ്ടായ സംഭാഷണത്തിന്റെ ഫലമായി ഗവൺമെന്റ് ക്ഷേത്ര സമീപത്തെ റോഡുകളിൽ അയിത്ത ജാതിക്കാർക്ക് സഞ്ചാരസ്വാതന്ത്ര്യമനുവദിച്ചു. 1930 ൽ ഗാന്ധിജിയുടെ സിവിൽ നിയമലംഘനവും വിദേശവസ്ത്ര ബഹിഷ്കരണവും മദ്യനിരോധനപ്രസ്ഥാനത്തിന്റെ തുടക്കം കുറിക്കലും നടന്നു. 1931–32 കാലത്തെ ഗുരുവായൂർ സത്യഗ്രഹമായിരുന്നു മറ്റൊരു പ്രധാന കാര്യം, ഇത് ഒരു ഐതിഹാസിക സമരം തന്നെയായിരുന്നു.

ഇംഗ്ലീഷ് വിദ്യാഭ്യാസവും പത്രപ്രവർത്തനവും കേരളക്കരയിലും സജീവമായിരുന്ന കാലം. പത്രങ്ങളിലൂടെ വലിയ തോതിലുള്ള ആശയപ്രചാരണമാണ് നടന്നത്. പുതിയ വിദ്യാഭ്യാസം നേടിയവരെ അത് കൂടുതൽ വിജ്ഞരാക്കിത്തീർക്കുകയും അത്തരക്കാർ, പിറന്ന നാടിന്റെ രാഷ്ട്രീയ സാംസ്കാരിക അവസ്ഥകൾ തിരിച്ചറിയുകയും യുക്തിപൂർവ്വം ചിന്തിക്കാൻ തുടങ്ങുകയും, ചിന്തയുടെ ഫലമായി ചില തീരുമാനങ്ങളിൽ എത്തിച്ചേരുകയും ചെയ്തു. മലയാള കവിതകൾക്ക് ആര്യഭാഷയായ സംസ്കൃതത്തിന്റെ പിടിയിൽനിന്ന് മുക്തരാകാനും ഒട്ടേറെ മുന്നോട്ടു നീങ്ങാനും കവിഭാവനയുടെ സ്വതന്ത്രരചനയുടെ തുടക്കംകുറിക്കുന്നതിനും ഇത് കാരണമായി. വള്ളത്തോളും ജി ശങ്കരക്കുറുപ്പും ചങ്ങമ്പുഴയും മലയാള കവിതയിൽ നിറഞ്ഞുനിന്നിരുന്ന കാല്പനികവസന്തത്തിലാണ് കടത്തനാട്ട് മാധവിയമ്മ കവിതാലോകത്തേക്ക് കടന്നുവരുന്നത്.

കടത്തനാട്ടിലുൾപ്പെട്ട ഒരു ഗ്രാമപ്രദേശമായ ഇരിങ്ങണ്ണൂരിലാണ് (1909 ജൂൺ 15 ന്) മാധവിയമ്മ ജനിച്ചത്. സബ് രജിസ്ട്രാറായിരുന്ന തിരുവോത്ത് കണ്ണക്കുറുപ്പായിരുന്നു അച്ഛൻ. അമ്മ കീഴ്പ്പള്ളി കല്യാണിയമ്മയും. കണ്ണക്കുറുപ്പിന്റെയും കല്യാണിയമ്മയുടെയും ഒൻപതു മക്കളിൽ ഒരാളാണ് മാധവിയമ്മ. വടകര നടയ്ക്കുതാഴെ പുല്ലഞ്ചേരിത്തറവാട്ടിലാണ് കുട്ടിക്കാലം കഴിച്ചുകൂട്ടിയത്. ഗുരുകുല വിദ്യാഭ്യാസത്തിലൂടെ മാധവിയമ്മ സംസ്കൃതം പഠിച്ചു. ഇതു മാത്രമാണ് അവർക്ക് ലഭിച്ച ഔപചാരിക വിദ്യാഭ്യാസം. സന്ധ്യാ നേരത്ത് അമ്മയുമൊത്തുള്ള നാമം ചൊല്ലലിലൂടെ പല കവിതകളും ഹൃദിസ്ഥമാക്കിയിരുന്നു. അവയിൽ പലതും എഴുത്തച്ഛൻ കവിതകളായിരുന്നുവെന്ന് അക്കാലത്ത് മാധവിയമ്മയ്ക്ക് അറിയില്ലായിരുന്നു. പിതാവ് ചൊല്ലിപ്പഠിപ്പിച്ച ചെറുശ്ശേരിക്കവിതകളും *രാമായണ*ത്തിലെ പല വരികളും ബാല്യത്തിൽ തന്നെ മനഃപാഠമാക്കാൻ മാധവിയമ്മയ്ക്ക് കഴിഞ്ഞിരുന്നു. വീട്ടുമുറ്റത്തെ മാവിൻചുവട്ടിലിരുന്ന്, പോയകാലത്തിലെ കവിവര്യരുടെ കവിതകൾ ചൊല്ലിപ്പഠിപ്പിക്കുന്നതിനോടൊപ്പം അതേ വൃത്തത്തിലും താളത്തിലും സ്വന്തം കവിതകളും, എട്ടു വയസ്സുപോലും തികയാത്ത ആ കുഞ്ഞുബാലിക ചൊല്ലിയിരുന്നു. മകളുടെ കവിതാവാസന തിരിച്ചറിഞ്ഞ പിതാവ് കണ്ണക്കുറുപ്പ്, കുഞ്ഞു മകളുടെ കവിതകൾ പകർത്തിയെടുക്കാൻ കടലാസും പെൻസിലുമായി കാത്തിരുന്നു എന്നത് പില്ക്കാലത്ത് മാധവിയമ്മയ്ക്കും മധുരതരമായ ഓർമ്മകളായിരുന്നു.

എട്ടാം ക്ലാസുവരെയുള്ള പഠിത്തം കഴിഞ്ഞ് തറവാടിന്റെ അകത്തളങ്ങളിൽ കഴിഞ്ഞുകൂടേണ്ടിവന്ന മാധവിയമ്മയ്ക്ക് സംസ്കൃത കാവ്യങ്ങളുടെയും അലങ്കാരങ്ങളുടെയും ധന്യലോകത്തിന്റെ വാതിൽ തുറന്നു കൊടുത്തത് സ്വന്തം പിതാവും ഗുരു കടത്തനാട്ട് കെ കൃഷ്ണവാരിയരുമായിരുന്നു. സംസ്കൃത ഗ്രന്ഥങ്ങളുമായുള്ള ചങ്ങാത്തത്തിനിടയിൽ കാളിദാസന്റെ ശാകുന്തളത്തിന്റെ മാധുര്യമാണ് മനസ്സേറ്റു നുണഞ്ഞതെങ്കിലും എഴുതിപ്പകർത്താതെതന്നെ മനസ്സിന്റെ താളുകളിൽ കുടിയിരുത്തിവെച്ചിരുന്നത് എഴുത്തച്ഛന്റെ വരികളായിരുന്നു. തറവാടിന്റെ നാലു ചുമരുകൾക്കപ്പുറം വിദ്യാഭ്യാസത്തിനായി ഇറങ്ങിപ്പുറപ്പെട്ടുപോകാൻ കഴിയാതിരുന്ന മാധവിയമ്മ, ഗുരുക്കന്മാർ ചൂണ്ടിക്കാണിച്ച സംസ്കൃത കാവ്യങ്ങളിലും എഴുത്തച്ഛന്റെയും ചെറുശ്ശേരിയുടെയും കൃതികളുടെയും ലോകത്ത് അഭിരമിച്ച് സംതൃപ്തി നേടി. എങ്കിലും ജീവിതത്തിൽ മുന്നോട്ടുവരാനിരിക്കുന്ന കാലത്തിലെ, കാവ്യപ്രപഞ്ചത്തിലെ ജീവിതത്തിനാവശ്യമായ, പിന്നീടെടുത്ത് കളിക്കാനുള്ള ചില ഉരുപ്പടികൾ മനസ്സിൽ ശേഖരിച്ചു വെച്ചു.

മാധവിയമ്മയുടെ ബാല്യകാലം സാമൂദായിക നീതികളുടെ പാതിയിരുട്ടിന്റെ കാലമായിരുന്നു. പെണ്ണായി പിറന്നവർക്ക് സ്വതന്ത്രമായ അക്ഷരവെളിച്ചം നിഷേധിക്കപ്പെട്ട കാലം! പെൺകുട്ടികളെ കുറച്ചകലെയുള്ള സ്കൂളിലേക്ക് പോലും അയച്ചിരുന്നില്ല. പെൺകുട്ടികൾക്ക്, അവ

രുടെ പഠിക്കാനുള്ള മോഹം സ്വന്തം മനസ്സിൽ ചിതയൊരുക്കി ദഹിപ്പിക്കുകയായിരുന്നു. കേരളത്തിൽ കമ്യൂണിസ്റ്റാശയം പ്രചരിച്ചുതുടങ്ങിയ കാലമായിരുന്നല്ലോ അത്. കേരളത്തിലെ നമ്പൂതിരി പെൺകുട്ടികൾ ഋതുമതികളായാൽ നമ്പൂതിരി മനകളുടെയോ നാലുകെട്ടിന്റെയോ ഇരുളടഞ്ഞ ഇടനാഴികളിൽ, കാലം കഴിഞ്ഞ ആചാരാനുഷ്ഠാനങ്ങളുടെയും അന്ധവിശ്വാസങ്ങളുടെയും പൂപ്പൽ മണക്കുന്ന കുടുസ്സു മുറികളിൽ നട്ടംതിരിഞ്ഞുകൊള്ളണം എന്ന ഒരവസ്ഥയെ എതിർക്കാൻ ഇ എം എസ് നമ്പൂതിരിപ്പാടിനെപ്പോലുള്ളവർ ഒരുങ്ങിപ്പുറപ്പെട്ടിരുന്നു. വി ടി ഭട്ടതിരിപ്പാടും എം ആർ ബിയും പ്രേംജിയുമെല്ലാം നവോത്ഥാന നാടകങ്ങളുമായി രംഗത്തുവരികയും നമ്പൂതിരി മനകളിലെ ഇരുട്ടറകളിലേക്ക് നവീനാശയത്തിന്റെ ആറ്റംബോംബുകൾ വലിച്ചെറിയുകയും ചെയ്തിരുന്നു. എന്നാൽ അതിന്റെ വെളിച്ചച്ചീളുകളൊന്നും മലബാറിലേക്കും – പ്രത്യേകിച്ച് വടകര, തലശ്ശേരി ഭാഗങ്ങളിലേക്കൊന്നും അധികം വന്നുതുടങ്ങിയിരുന്നില്ല. അതുകൊണ്ടായിരിക്കണം ഉന്നത നായർ തറവാട്ടിൽ ജനിച്ച മാധവിയമ്മയുടെ സ്കൂൾ വിദ്യാഭ്യാസം പാതിവഴിയിൽ നിന്നുപോയത്.

മാധവിയമ്മയുടെ അച്ഛൻ കണ്ണക്കുറുപ്പ് അക്കാലത്ത് അറിയപ്പെടുന്ന ഒരു കവിയായിരുന്നു. അച്ഛനിൽനിന്നാണ് തനിക്ക് കവിതാ സിദ്ധി പകർന്നുകിട്ടിയതെന്ന് മാധവിയമ്മ വെളിപ്പെടുത്തിയിട്ടുണ്ട്. നിമിഷകവിയായിരുന്ന കണ്ണക്കുറുപ്പിന്റെ മകളായ മാധവിയമ്മ പതിനാലാമത്തെ വയസ്സിലാണ് ആദ്യത്തെ കവിതയെഴുതുന്നത്. 'കൃഷ്ണാർജ്ജുനവിജയം' എന്ന ഈ കവിത പി വി കൃഷ്ണവാരിയരുടെ പത്രാധിപത്യത്തിൽ കോട്ടക്കലിൽ നിന്നും പ്രസിദ്ധീകരിച്ചിരുന്ന *കവനകൗമുദി*യിലാണ് ആദ്യം മഷി പുരട്ടിപ്പകർന്നത്.

മനസ്സിൽ കവിതയുണ്ടായിരുന്നെങ്കിലും ഗദ്യകൃതികൾ എഴുതുന്നതിലായിരുന്നു മാധവിയമ്മ കൂടുതൽ താല്പര്യം കാണിച്ചിരുന്നത്. അതിന് പ്രേരകശക്തിയായിരുന്നത് പിതാവിന്റെ സുഹൃത്തും സ്വാതന്ത്ര്യ സമര സേനാനിയും വിപ്ലവകാരിയുമായിരുന്നയാളും വടകരയിൽനിന്ന് പ്രസിദ്ധപ്പെടുത്തിയിരുന്ന *കേരളകേസരി*യുടെ പത്രാധിപരുമായിരുന്ന മൊയാരത്ത് ശങ്കരനായിരുന്നു. മൊയാരത്തിന്റെ പ്രേരണ നിമിത്തം മാധവിയമ്മയുടെ ശ്രദ്ധ ചരിത്രത്തിലേക്കും ചരിത്രപുരുഷന്മാരിലേക്കും അവരുടെ വീരഗാഥകളിലേക്കും തിരിയുകയും ചെയ്തു. 19-ാം വയസ്സിലാണ് മാധവിയമ്മ *തച്ചോളി ഒതേനൻ* എന്ന ചരിത്ര നോവൽ രചിച്ചത്. ഒരു സ്ത്രീയാണ് പ്രസ്തുത കൃതിയുടെ രചയിതാവ് എന്നത് അക്കാലത്തൊരു സംഭവം തന്നെയായിരുന്നു. *പയ്യംവള്ളി ചന്തു* എന്ന ആഖ്യായികയും *ജീവിത തന്തുക്കൾ* എന്ന ചെറുകഥാ സമാഹാരവും മാധവിയമ്മയുടെ ഗദ്യരചനയ്ക്ക് ഉദാഹണങ്ങളാണ്.

അന്നത്തെ പെൺകുട്ടികളുടെ വിവാഹ പ്രായമനുസരിച്ച് മാധവിയമ്മ പതിനഞ്ചാം വയസ്സിൽ വിവാഹിതയായി. വടകര മുനിസിപ്പലാപ്പീസിൽ ഉദ്യോഗസ്ഥനായിരുന്ന ടി സി നാരായണക്കുറുപ്പായിരുന്നു

ഭർത്താവ്. ഈ ബന്ധം കേവലം മൂന്ന് വർഷക്കാലം മാത്രമേ നിലനിന്നുള്ളൂ. പെട്ടെന്നൊരു അസുഖം ബാധിച്ച് ഭർത്താവ് മരിച്ചുപോയതിനാൽ പതിനെട്ടാം വയസ്സിൽ വിധവയാകേണ്ടിവന്ന ആ പെൺകുട്ടി, ജീവിതത്തിലേക്ക് കടക്കുമ്പോൾതന്നെ, ജീവിതമെന്തെന്ന് അറിയുന്നതിന്മുമ്പ് തന്നെ വിധിയുടെ ക്രൂരതയ്ക്കു പാത്രമാകേണ്ടിവന്നു. ആദ്യവിവാഹത്തിൽ കുട്ടികളൊന്നുമുണ്ടായിരുന്നില്ല. *സ്വാഭിമാനി*യുടെ പത്രാധിപരായിരുന്ന എ കെ കുഞ്ഞികൃഷ്ണൻ നമ്പ്യാരെ കണ്ടുമുട്ടുന്നതുവരെ, അടുത്തറിയുന്നതുവരെ ഏകാന്തതാ ബോധം മാധവിയമ്മയെ കാർന്നുതിന്നുകയായിരുന്നു. *തച്ചോളി ഒതേനൻ* എന്ന കൃതിയാണ് മാധവിയമ്മയും കുഞ്ഞികൃഷ്ണൻ നമ്പ്യാരും തമ്മിലുള്ള കൂടിക്കാഴ്ചയ്ക്കും തുടർന്നുണ്ടായ ബന്ധത്തിനും കാരണം. ഈ കൂടിക്കാഴ്ചക്ക് മുമ്പ് വായനക്കാരും നിരൂപകരും പാടിപ്പുകഴ്ത്തിയ ചരിത്ര നോവലിനെ വിമർശിച്ചുകൊണ്ട് കുഞ്ഞികൃഷ്ണൻ നമ്പ്യാർ എഴുതുകയുണ്ടായി. ചരിത്രമറിയാതെ ചരിത്ര നോവലെഴുതാൻ കാണിച്ചത് ഒരു തന്റേടമാണ് എന്നായിരുന്നു നമ്പ്യാരുടെ വിമർശനത്തിന്റെ ഉള്ളടക്കം. സഖാവ് എ കെ ജിയുടെ സഹോദരനായിരുന്നു എ കെ കുഞ്ഞികൃഷ്ണൻ നമ്പ്യാർ. തന്റെ രചനയെ കുറ്റം പറഞ്ഞ ആളെ നേരിൽക്കാണാനുള്ള ആഗ്രഹം പരിചയപ്പെടലിലും ക്രമേണ പ്രണയത്തിലും എത്തിച്ചേരുകയായിരുന്നു. പ്രണയത്തിന്റെ പേരിൽ കുടുംബത്തിൽനിന്ന് ഏറെ എതിർപ്പുകൾ ഉണ്ടാവുകയും എതിർപ്പുകളെ അവഗണിച്ചുകൊണ്ട് പ്രണയം പരിണയത്തിൽ അവസാനിക്കുകയും ചെയ്തു.

എ കെ കുഞ്ഞികൃഷ്ണൻ നമ്പ്യാരുടെ കുടുംബം – അതായത് സ. എ കെ ജി അടങ്ങുന്ന തറവാട് ഒരു നാടുവാഴിത്തറവാടായിരുന്നു. വടക്കേ മലബാറിലെ ചിറക്കൽ താലൂക്കിൽ മാവിലായിലുള്ള മാക്രേരി വില്ലേജിലാണിത്. കുഞ്ഞികൃഷ്ണൻ നമ്പ്യാരുടെ അച്ഛൻ വെള്ളുവക്കണ്ണോത്ത് രൈരുനായരും അമ്മ, ആയില്യത്ത് കുറ്റ്യേരി മാധവിയമ്മയുമാണ്.

ഈസ്റ്റ്ഇന്ത്യാ കമ്പനി നമ്മുടെ നാട്ടിൽ കാലുകുത്തുന്നതിന് മുമ്പ് തന്നെ "ഇരട്ടവീട്ടുനായർ" കുടുംബം ഒരു നാടുവാഴിത്തറവാടായിരുന്നു. കമ്പനി അവരെ 'സർവ്വശ്രീ' എന്നും 'ശ്രീ' എന്നുമുള്ള ബിരുദങ്ങൾ നല്കി ബഹുമാനിച്ചിരുന്നു. കുടുംബത്തിൽ ഡിസ്ട്രിക്ട് ജഡ്ജി മുതൽ എലിമെന്ററി സ്കൂൾ അദ്ധ്യാപകൻവരെ പലനിലയിലുള്ള വളരെയധികം ഉദ്യോഗസ്ഥരുണ്ടായിരുന്ന കുടുംബമായിരുന്നു അത്. ആയില്യത്ത് കുടുംബം അനേത്ത്, കണ്ടോത്ത്, ആയില്യത്ത് എന്ന് മൂന്നായി വിഭജിക്കപ്പെട്ടിരുന്നു. പിന്നീടുണ്ടായ വിഭജനം കുറ്റിയേരി എന്ന ശാഖയുണ്ടാക്കി. അങ്ങനെയാണ് ഏട്ടൻ ഗോപാലൻ നമ്പ്യാരും (എ കെ ജി) അനുജൻ കുഞ്ഞികൃഷ്ണനും ആയില്യത്ത് കുറ്റ്യേരിക്കാരായതും എ കെ എന്ന ഇനീഷ്യൽ ലഭിച്ചതും.

എ കെ കുഞ്ഞികൃഷ്ണൻ നമ്പ്യാരുടെയും എ കെ ജിയുടെയും

അച്ഛൻ അക്കാലത്തെ സമൂഹ്യപരിഷ്കർത്താക്കളിൽ ഒരാളായിരുന്നു. വടക്കേ മലബാർ നായർ സൊസൈറ്റിയുടെ ആരംഭം മുതൽ അദ്ദേഹം അതിന്റെ സെക്രട്ടറിയായിരുന്നു. താലികെട്ട് തുടങ്ങിയ അനാചാരങ്ങളെ എതിർക്കുകയും അത് സമ്പൂർണ്ണമായി നിർത്തലാക്കുകയും ചെയ്തതിന്റെ പേരിൽ അദ്ദേഹം വളരെയേറെ എതിർപ്പുകൾ നേരിടേണ്ടിവന്നിട്ടുണ്ട്. എ കെ ജിയുടെയും കുഞ്ഞികൃഷ്ണൻ നമ്പ്യാരുടെയും അച്ഛനായ രൈരുനായരുടെ പ്രസാധകത്വത്തിൽ ആരംഭിച്ച പ്രസിദ്ധീകരണമായിരുന്നു *വ്യവസായ മിത്രം* എന്ന പ്രസിദ്ധീകരണം. *സാമുദായിക ദീപിക* എന്നായിരുന്നു ഇതിന്റെ ആദ്യത്തെ പേര്. ആഴ്ചപ്പതിപ്പായി ആരംഭിച്ച ഈ പ്രസിദ്ധീകരണം പിന്നീട് മാസികയായി ചുരുങ്ങുകയാണുണ്ടായത്. അച്ഛന്റെ ചുവട് പിടിച്ചുകൊണ്ട് ചിന്തിക്കുകയും പ്രവർത്തിക്കുകയും ചെയ്യുകയായിരുന്നു. എ കെ കുഞ്ഞികൃഷ്ണൻ നമ്പ്യാരും. അങ്ങനെയാണ് അദ്ദേഹം *സ്വാഭിമാനി*യുടെ പത്രാപധിപരായിത്തീരുന്നത്. കടത്തനാട്ട് മാധവിയമ്മയുമായി കുഞ്ഞികൃഷ്ണൻ നമ്പ്യാർക്കുണ്ടായിരുന്ന പ്രണയം എതിർക്കപ്പെടാൻ കാരണങ്ങളും രണ്ട് കുടുംബങ്ങളും തമ്മിലുള്ള ചിന്താപരമായ വ്യത്യാസങ്ങളായിരുന്നു.

സ്വാതന്ത്ര്യസമരാവേശവും ജാതിമതാതീതമായ ചിന്തകളും മാധവിയമ്മയിൽ ഉണ്ടായിത്തീരാൻ കാരണക്കാരനായിരുന്നത് ഭർത്താവായ എ കെ കുഞ്ഞികൃഷ്ണൻ നമ്പ്യാരാണ്. ഭർത്താവിന്റെ അഭിപ്രായങ്ങളും അദ്ദേഹം നല്കിയ പ്രചോദനവും തന്റെ ദേശീയബോധം ഉണർത്തുന്നതിന് സഹായകമായി എന്ന് മാധവിയമ്മ തന്നെ രേഖപ്പെടുത്തിയിട്ടുണ്ട്. സ്വാതന്ത്ര്യസമര പോരാളിയായിരുന്ന അച്ഛനും തന്നിലെ സ്വാതന്ത്ര്യബോധത്തെ തൊട്ടുണർത്തിയിട്ടുണ്ടെന്നും ദേശസ്നേഹവും ഗാന്ധിജിയോടുള്ള മാനസികമായ ആദരവും അദ്ദേഹം നിമിത്തം ആദ്യമേ ഉണ്ടായിരുന്നുവെന്നും മാധവിയമ്മ സമ്മതിക്കുന്നുണ്ട്. എ കെ കുഞ്ഞികൃഷ്ണൻ നമ്പ്യാർ കുറച്ചുകാലം മരക്കച്ചവടം നടത്തിയിരുന്നു. പിന്നീട് ആദ്ധ്യാത്മിക പ്രവർത്തനങ്ങളിൽ തല്പരനായി അദ്ദേഹം ഋഷികേശിലേക്ക് പോയി. അവിടെ ആദ്ധ്യാത്മിക ക്ലാസുകൾ എടുക്കുകയാണ് നമ്പ്യാർ ചെയ്തിരുന്നത്. ഋഷികേശിൽനിന്ന് തിരിച്ചുവരുമ്പോൾ നമ്പ്യാർ കാൻസർ രോഗത്തിന് അടിമയായിരുന്നു. ഇത് മാധവിയമ്മയെ മാനസികമായി തളർത്തിയിരുന്നു.

മാധവിയമ്മയ്ക്ക് ആറു മക്കളാണുണ്ടായിരുന്നത്. രണ്ട് ആണും നാല് പെണ്ണും. ആൺമക്കളിൽ ബാബു എന്ന് പേരുള്ള ആൾ അഞ്ചാം വയസ്സിൽ മരിച്ചു. ഇത് മാധവിയമ്മയെ മാനസികമായി ഉലച്ചുകളഞ്ഞ സംഭവമായിരുന്നു. രഘുനാഥൻ എന്ന മകൻ മാധവിയമ്മയുടെ വാർദ്ധക്യകാലത്താണ് മരിച്ചത്. മറ്റ് മക്കൾ ഇപ്പോഴും ജീവിച്ചിരിക്കുന്നു.

മാധവിയമ്മ കവിതയെഴുതിത്തുടങ്ങിയ കാലത്ത് വളരെ ചുരുക്കം സ്ത്രീകൾ മാത്രമേ കാവ്യലോകത്ത് ഉണ്ടായിരുന്നുള്ളു. അവരിൽ പലരും രാജാധികാരത്തിന്റെയും രാജചിഹ്നങ്ങളുടെയും കീഴിലുള്ളവരും അവ

രിൽ തന്നെ വലിയൊരു ശതമാനം തിരുവിതാംകൂർ പ്രദേശത്തുള്ളവരുമായിരുന്നു. മലബാറുകാരായ സ്ത്രീകളിൽ വളരെ കുറച്ചുപേർ മാത്രമേ കവിതയെഴുത്ത് എന്ന ധിക്കാരത്തിന് മുതിർന്നുള്ളൂ. അവരിൽ പ്രധാനിയാണ് കടത്തനാട്ട് മാധവിയമ്മ.

മാധവിയമ്മയുടെ കാലത്തും മുമ്പുമായി കവിതയും നാടകവുമെഴുതിയ ചില വനിതകളാരെന്ന് നോക്കാം. എന്നിട്ട് മാധവിയമ്മ എവിടെ നില്ക്കുന്നു എന്ന് തിരിച്ചറിയുകയും ചെയ്യാം.

1. മനോരമ തമ്പുരാട്ടി - ജനനം കൊ.വ. 935-ാമാണ്ട്. കോഴിക്കോട് കിഴക്കേടത്ത് കോവിലകത്ത്.
2. കുട്ടിക്കുഞ്ഞു തങ്കച്ചി - ഇരയിമ്മൻ തമ്പിയുടെ പുത്രി. ജനനം കൊ. വ. 995-1079.
3. ഇക്കാവമ്മ തമ്പുരാട്ടി - ജനനം ക്രി.വ. 1019-1096, തൃപ്പൂണിത്തുറ രാജരാജ കുടുംബം.
4. കല്യാണിക്കുട്ടി തങ്കച്ചി - തിരുവിതാംകൂർ മഹാരാജാവായ ആയില്യം തിരുനാൾ തമ്പുരാന്റെ പ്രിയതമ. 1014-1084.
5. തോട്ടക്കാട്ട് ഇക്കാവമ്മ - സാഹിത്യകാരൻ ടി കെ കൃഷ്ണ മേനോന്റെ സഹോദരി.
6. കുഞ്ഞുലക്ഷ്മിക്കെട്ടിലമ്മ - 1052-1122
7. തെക്കേക്കുന്നത്ത് കല്യാണിക്കുട്ടിയമ്മ. 1071
8. മേരി ജോൺ തോട്ടം
9. നാലപ്പാട്ട് ബാലാമണിയമ്മ
10. ലളിതാംബിക അന്തർജ്ജനം
11. മുതുകുളം പാർവ്വതിയമ്മ
12. മേരി ജോൺ കൂത്താട്ടുകുളം
13. സാവിത്രി അന്തർജ്ജനം

ഇവരിൽ മിക്കവരും (പഴയ തലമുറയിൽ പെട്ടവർ) ജാതിയുടെയോ ധനാഢ്യതയുടെയോ രാജവംശപ്പിറവിയുടെയോ പിൻബലത്തിലോ അതിന്റേതായ മാഹാത്മ്യത്തിന്റെ നിറനിലാവിലോ കഴിഞ്ഞവരാണ്. സുഖസമൃദ്ധിക്കിടയിലെ അലസ നിമിഷങ്ങളിൽ കഥയോ കവിതയോ എഴുതുന്നതിൽ അവർക്ക് ബുദ്ധിമുട്ടൊന്നുമുണ്ടായിരുന്നില്ലെന്ന് മാത്രമല്ല, സംസാരദുഃഖ-ക്ലേശങ്ങൾ അവരെ അലട്ടിയിരുന്നുമില്ല. മാധവിയമ്മയാകട്ടെ മലബാറിലെ സാധാരണ ജനങ്ങൾ അധിവസിക്കുന്ന ഒരു ഗ്രാമപ്രദേശത്തിലെ ജനജീവിതത്തിന്റെ ഭാഗമായിരിക്കുകയും ജീവിതക്ലേശങ്ങളലട്ടുന്ന ഒരു സാധാരണ കുടുംബിനിയായിരിക്കുകയും ചെയ്ത കവയിത്രിയാണ്. പലവിധ ക്ലേശങ്ങൾക്കിടയിലാണവർ ഇത്രയും കവിതകളും കഥകളും നോവലുകളുമെഴുതിയത്.

മഞ്ഞളും ചുണ്ണാമ്പും

ചുണ്ണാമ്പിന്റെ ശക്തിയറിയുന്നത് മഞ്ഞളിനോട് ചേരുമ്പോഴാണ്! ചുണ്ണാമ്പിന്റെ വെളുപ്പും മഞ്ഞളിന്റെ മഞ്ഞയും ഇല്ലാതാവുകയും സ്വയം ശക്തികളെ നിലനിർത്തിക്കൊണ്ട് തന്നെ, ഇനിയൊരു വേർതിരിവ് സാദ്ധ്യമാകാതെ അത് ചുവന്ന് തുടുക്കുന്നു. സാഹിത്യവും അങ്ങനെതന്നെയാണ്. കാലത്തിന്റെ മനസ്സിനോട് കവിയുടെ മനസ്സ് ചേരുമ്പോൾ അത് ചുവന്ന് തുടുക്കുന്നു. ചോരയായിത്തീരുന്നു.

മലയാള സാഹിത്യത്തിന് ഉണർവ്വ് വന്നത് നവോത്ഥാന സാഹിത്യകാരന്മാരുടെ രംഗപ്രവേശത്തോടെയാണ്. സാഹിത്യം വ്യക്തിയുടെ സൃഷ്ടിയാണ്. പക്ഷേ, സാഹിത്യകാരൻ എന്ന വ്യക്തി സമുദായത്തിന്റെ സൃഷ്ടിയാണ്. അപ്പോൾ സാഹിത്യവും ഒരു പരിധിവരെ അങ്ങനെ ആകാതിരിക്കാൻ തരമില്ല. ഓരോ ജനതയുടെയും ജീവിതത്തിൽ അതാതു കാലങ്ങളിൽ ഉരുത്തിരിയുന്ന രാഷ്ട്രീയവും ദാർശനികവും സാമുദായികവുമായ വിപ്ലവങ്ങൾ സമുദായത്തിന്റെയും വ്യക്തിയുടെയും ജീവിതത്തിൽ പല പ്രത്യാഘാതങ്ങളുമുളവാക്കും. ശാശ്വതീകങ്ങളായ മാനുഷിക പ്രശ്നങ്ങളുണ്ട്, മൂല്യ സങ്കല്പങ്ങളുണ്ട്, ആചാരവഴക്കങ്ങളുണ്ട്. അങ്ങനെ പഴകിയ ചാലിൽകൂടി നീങ്ങുന്ന ജീവിതത്തിലേക്കാണ് പരിവർത്തനത്തിന്റെ അപ്രതിരോദ്ധ്യമായ പ്രവാഹം കടന്നുവരുന്നത്. വ്യക്തിയുടെയും സമുദായത്തിന്റെയും രാഷ്ട്രത്തിന്റെയും ജീവിതത്തിൽ പ്രത്യക്ഷമാകുന്ന നൂതന ചലനങ്ങളെല്ലാം സാഹിത്യത്തിലും പ്രതിഫലിക്കുക സ്വാഭാവികമാണ്.

മാർക്സിന്റെയും ഫ്രോയിഡിന്റെയും വെളിപാടുകൾക്കും വി ടിയുടെയും മറ്റും പ്രവർത്തനങ്ങൾക്കും പുറമെ കേരളത്തിൽ ശ്രീനാരായണ പ്രസ്ഥാനത്തിന്റെ സ്വാധീനം വളരെ വലിയ തോതിൽ ജനഹൃദയങ്ങളെ

ആകർഷിച്ചു. 1936 ൽ ലഖ്നൗവിൽ വെച്ച് രൂപീകരിക്കപ്പെട്ട് 'ഇന്ത്യൻ പ്രോഗ്രസീവ് റൈറ്റേഴ്സ് അസിസോസിയേഷ' (IPTA) ന്റെ തണലിൽ കേരളത്തിൽ രൂപംകൊണ്ട പുരോഗമന സാഹിത്യ പ്രസ്ഥാനം എഴുത്തുകാരെ ചിന്തിപ്പിക്കുകയും സാഹിത്യം സമൂഹ പുരോഗതിക്ക് ആക്കം കൂട്ടുന്നതാകണമെന്ന ചിന്തയുളവാക്കുകയും ചെയ്തു.

പത്രമാസികകളുടെ പ്രചാരമാണ് മറ്റൊരു കാര്യം. വിപുലമായ പാശ്ചാത്യസാഹിത്യലോകം കേരളത്തിലെ എഴുത്തുകാർക്ക് കേസരി എ ബാലകൃഷ്ണപിള്ള പരിചയപ്പെടുത്തുകയുണ്ടായി. ഇതൊക്കെയും നവോത്ഥാന രചനയ്ക്ക് ഹേതുവായിത്തീർന്നിട്ടുണ്ട്. നിയമങ്ങൾ ലംഘിക്കുന്നു എന്നതാണ് കവിതയുടെ ധർമ്മം. അർത്ഥങ്ങൾ ലംഘിക്കുന്നു എന്നതാണ് കവിതയുടെ അർത്ഥം. വ്യാകരണം നിഷേധിക്കുന്നു എന്നതാണ് കാവ്യജീവിതത്തിന്റെ വ്യാകരണം എന്നിങ്ങനെയുള്ള തിരിച്ചറിവുകൾ ഉണ്ടായി എന്നു മാത്രമല്ല. "തലയിൽ നിന്ന് പറിച്ചെടുത്ത് സമുദായത്തിൽ തലകീഴായി നടുന്ന ഇച്ഛയാകുന്നു കവിത" എന്ന് ക്രിസ്റ്റഫർ കോഡ്വെല്ലിന്റെ അഭിപ്രായം ഏറക്കുറെ കവികൾ മനസ്സിലാക്കുകയും ചെയ്തു.

ബ്രിട്ടീഷ് ഭരണത്തിന്റെ സ്വാധീനശക്തിക്കു മുമ്പേതന്നെ അടിപ്പെട്ടുപോയ ബംഗാളിലാണ് ഇന്ത്യയുടെ നവോത്ഥാനത്തിന്റെ ചലനങ്ങൾ ആദ്യം പ്രത്യക്ഷപ്പെട്ടത്. വിദ്യാഭ്യാസം ലഭിച്ച മദ്ധ്യവർഗ്ഗത്തിന്റെ ഉദയം, ഇംഗ്ലീഷ് വിദ്യാഭ്യാസം ലഭിച്ച ബുദ്ധിജീവികളുടെ പ്രാബല്യം എന്നിവയാണ് നവോത്ഥാന ചലനങ്ങൾക്ക് കാരണമായത്. ഇംഗ്ലീഷ് വിദ്യാഭ്യാസത്തിന്റെ പ്രചാരവും പാശ്ചാത്യമായ ആശയാദർശങ്ങളുമായുള്ള പരിചയവും ഈ മദ്ധ്യവർഗ്ഗത്തിൽ പുരോഗമനാത്മകമായ കാഴ്ചപ്പാടുളവാക്കി. ബേക്കൺ, ബർക്ക്, വോൾട്ടയർ, മിൽ തുടങ്ങിയവരുടെ ചിന്തകളുമായി പരിചയപ്പെട്ട ഈ ബുദ്ധിജീവികളിൽ മഹത്തായ ഭാരതീയ പാരമ്പര്യങ്ങളെയും ഉജ്ജ്വലമായ ഭൂതകാലത്തെയും കുറിച്ചുള്ള മമതയും ആദരവും വളർന്നു. ഭാരതത്തിന്റെ ഭൂതകാല പാരമ്പര്യങ്ങളെ പരിത്യജിക്കാതെതന്നെ, ആധുനിക സംസ്കാരത്തിന്റെ പ്രവാഹത്തിൽ നിന്ന് പുതിയ ശക്തി നേടാമെന്ന് മനസ്സിലാക്കിയതാണ് നവോത്ഥാനത്തിന് വഴി തെളിച്ചത്.

14-ാം നൂറ്റാണ്ടിന്റെ മദ്ധ്യദശകങ്ങൾ തൊട്ട് ഭാരതത്തിലെ രാഷ്ട്രീയ സാമൂഹ്യ മേഖലകളിലുണ്ടായ നവോത്ഥാന ശ്രമങ്ങൾ ഏറ്റവും നേരത്തേ ശക്തിമത്തായി മറ്റ് ജനപദങ്ങളിലേക്ക് അലയടിച്ചത് ബംഗാളിലെ ചലനങ്ങളാണ്. സമൂഹാചാര പരിഷ്കരണങ്ങൾ, വിദ്യാഭ്യാസ പ്രചാരം, അച്ചടി, പത്രമാധ്യമങ്ങളുടെ പ്രസിദ്ധീകരണം. ഭാഷാസാഹിത്യ വികസനം തുടങ്ങിയ എല്ലാ കാര്യങ്ങളിലും ഇന്ത്യയിലെ മറ്റു പ്രദേശങ്ങളിൽ സമാനമായ നീക്കങ്ങളുണ്ടായി. കേരളത്തിലുണ്ടായ സാമൂഹിക സംഘടനകളുടെ പ്രവർത്തനം പഴയചട്ടങ്ങളെ മാറ്റിക്കൊണ്ട് പുതിയ മേഖലയിലേക്കുള്ള മാർഗ്ഗങ്ങൾ തുറന്നുകൊടുത്തു.

സർഗ്ഗാത്മക സാഹിത്യത്തിലും വിമർശനത്തിലും നമ്മൾ ആദ്യമൊക്കെ തമിഴിന്റെയും രണ്ടാമത്തെ ഘട്ടത്തിൽ സംസ്കൃതത്തിന്റെയും പ്രഭാവത്തിലായിരുന്നുവെങ്കിൽ കഴിഞ്ഞ ഒരു നൂറ്റാണ്ടിനപ്പുറം നമ്മെ നയിച്ചുപോരുന്നത് ആംഗലഭാഷയിലൂടെ കടന്നുവരുന്ന പാശ്ചാത്യ വിജ്ഞാന വാങ്മയങ്ങളാണ്. ഈ ഘട്ടത്തിൽ ഭാരതീയ ജീവിതത്തിലുണ്ടായ നവോത്ഥാനവും ദേശീയമായ ഉണർവ്വും നമ്മുടെ വളർച്ചയ്ക്ക് വേഗത കൂട്ടിയിരുന്നു. ലോകത്തെത്തന്നെ മാറ്റിമറിച്ച വിപ്ലവങ്ങൾ നടന്നു കഴിഞ്ഞിരുന്നു. വ്യാവസായിക വിപ്ലവം, ഫ്രഞ്ച് വിപ്ലവം, ഒക്ടോബർ വിപ്ലവം, ചൈനീസ് വിപ്ലവം ഇവയെല്ലാം ചെയ്തത് അതുവരെയുണ്ടായിരുന്ന പലതിനെയും പാടേ തകിടംമറിക്കുകയായിരുന്നു. പുതിയ ആശയങ്ങൾക്കും വീക്ഷണങ്ങൾക്കും ഭരണനീതി സമ്പ്രദായങ്ങൾക്കും സാമ്പത്തിക സംവിധാനങ്ങൾക്കും പിറവി നല്കി. വ്യക്തിയുടെ സ്വാതന്ത്ര്യവും അവകാശവും അംഗീകരിക്കപ്പെട്ടു. മനുഷ്യനെ സംബന്ധിക്കുന്ന എല്ലാ കാര്യങ്ങൾക്കും മനുഷ്യൻ തന്നെയാണ് മാനദണ്ഡമെന്നായി. മനുഷ്യർ ജീർണ്ണങ്ങളായ ആചാരങ്ങളിൽനിന്നും വിശ്വാസങ്ങളിൽനിന്നും യുക്തിവിചാരത്തിന്റെയും ശാസ്ത്രീയതയുടെയും മാർഗ്ഗത്തിലേക്ക് മാറി. ഈ മഹാവിപ്ലവങ്ങളുടെ ഫലമായി ആധുനികയുഗം ആവിർഭവിക്കുകയും ചെയ്തു.

1920 തൊട്ട് 1948 വരെയുള്ള കാലങ്ങളിലാണ് ദേശീയ പ്രസ്ഥാനത്തിന്റെ സന്ദേശം ഭാരതത്തിൽ പരക്കെ പ്രചരിച്ചതും സ്വാതന്ത്ര്യസമരം ഊർജ്ജസ്വലവും സഫലവുമായി പരിണമിച്ചതും. ദേശീയ പ്രസ്ഥാനത്തിന്റെ സന്ദേശം ചെവിക്കൊണ്ട് ആവേശഭരിതമായ ഭാരതീയ ജീവിതത്തിലെ പ്രബുദ്ധമായ പ്രക്ഷുബ്ധത എല്ലാ പ്രാദേശിക ഭാഷാ സാഹിത്യങ്ങളിലും സ്വാധീനം ചെലുത്തി. ഈ സ്വാധീനശക്തി രണ്ടു തരത്തിലായിരുന്നു.

എഴുത്തുകാരന്റെ കടമ, സാഹിത്യവും ജീവിതവുമായുള്ള ബന്ധം എന്നീ വിഷയങ്ങളെക്കുറിച്ച് ഗാന്ധിജിക്കുള്ള അഭിപ്രായം സമൂഹത്തെ വല്ലാതെ ബാധിക്കുകയും എഴുത്തുകാർ സ്വാധീനിക്കപ്പെടുകയുമാണുണ്ടായത്. കല ഒരു കാരണവശാലും കലയ്ക്കുവേണ്ടി മാത്രമുള്ളതല്ല എന്നും അത് സാധാരണ ജനജീവിതത്തിന്റെ ആത്മീയവും ഭൗതികവുമായ നന്മയെ ലക്ഷ്യമാക്കിയുള്ളതായിരിക്കണമെന്നും അതേസമയം സാഹിത്യം സാധാരണജനവിഭാഗത്തിന് മനസ്സിലാകുന്നതായിരിക്കണമെന്നും ഗാന്ധിജി അഭിപ്രായപ്പെട്ടു. (ഗാന്ധിയൻ ആദർശങ്ങൾ ഭാരതീയ ജനഹൃദയങ്ങളെ ആഴത്തിൽ സ്വാധീനിക്കാൻ തുടങ്ങിയ കാലമായിരുന്നു അത് എന്ന് ഓർക്കേണ്ടതാണ്.) എഴുത്തുകാരൻ ആത്യന്തികമായും മനുഷ്യനാണ്. അവൻ സമൂഹത്തിൽനിന്ന് വേറിട്ട് നില്ക്കുന്ന ഒരാളല്ല. അയാൾ സമൂഹത്തിന്റെ അനിഷേദ്ധ്യഘടകം തന്നെയാണ്. അതുകൊണ്ട് തന്നെ സമരം ചെയ്യേണ്ടിവന്നാൽ കവി വീണ താഴെ വെക്കണം, വക്കീൽ നിയമപുസ്തകവും വിദ്യാർത്ഥികൾ പാഠപുസ്തകവും

മാറ്റിവെക്കണം. മറ്റുള്ളവരെപ്പോലെ ടാഗോർ നൂൽ നൂല്ക്കണം, വിദേശ വസ്ത്രങ്ങൾ കരിച്ചുകളയണം ഇങ്ങനെയാണ് ഗാന്ധിജി പറഞ്ഞിരുന്നത്. അതോടെയാണ് എഴുത്തുകാർ സാധാരണ ഗ്രാമീണ ജനങ്ങളുടെ ജീവിതത്തിലേക്ക് തിരിയുകയും സരളഭാഷയിൽ എഴുത്താരംഭിക്കുകയും ചെയ്തത്. ഗാന്ധിയൻ ആദർശങ്ങൾ സാഹിത്യത്തെ ജീവിതത്തോട് അടുപ്പിക്കുകയായിരുന്നു.

മലയാളത്തിൽ മഹാകവി വള്ളത്തോളും കുമാരനാശാനും ഉള്ളൂരുമൊക്കെ ഗാന്ധിയൻ ആദർശങ്ങൾ ഉൾക്കൊള്ളുകയും സ്വാതന്ത്ര്യസമരത്തെ പ്രോത്സാഹിപ്പിക്കുന്ന കവിതകൾ എഴുതുകയും ചെയ്തു. ഗാന്ധിജിയെ ഒരു മഹാബിംബമായി മനസ്സിലുറപ്പിച്ച കവിയായിരുന്നു. വള്ളത്തോൾ 'എന്റെ ഗുരുനാഥൻ' പോലുള്ള കവിതകളും *ശിഷ്യനും മകനും* പോലുള്ള ഖണ്ഡകൃതികളും അതിനുദാഹരണമാണ്. *ശിഷ്യനും മകനും* എന്ന ഖണ്ഡകാവ്യത്തിലെ പരശുരാമനെപ്പോലെ ഉള്ളവരാണ് ഭാരതത്തിന് ആവശ്യം. പ്രത്യേകിച്ച് സ്വാതന്ത്ര്യസമരകാലത്ത് എന്ന് ഉറച്ച് വിശ്വസിക്കുകയായിരുന്നു വള്ളത്തോൾ.

'പോര പോര നാളിൽ നാളിൽ ദൂരദൂരമുയരട്ടെ
ഭാരതക്ഷ്മവനിതതൻ തൃപ്പതാകകൾ'
എന്ന് വള്ളത്തോളും
"സജീവമായുള്ളൊരു സർവ്വരാജ്യ
സഖ്യം പ്രതിഷ്ഠാപിതമായിടട്ടെ' - എന്ന് ഉള്ളൂരും
'സ്വാതന്ത്ര്യം തന്നെയമൃതം
സ്വാതന്ത്ര്യം തന്നെ ജീവിതം
പാരതന്ത്ര്യം മാനികൾക്ക്
മൃതിയേക്കാൾ ഭയാനകം' എന്ന് കുമാരനാശാനും

സ്വാതന്ത്ര്യത്തിനുവേണ്ടി പറയുകയും പ്രാർത്ഥിക്കുകയും ചെയ്തിരുന്നു.

സ്വാതന്ത്ര്യസമരസേനാനിയും കവിയുമായിരുന്ന അച്ഛനിലൂടെയും പത്രാധിപരും സ്വാതന്ത്ര്യസമരത്തിന്റെ ആവേശം നിറഞ്ഞ മനസ്സുള്ളവനും വിപ്ലവാശയം വിരിഞ്ഞ് പൂത്ത തറവാടിന്റെ അംശം മനസ്സിലുള്ളവനുമായ ഭർത്താവിൽനിന്നും അച്ഛന്റെ സുഹൃത്തായി പലപ്പോഴും വീട്ടിൽവന്ന വിപ്ലവകാരിയും സ്വാതന്ത്ര്യസമര ഭടനുമായ മൊയാരത്ത് ശങ്കരനിൽനിന്ന് കേട്ടറിഞ്ഞ വാക്കുകളിലൂടെ സ്വാതന്ത്ര്യസമരത്തിന്റെ ചൂരും ചൂടും മനസ്സിലേക്കാവാഹിക്കുകയും ഗാന്ധിജിയെ മനസ്സുകൊണ്ട് തൊട്ടറിയുകയും ചെയ്ത മാധവിയമ്മ എഴുതിയ കവിതകളിലും ഗാന്ധിജിയും സ്വാതന്ത്ര്യസമരവും വിപ്ലവാവേശവും നിറഞ്ഞുനിന്നിരുന്നു. തന്റെ ഏറ്റവും ആരാദ്ധ്യനായ ഗുരുനാഥനായിട്ടാണ്, വള്ളത്തോളിനെപ്പോലെ, മാധവിയമ്മയും കണക്കാക്കിയിരുന്നത്. ഗാന്ധിജിയുടെ ആദർശങ്ങളിൽ പലതും അവർ സ്വജീവിതത്തിൽ പ്രാവർത്തികമാക്കി. അമിതാഡംബരത്തിൽ അവർക്ക് ഒട്ടും താല്പര്യമുണ്ടായിരുന്നില്ല. സത്യം, അഹിംസ,

സഹാനുഭൂതി തുടങ്ങി ഗാന്ധിയൻ ആദർശങ്ങൾ പലതും സ്വജീവിതത്തിൽ പകർത്തുകയും അതിന്റെ പ്രാധാന്യത്തെക്കുറിച്ച് മറ്റുള്ളവരെ ഉദ്ബോധിപ്പിക്കുകയും ചെയ്തിരുന്നു. ഗാന്ധിജിയെക്കുറിച്ചുതന്നെ ഒന്നിലേറെ കവിതകൾ മാധവിയമ്മ എഴുതിയിട്ടുണ്ട്.

ചേതനയറ്റ പാഴ്ക്കുടിലിന്നു
നൂതനാശകൾ നല്കിനീ
മൂകലക്ഷത്തിന്നാശയും ചൂടു-
മേകി വന്നിങ്ങണഞ്ഞുനീ - ഈ വരികൾ ഗാന്ധിജിയെക്കുറിച്ചു മാത്രമല്ല, കവിഹൃദയത്തിലേക്ക് കുടിയേറിയ പുതിയ ആശയപ്രപഞ്ചത്തെക്കുറിച്ചുകൂടിയാണ്.

യേശുക്രിസ്തുവും ഒക്ടോബർ വിപ്ലവവും

ദേശീയ നവോത്ഥാനത്തിന്റെയും സ്വാതന്ത്ര്യസമരത്തിന്റെയും പ്രാദുർഭാവത്താൽ ജനജീവിതത്തിലുളവായ ജാഗ്രതയ്ക്ക് ധിഷണാപരമായ ഉത്തേജനം നല്കിയ ഘടകമാണ് ആംഗലേയ വിദ്യാഭ്യാസത്തിന്റെ പ്രചാരം. ലോകത്തിന്റെ മൊത്തം മുഖഛായയ്ക്ക് മാറ്റം വരുത്തിവെച്ച ചരിത്രപ്രധാനങ്ങളായ വിപ്ലവങ്ങളും അവ നിമിത്തം മനുഷ്യന്റെ ചിന്താഗതിയിലുണ്ടായ പരിവർത്തനങ്ങളും ശാസ്ത്രലോകത്തുണ്ടായ പുതിയ കണ്ടുപിടുത്തങ്ങളും അതുകാരണം മനുഷ്യജീവിതത്തിന്റെ നാനാവശങ്ങളിലുണ്ടായ വികാസങ്ങളും അറിയാനും അതിൽനിന്ന് പ്രചോദനമുൾക്കൊള്ളാനും ഭാരതീയ ജനങ്ങൾക്ക് അവസരമുണ്ടാക്കി. മനുഷ്യജീവിതവുമായി ബന്ധപ്പെട്ട എല്ലാ കാര്യങ്ങളും, അവന്റെ ഇല്ലായ്മയും വല്ലായ്മയും ദൈന്യതയും വേദനയും ദാരിദ്ര്യവുമെല്ലാം വിധിയുടെ മേൽ കെട്ടിവെച്ചുകൊണ്ട് പാവം ജനതയെ ചൂഷണംചെയ്തിരുന്ന പൗരോഹിത്യത്തിന്റെ കാപട്യങ്ങൾക്ക് ഇളക്കം തട്ടി.

ചാൾസ് ഡാർവിന്റെ കണ്ടുപിടുത്തം പൗരോഹിത്യത്തെ ചൊടിപ്പിച്ചു എന്നു മാത്രമല്ല ദൈവത്തിന്റെ പിടിയിൽനിന്ന് മനുഷ്യനെ മോചിപ്പിക്കുക കൂടിയായിരുന്നു. ലോകോല്പത്തി വാദം ഒരു കടങ്കഥ മാത്രമാണെന്ന് ഡാർവിനും സ്വതന്ത്രനായി ജനിക്കുന്ന മനുഷ്യനെ സമുദായം ചങ്ങലയ്ക്കിട്ടിരിക്കുകയാണെന്ന് റൂസ്സോയും മനുഷ്യന്റെ മനസ്സ് തുറന്നുവെച്ച് പഠിക്കാൻ പ്രേരിപ്പിച്ച ഫ്രോയിഡും പറഞ്ഞത് നൂതന വിജ്ഞാനത്തിന്റെ കവാടം തുറക്കലായിരുന്നു. 'ദാർശനികന്മാർ ലോകത്തെ വ്യാഖ്യാനിച്ചിട്ടേയുള്ളൂ. ലോകത്തിന് മാറ്റം വരുത്തുകയാണ് ആവശ്യം' എന്ന് പറഞ്ഞ കാൾ മാർക്സും, ലെനിന്റെ പ്രവർത്തനങ്ങളും എന്തിനേറെ 'ദൈവം മരിച്ചുപോയിരിക്കുന്നു' എന്ന് പറഞ്ഞുകൊണ്ട് മനുഷ്യനെ മനുഷ്യനിലേക്ക് തന്നെ തിരിച്ചുകൊണ്ടുവന്ന നീഷെയും പൗരോഹിത്യം കുടികിടപ്പവകാശപ്പെട്ട ഭൂമി സൗരയൂഥത്തിന്റെ മദ്ധ്യത്തിലല്ല എന്ന് പറഞ്ഞ ഗലീ

ലിയോവും ഊന്നൽ കൊടുത്തത് മനുഷ്യന്റെ കഴിവിലും ശക്തിയിലുമായിരുന്നു. ഇക്കാര്യങ്ങൾ ലോകത്തെ അറിയിച്ചത് ഇംഗ്ലീഷ് വിദ്യാഭ്യാസവും പത്രമാസികകളുമായിരുന്നു.

അന്യവല്ക്കരിക്കപ്പെട്ട മനുഷ്യന്റെ സദ്ഭാവങ്ങളാണ് ദൈവം എന്ന കണ്ടെത്തൽ മഹത്തായ ഒരു വെളിപാട് തന്നെയായിരുന്നു. വ്യാവസായിക വിപ്ലവം പോലുള്ള സംഭവങ്ങൾ യൂറോപ്പിലെ മാനുഷിക ബന്ധങ്ങളിൽ തന്നെ വലിയ മാറ്റമാണുണ്ടാക്കിയത്. (ഫ്രാൻസ് കാഫ്കയുടെ കഥകൾ ഇക്കാര്യം വ്യക്തമാക്കുന്നുണ്ട്.) 1917 ലെ റഷ്യൻ വിപ്ലവം സോഷ്യലിസ്റ്റ് രാഷ്ട്രമെന്ന ഉൽകൃഷ്ടാശയത്തിന്റെ മാഹാത്മ്യമെന്തെന്ന് ലോകജനതയ്ക്ക്, വിശേഷിച്ച് സാമ്പത്തിക ദാരിദ്ര്യമനുഭവിക്കുന്ന രാജ്യങ്ങളിലെ ചൂഷിതജനതയ്ക്ക് ബോദ്ധ്യപ്പെടുത്തിക്കൊടുക്കുകയായിരുന്നു. ക്രിസ്തുവിന്റെ ജനനത്തിന് ശേഷമുണ്ടായിട്ടുള്ള ഏറ്റവും പ്രധാനപ്പെട്ട സംഭവമായിട്ടാണ് ഹാരോൾഡ് ലാസ്കിയെപ്പോലുള്ള പ്രശസ്ത ധനതത്ത്വശാസ്ത്രജ്ഞർ ഒക്ടോബർ വിപ്ലവത്തെ വിലയിരുത്തിയത്.

ശാസ്ത്രത്തിന്റെ വളർച്ചയും വ്യാവസായിക വിപ്ലവവും സാമുദായിക ജീവിതത്തിൽ വരുത്തിയ മാറ്റങ്ങൾ സാഹിത്യത്തിലും പരിവർത്തനങ്ങളേറെ സൃഷ്ടിച്ചു. അതുവരെ കവികളുടെയും കലാകാരന്മാരുടെയും ഭാവന വിഹരിച്ചിരുന്നത് ഭൂതകാലത്തിലായിരുന്നു. ചരിത്രവസ്തുതകളും കല്പിതവിഷയങ്ങളും കെട്ടിപ്പിടിച്ചുറങ്ങുകയും ഉറക്കത്തിൽ സ്വപ്നച്ചിറകിലേറി പറക്കുകയും ചെയ്തിരുന്ന കാല്പനിക ഭാവനകൾ 19-ാം നൂറ്റാണ്ടിന്റെ ഉത്തരാർദ്ധം മുതൽ ഇല്ലാതാകുന്ന കാഴ്ചയാണ് ഉണ്ടായിരുന്നത്. സാഹിത്യം വർത്തമാനകാല ജീവിതത്തിലേക്കു തിരിയുന്നത് ഇവിടം മുതല്ക്കാണ്. മുതലാളി, തൊഴിലാളി, രണ്ടിലും പെടാത്ത മദ്ധ്യവർഗ്ഗം എന്നിങ്ങനെ പിളർക്കപ്പെട്ട, പ്രശ്നസങ്കീർണ്ണമായ, മഹാസമുദായത്തിന്റെ ഇരമ്പൽ കേൾക്കാൻ തുടങ്ങുന്നത് കാപ്പിറ്റലിസ്റ്റ് യുഗത്തിന്റെ ആദ്യഘട്ടമാണിത്.

കേരളത്തിൽ മിഷനറിമാരുടെ പ്രവർത്തനം, വിവിധ പത്രങ്ങളനുഷ്ഠിച്ച ധർമ്മം, കേസരി എ ബാലകൃഷ്ണപിള്ളയുടെ ത്യാഗപൂർണ്ണമായ പ്രവർത്തനം, വി ടി ഭട്ടതിരിപ്പാടിനെപ്പോലുള്ളവരുടെ സാഹിത്യരംഗപ്രവേശം, ശ്രീനാരായണഗുരു, ചട്ടമ്പിസ്വാമികൾ തുടങ്ങിയവരുടെ സന്ദേശങ്ങൾ എന്നിവയെക്കുറിച്ച് ആലോചിക്കേണ്ടത് ഈയവസരത്തിലാണ്.

ആംഗല വിദ്യാഭ്യാസത്തിന്റെ പ്രചാരവും അച്ചടിവിദ്യയുടെ ലബ്ധിയും നൂതനാശയങ്ങളുടെ പ്രചാരണവും മറ്റും ശാസ്ത്രീയവും യുക്തിസഹവുമായ ചിന്താശീലവും വിമർശനബുദ്ധിയും വളർത്തിക്കൊണ്ടുവന്നു. ലിഖിതരൂപത്തിലായാലും അല്ലെങ്കിലും, പുരാണേതിഹാസങ്ങളെ ആശ്രയിച്ചുകൊണ്ടുള്ള കാവ്യങ്ങളായിരുന്നു അതുവരെ സാഹിത്യമായി അറിയപ്പെട്ടിരുന്നത്. അച്ചടി വന്നതോടെ സാഹിത്യസൃഷ്ടികൾക്ക് പ്രചാരം വർദ്ധിക്കുകയും സമൂഹചേതനയിൽ അത് സാരമായി സ്വാധീനം ചെലുത്തുകയും ചെയ്തു. സാധാരണക്കാരന്റെ മനസ്സിലേക്ക് എളുപ്പം പ്രവേശിക്കുന്ന സാഹിത്യത്തിന് നവോത്ഥാനവുമായി നാഭീനാളബന്ധമാണുള്ളത്.

ഭാഷയുടെ നവീകരണവുമായി ബന്ധപ്പെട്ട കാര്യത്തിൽ മിഷനറിമാർക്കുള്ള പങ്ക് വലുതാണ്. നാട്ടുഭാഷയ്ക്ക് നിഘണ്ടുക്കളും വ്യാകരണഗ്രന്ഥങ്ങളും രചിച്ചത് വിദ്യാഭ്യാസപരമായ വലിയ സേവനം തന്നെയായിരുന്നു. 1846 ൽ ബഞ്ചമിൻ ബെയ്‌ലി ഇംഗ്ലീഷ് മലയാളം നിഘണ്ടുവും 1848 ൽ ഇംഗ്ലീഷ് മലയാളം നിഘണ്ടുവും പ്രസിദ്ധീകരിച്ചു. 1865 ൽ റവ. റിച്ചാർഡ് കോളിൻസ് മലയാളം-മലയാളം നിഘണ്ടു നിർമ്മിച്ചു. ജർമ്മൻ മിഷനറിയായ ഹെർമൻ ഗുണ്ടർട്ട് തന്റെ ദീർഘകാല തപസ്യയുടെ ഫലമായി രചിച്ച നിഘണ്ടുവാണ് ഇക്കൂട്ടത്തിൽ ഏറ്റവും ശാസ്ത്രീയവും സമഗ്രവുമായത്. മലയാളം ഇംഗ്ലീഷ് നിഘണ്ടു, മലയാളം വ്യാകരണം, മുഹമ്മദ് ചരിത്രം, നളചരിതസാരശോധന തുടങ്ങി നിരവധി ഗ്രന്ഥങ്ങൾ ഗുണ്ടർട്ട് നമുക്ക് തന്നിട്ടുണ്ട്. വ്യാകരണഗ്രന്ഥങ്ങളിൽ അർണോസ് പാതിരി സിദ്ധരൂപത്തെ മാതൃകയാക്കി രചിച്ച കൃതിയും, യൂറോപ്യൻ പാതിരിയായ റോബർട്ട് ഡ്രമ്മണ്ട് മലയാള ലിപിയിൽ ഉദാഹരണങ്ങൾ നല്കി രചിച്ച *ഗ്രാമർ ഓഫ് ദി മലയാളം ലാംഗേജ്*, 1841 ൽ റവ: ജോസഫ് പിറ്റ് രചിച്ച *മലയാള ഭാഷാവ്യാകരണം*, മലയാളിയായ റവ: ജോസഫ് മാത്തന്റെ *മലയാഴ്മയുടെ വ്യാകരണം* തുടങ്ങിയവയുമാണ് മുഖ്യസംഭാവനകൾ.

ഭാരതീയരെ ആലസ്യത്തിൽനിന്നുണർത്തി അവരുടെ ഹൃദയത്തിൽ ഉറങ്ങിക്കിടക്കുകയായിരുന്ന ദേശീയബോധത്തെയും ഏകതാബോധത്തെയും ഉത്തേജിപ്പിച്ച് സ്വാതന്ത്ര്യസമരത്തിലേക്ക് നയിച്ച നവോത്ഥാനയത്നങ്ങൾക്ക് പ്രേരകമായ മുഖ്യഘടകങ്ങളിലൊന്ന് ഇംഗ്ലീഷ് വിദ്യാഭ്യാസത്തിലും ഇന്ത്യയുടെ സാംസ്കാരിക ചരിത്രപഠനത്തിലും മിഷനറിമാർ താല്പര്യം കാണിച്ചിരുന്നു. 19-ാം നൂറ്റാണ്ടിന്റെ രണ്ടാം ദശകത്തിൽ തന്നെ കേരളത്തിലും മിഷനറിമാർ വിദ്യാഭ്യാസരംഗത്ത് പ്രവർത്തനം തുടങ്ങിയിരുന്നു. ജാതിമതഭേദമെന്യേയും ആൺപെൺ ഭേദമെന്യേയും എല്ലാവർക്കും വിദ്യാഭ്യാസ സൗകര്യങ്ങൾ ഉണ്ടാക്കുന്നതിൽ മിഷനറിമാർ ശ്രദ്ധിച്ചിരുന്നു.

19-ാം നൂറ്റാണ്ടിന്റെ ഉത്തരാർദ്ധം തൊട്ടിങ്ങോട്ട് 20-ാം നൂറ്റാണ്ടിന്റെ ആദ്യദശകങ്ങൾവരെ ഇറങ്ങിയ ഗ്രന്ഥങ്ങളും മാസികകളും നവോത്ഥാനത്തിൽ വലിയ പങ്ക് വഹിച്ചു. ഗദ്യം അച്ചടിയിലൂടെ ഒരു മാധ്യമമായി മാറിയതിനെത്തുടർന്ന് മതം, ചരിത്രം, ശാസ്ത്രം, തത്ത്വചിന്ത, രാഷ്ട്രീയാദർശങ്ങൾ, സാമുദായിക പരിഷ്കരണ പ്രശ്നങ്ങൾ, നാട്ടുഭാഷാസാഹിത്യം തുടങ്ങി വിവിധ ശാഖകളിലായി പാശ്ചാത്യ വിജ്ഞാനത്തിന്റെ വെളിച്ചം ഉൾക്കൊണ്ടിട്ടുള്ളതും ചിന്താപരമായ പുതിയ ഉണർവ്വിനെ കുറിക്കുന്നതുമായ നിരവധി ലേഖനങ്ങളും പ്രബന്ധങ്ങളും ചെറുകഥകളും പ്രസിദ്ധീകരണങ്ങൾവഴി പ്രചരിക്കാൻ തുടങ്ങി. ഇത് അനുവാചകഹൃദയങ്ങളിലുണ്ടാക്കിയത് വലിയ മാറ്റം തന്നെയാണ്.

സ്വാതന്ത്ര്യലബ്ധിക്ക് ഒരു നൂറ്റാണ്ട് മുമ്പ് തന്നെ മലയാളത്തിൽ പത്രപ്രവർത്തനം തുടങ്ങിയിരുന്നു. 19-ാം നൂറ്റാണ്ടിന്റെ അവസാന ദശകങ്ങളിലും സ്വാതന്ത്ര്യസമരം ഊർജ്ജവത്താകുന്ന 20-ാം നൂറ്റാണ്ടിന്റെ അവസാന ദശകങ്ങളിലും, വിശേഷിച്ച് ഗാന്ധിജി സമരരംഗത്തേക്ക് വന്ന

ഘട്ടത്തിലും, രാഷ്ട്രീയ സാമൂഹ്യമേഖലകളിലുണ്ടായ ആവേശം പത്രപ്രവർത്തനരംഗത്ത് പുതിയ ഉണർവ്വുണ്ടാക്കി. നിരവധി പത്രവാർത്തകൾ കേരളത്തിന്റെ വിഭിന്ന പ്രദേശങ്ങളിൽനിന്ന് പ്രസിദ്ധീകരിച്ചുകൊണ്ടിരുന്നു. അവയിൽ പലതും സാമ്പത്തിക പരാധീനതയിലും നിരോധന-നിയന്ത്രണ-മർദ്ദനങ്ങളാലും അല്പായുസ്സുകളായിരുന്നു. എങ്കിലും അവ നിലനിന്നിരുന്ന കാലത്തോളം ചെയ്ത് തീർത്ത പ്രവർത്തനങ്ങൾ ശ്ലാഘനീയമായിരുന്നു. കവിതയും ലേഖനങ്ങളും വിവരണങ്ങളും ഉജ്ജ്വലമായ മുഖപ്രസംഗങ്ങളുംകൊണ്ട് ബഹുജനങ്ങളുടെ ദേശാഭിമാനവും സ്വാതന്ത്ര്യപ്രേമവും ഉത്തേജിപ്പിക്കുവാനും സാമൂഹ്യ ദുരാചാരങ്ങളെ ദൂരീകിക്കാനും ശാസ്ത്രീയവും യുക്തിഭദ്രവുമായ അന്വേഷണബുദ്ധിയുണ്ടാക്കുവാനും സാർവ്വത്രികമായ ബോധ നവീകരണം സാധിക്കുവാനും ഈ കാലഘട്ടത്തിലെ പത്രവാരികാദി പ്രസിദ്ധീകരണങ്ങൾക്ക് കഴിഞ്ഞിരുന്നു. പൊതുജനോപകാരത്തെ ലക്ഷ്യമാക്കി 1881 ൽ ഗുജറാത്തുകാരനായ ദേവ്ജി ഭീമ്ജി കൊച്ചിയിൽനിന്ന് പ്രസിദ്ധം ചെയ്ത *കേരളം ചരിത്രം* വാരികയാണ് വർത്തമാനപ്പത്രമെന്ന് വിശേഷിപ്പിക്കാവുന്ന ആദ്യത്തെ പത്രം. കൊച്ചി സർക്കാരിന്റെ നിയന്ത്രണത്തിൽനിന്ന് മോചനം നേടാൻ ഇതിന് കിണഞ്ഞു പരിശ്രമിക്കേണ്ടിവന്നിട്ടുണ്ട്. മലബാർ പ്രദേശത്തുനിന്ന് ആദ്യം പ്രസിദ്ധം ചെയ്യപ്പെട്ട വർത്തമാന പത്രം ചെങ്കളത്ത് വലിയ കുഞ്ഞിരാമമേനോന്റെ *കേരളപത്രിക*യാണ്. 1884-ൽ കൽക്കത്തയിൽ ഇന്ത്യൻ നാഷണൽ കോൺഗ്രസിന്റെ രൂപവല്ക്കരണത്തിലേക്ക് നയിച്ച സമ്മേളനത്തിൽനിന്ന് നേടിയ പ്രചോദനത്താലാണ് 'കേരളപത്രിക' തുടങ്ങിയത്.

1890 ൽ കോട്ടയത്തുനിന്ന് കണ്ടത്തിൽ വർഗ്ഗീസ് മാപ്പിളയുടെ പത്രാധിപത്യത്തിൽ ആരംഭിച്ച *മലയാള മനോരമ* മലയാള ഭാഷയ്ക്കും സാഹിത്യത്തിനും അനുഷ്ഠിച്ച സേവനം വളരെ മഹത്തരമാണ്. 'പത്രങ്ങൾ ലോകം മുഴുവനുമുള്ള അവസ്ഥകളെ അതാതിന് വാസ്തവത്തിലുള്ള യോഗ്യതകളോടുകൂടിയും ഗുണദോഷങ്ങൾ വേർതിരിച്ചും എളുപ്പം ഗ്രഹിക്കുമാറ് നെല്ലും പതിരും വേർതിരിച്ചറിയാനുള്ള കഴിവു നല്കണമെന്നും പത്രങ്ങൾ അനീതി സംഹാരത്തിനുള്ള പുതിയ ആയുധമാണെ'ന്നും വർഗ്ഗീസു മാപ്പിള രണ്ടാം ലക്കത്തിൽ എഴുതിയിരുന്നു. പുലയർക്ക് വിദ്യാഭ്യാസം നല്കേണ്ടതിന്റെ പ്രാധാന്യം ഒന്നാം ലക്കത്തിലെ മുഖപ്രസംഗത്തിൽതന്നെ എടുത്തുപറയുകയും ചെയ്തിരുന്നു. സാഹിത്യത്തിന് പ്രാധാന്യം നല്കിയിരുന്ന മനോരമ വാരിക, പില്ക്കാലത്ത് 1928 മുതൽ ദിനപത്രമായി മാറുകയാണുണ്ടായത്.

1905 ൽ ആണ് വക്കം അബ്ദുൾഖാദർ മൗലവി *സ്വദേശാഭിമാനി* എന്ന വാരിക തുടങ്ങിയത്. 1906 ൽ കെ രാമകൃഷ്ണപ്പിള്ള അതിന്റെ പത്രാധിപരായി. തിരുവിതാംകൂർ ഭരണത്തിലെ അഴിമതികളും രാജസേവകരായി നടക്കുന്നവരുടെ വഷളത്തരങ്ങളും വെളിച്ചത്തുകൊണ്ടുവരികയും രൂക്ഷമായി വിമർശിക്കുകയും ചെയ്തപ്പോൾ രാമകൃഷ്ണപിള്ളയെ കൈപ്പിടിയിലൊതുക്കാൻ ശ്രമിച്ച സർക്കാർ, രാമകൃഷ്ണപിള്ള അതിനൊന്നും വഴങ്ങുന്നില്ലെന്നു കണ്ടപ്പോൾ പലതരത്തിലും അദ്ദേ

ഹത്തെ പീഡിപ്പിക്കുകയാണ് ചെയ്ത്. ഒടുവിൽ 1910 സെപ്തംബറിൽ രാമകൃഷ്ണപിള്ളയെ നാടുകടത്തി.

സാമൂഹിക നവോത്ഥാനത്തെ ലക്ഷ്യമാക്കി കെ അയ്യപ്പൻ 1917 ൽ ആരംഭിച്ച സഹോദരപ്രസ്ഥാനത്തിന്റെ മുഖപത്രമായിരുന്നു *സഹോദരൻ!*, *സഹോദര*ന്റെ പ്രവർത്തനം ഉത്തരവാദിത്തഭരണത്തിനും അയിത്തോച്ചാടനത്തിനും മിശ്രവിവാഹത്തിനും മറ്റും നിരന്തരമായി വാദിക്കലായിരുന്നു. സമൂഹത്തിൽ ചിന്താപരമായ ഒരു വിപ്ലവത്തിന് പ്രചോദനം നല്കുകയായിരുന്നു *സഹോദര*ന്റെ ലക്ഷ്യം.

ഗാന്ധിജി സ്വാതന്ത്ര്യസമരരംഗത്തേക്ക് വന്നശേഷം ദേശീയ പ്രക്ഷോഭത്തെ സഹായിക്കുന്നതിനായി 1920 കളിൽ ഒട്ടേറെ പത്രങ്ങൾ ഉണ്ടായി. കുറൂർ നീലകണ്ഠൻ നമ്പൂതിരിയുടെ *ലോകമാന്യൻ*, ബാരിസ്റ്റർ എ കെ പിള്ളയുടെ *സ്വരാജ്*, ടി ആർ കൃഷ്ണസ്വാമിയുടെ *യുവ ഭാരതം* പാലിയത്ത് ചെറിയ കുഞ്ഞുണ്ണി അച്ചന്റെ *ഭജേകേരളം*, മൊയ്യാരത്ത് ശങ്കരന്റെ *കേരള മിത്രം*, അംശി നാരായണപ്പിള്ളയുടെ *മഹാത്മ*, പി കുഞ്ഞിരാമൻ നായരുടെ *നവജീവൻ* എന്നിവയായിരുന്നു അവ.

1921 ൽ കോഴിക്കോട്നിന്ന് വാഗ്ഭടാനന്ദൻ *അഭിമാനകേരളം* എന്നൊരു മാസിക തുടങ്ങി. പില്ക്കാലത്ത് *യജമാനൻ* എന്ന പേരിൽ മറ്റൊരു പത്രവും തുടങ്ങി. സ്വാതന്ത്ര്യസമരത്തിന്റെയും ദേശീയ പ്രസ്ഥാനത്തിന്റെയും പടവാളായിട്ടാണ് 1924-ൽ സ്വാതന്ത്ര്യസമര സേനാനിയായിരുന്ന മുഹമ്മദ് അബ്ദുൾ റഹ്മാൻ കോഴിക്കോട് നിന്ന് *അൽ അമീൻ* ആരംഭിച്ചത്. മുസ്ലിം സമുദായ പരിഷ്കരണമായിരുന്നു ലക്ഷ്യം. 1930 ൽ ദിനപത്രമായി ആരംഭിച്ച അൽ അമീൻ 1939 ൽ നിരോധിക്കപ്പെട്ടു. വി ആർ കൃഷ്ണനെഴുത്തച്ഛൻ 1941 ൽ ആരംഭിച്ച *ദീനബന്ധു*, 1931 ൽ തോമസ് പോൾ തുടങ്ങിയ *ദീപം*, 1944 ൽ തങ്ങൾ കുഞ്ഞുമുസലിയാർ തുടങ്ങിയ *പ്രഭാതം*, 1944 ൽ കെ കൃഷ്ണൻ ആരംഭിച്ച *എക്സ്പ്രസ്* എന്നിവ ദേശീയ പ്രസ്ഥാനത്തിനും സ്വാതന്ത്ര്യസമരത്തിനും പിന്തുണ നല്കി.

ദേശീയ പ്രസ്ഥാനത്തിന് അനുകൂലമായതോ ഭരണാധികാരികളെ വിമർശിക്കുന്നതോ ആയ പത്രങ്ങൾ ഇല്ലാതിരുന്ന ഘട്ടത്തിലാണ് 1922-ൽ മാതൃഭൂമി കമ്പനി രജിസ്റ്റർചെയ്തതും 1923 മാർച്ച് 18 ന് മാതൃഭൂമിയുടെ ഒന്നാം ലക്കം പ്രസിദ്ധം ചെയ്തതും.

1887 ൽ തൃശൂരിൽനിന്ന് സി പി അച്ചുതമേനോന്റെ പത്രാധിപത്യത്തിൽ പ്രസിദ്ധീകരണമാരംഭിച്ച *വിദ്യാവിനോദിനി* മാസിക മലയാള സാഹിത്യത്തെ ആധുനിക ഘട്ടത്തിലേക്ക് നയിക്കാനുദ്ദേശിച്ചുള്ളതായിരുന്നു. ശാസ്ത്രം, ചരിത്രം, സാമൂഹ്യശാസ്ത്രം തുടങ്ങി എല്ലാ വിഷയങ്ങളും ഇതിൽ ഉൾക്കൊള്ളിച്ചിരുന്നുവെങ്കിലും സാഹിത്യത്തിനാണ് പരമ പ്രാധാന്യം നല്കിയിരുന്നത്. കണ്ടത്തിൽ വർഗ്ഗീസ് മാപ്പിളയുടെ *ഭാഷാ പോഷിണി* യും ചെയ്തത് ഏതാണ്ട് ഇതു തന്നെയാണ്. വർഗ്ഗീസ് മാപ്പിളയ്ക്ക് സാഹിത്യത്തോടും പത്രപ്രവർത്തനത്തോടുമുള്ള സ്നേഹത്തിന്റെ ഭാഗമെന്നോണം 1890 മുതൽ *മനോരമ* പത്രം പ്രസിദ്ധീകരിച്ചു തുടങ്ങി.

കേസരിയുടെ കൈയും പിടിച്ച്

കേരളത്തിന്റെ നവലോകസ്രഷ്ടാവാണ് ബാലകൃഷ്ണപിള്ള. അദ്ദേഹം ലോകസാഹിത്യത്തിലെ പ്രസ്ഥാനങ്ങളും പ്രവണതകളും വൈജ്ഞാനികവും ആശയപരവുമായ വികാസങ്ങളുമായി മലയാളത്തിലെ എഴുത്തുകാരെ പരിചയപ്പെടുത്തുകയും മലയാള സാഹിത്യത്തെ ബഹുദൂരം മുന്നോട്ട് നയിക്കുകയും ചെയ്തു. 1918 ൽ തുടങ്ങിയ *സമദർശി* എന്ന പത്രം നിന്നുപോയതിന് ശേഷം 1930 ജൂൺ മാസത്തിൽ സ്വന്തം ഉടമസ്ഥതയിലും പത്രാധിപത്യത്തിലും കേസരി എ ബാലകൃഷ്ണപിള്ള *പ്രബോധകൻ* എന്ന പത്രം ആരംഭിച്ചു. അതിന്റെ ലൈസൻസ് റദ്ദ് ചെയ്യപ്പെട്ടപ്പോൾ അതേ വർഷം സെപ്തംബറിൽ തന്നെ *കേസരി* പത്രം തുടങ്ങി. പഠനാത്മക ലേഖനങ്ങളും വിമർശനങ്ങൾക്കുമാണ് അതിൽ പ്രാധാന്യം കല്പിച്ചിരുന്നത്. കേസരിയുടെ പ്രവർത്തനങ്ങൾ നടക്കുന്ന ഇക്കാലം മലയാള സാഹിത്യത്തിന്റെ നവോത്ഥാന ഘട്ടം കൂടിയാണെന്നോർക്കണം.

ഭരണകൂട ചെയ്തികളെ കഠിനമായി വിമർശിച്ചുകൊണ്ട് കേസരി എഴുതിയ ലേഖനങ്ങൾ ഭരണകർത്താക്കളെ ശരിക്കും വിറളിപിടിപ്പിക്കുകയാണ് ചെയ്തത്. സൂര്യന് കീഴിലുള്ള ഏത് വിഷയത്തെക്കുറിച്ചും അഗാധമായ പാണ്ഡിത്യവും വിദേശീയ സാഹിത്യത്തിലുള്ള ജ്ഞാനവും സ്ഥിരബുദ്ധിയുമുണ്ടായിരുന്ന കേസരിയെ തളർത്തിക്കളയാൻ പല തരത്തിലും ഭരണക്കാർ ശ്രമിക്കുകയുണ്ടായി. എങ്കിലും 1935 വരെ *കേസരി* പത്രം പ്രസിദ്ധീകരിച്ചുകൊണ്ടേയിരുന്നു. എന്നാൽ ഒരു രാഷ്ട്രീയ വിപ്ലവകാരിയുടെ മാനസികാവസ്ഥ പ്രകൃത്യാ ഇല്ലാതിരുന്ന കേസരി ബാലകൃഷ്ണപിള്ള രാഷ്ട്രീയ കാര്യങ്ങളിൽനിന്ന് വിരമിക്കുകയും സാഹിത്യരംഗത്ത് ശ്രദ്ധ കേന്ദ്രീകരിക്കുകയും ചെയ്തു.

ചരിത്രം, സാഹിത്യം, ചിത്രകല, ശില്പകല, സംഗീതം, ഭാഷാ

ശാസ്ത്രം തുടങ്ങി എല്ലാ വിഷയത്തിലും പാണ്ഡിത്യമുള്ള സ്ഥിതിക്ക് എഴുത്ത് എന്നത് കേസരിയെ സംബന്ധിച്ച് ഒരു പ്രശ്നമേ ആയിരുന്നില്ല. മലയാള സാഹിത്യലോകത്ത് പുരോഗമനാശയങ്ങൾ ഉൾക്കൊള്ളുന്ന, അധഃകൃതരും പാർശ്വവല്ക്കരിക്കപ്പെട്ടവരുമായ ഒരു ജനവിഭാഗത്തിന്റെ ജീവിതം വിഷയമായിക്കൊണ്ട് കഥയും കവിതയുമെഴുതിയ പല എഴുത്തുകാരെയും - തകഴി, ബഷീർ, ദേവ് തുടങ്ങിയവരെ പ്രത്യേകിച്ചും കൈപിടിച്ചെഴുതിച്ച് പുതിയ മാർഗ്ഗത്തിലേക്ക് നയിച്ച മഹാനാണ് കേസരി എ ബാലകൃഷ്ണപിള്ള.

ബാലകൃഷ്ണപിള്ള, രാഷ്ട്രീയ സംഭവങ്ങളെ പരാമർശിച്ചുകൊണ്ടെഴുതിയ, പ്രത്യേകിച്ച് തിരുവിതാംകൂറിലെ രാഷ്ട്രീയ സംഭവവികാസങ്ങളെക്കുറിച്ചെഴുതിയ ഒട്ടേറെ മുഖപ്രസംഗങ്ങളുണ്ട്. 1931 ൽ ഗാന്ധിജി അറസ്റ്റ് ചെയ്യപ്പെട്ടപ്പോൾ കോൺഗ്രസ് കമ്മിറ്റികൾ പ്രതിഷേധയോഗം കൂടിയതിനെ ദിവാൻ തടഞ്ഞപ്പോഴും ജവഹർലാൽ നെഹ്റുവിന് അശുദ്ധി കല്പിച്ച്, ശ്രീ. പത്മനാഭസ്വാമി ക്ഷേത്രത്തിലേക്കുള്ള പ്രവേശനം തടഞ്ഞപ്പോഴും കേസരി എ ബാലകൃഷ്ണപ്പിള്ള എഴുതിയ മുഖപ്രസംഗങ്ങൾ തിരുവിതാംകൂർ ഭരണാധികാരികളെ പ്രകോപിപ്പിച്ചിട്ടുണ്ട്. സ്വേച്ഛാധികാര പ്രമത്തനായ സർ സി പി രാമസ്വാമി അയ്യരുടെ ദുർന്നയങ്ങളെ ബാലകൃഷ്ണപിള്ള നിരന്തരമായി വിമർശിച്ചുകൊണ്ടിരുന്നു. സ്വന്തം രാജ്യത്തിന്റെ സ്വാതന്ത്ര്യത്തെയും രാജ്യത്തിന്റെ ഭാഷയുടെയും സാഹിത്യത്തിന്റെയും ഉന്നമനത്തെയും ലക്ഷ്യമാക്കിയുള്ളതായിരുന്നു കേസരി എ ബാലകൃഷ്ണപിള്ളയുടെ പ്രവർത്തനങ്ങൾ മുഴുവനും.

ഒരു സന്ദർഭത്തിൽ, രാഷ്ട്രീയ കാര്യങ്ങളിൽ ഇടപെടുന്നത് താല്ക്കാലികമായി നിർത്തിവെച്ചുകൊണ്ട് ബാലകൃഷ്ണപിള്ള സാഹിത്യലോകത്തേക്ക് കടന്നത് രാഷ്ട്രീയ ലോകത്തിന് നഷ്ടമായിരുന്നെങ്കിലും മലയാള സാഹിത്യലോകത്തിന് അത് വമ്പിച്ച നേട്ടം തന്നെയായിരുന്നു. അദ്ദേഹത്തിന്റെ പാണ്ഡിത്യവും ക്രാന്തദർശിത്വവും 1930 കളിൽതന്നെ ജനസംഖ്യാ പ്രശ്നം, സന്താനനിയന്ത്രണം, സ്ത്രീപുരുഷ സമത്വം, വിവാഹബന്ധം തുടങ്ങി നിരവധി വിഷയങ്ങളിലെ ആധുനിക ശാസ്ത്രനിരീക്ഷണങ്ങൾ കേരളീയരുടെ ശ്രദ്ധയിലേക്ക് കൊണ്ടുവന്നിട്ടുണ്ട്. ഒരു രാജ്യത്തിലെ ജനസമൂഹത്തിന്റെ രാഷ്ട്രീയ സാമൂഹിക ചരിത്രം തിരുത്തിക്കുറിക്കുന്നതിൽ ഒരു പത്രപ്രവർത്തകന്റെയും ഒരു എഴുത്തുകാരന്റെയും ധർമ്മം എന്താണെന്ന് ചൂണ്ടിക്കാണിച്ചുകൊടുത്ത ധൈഷണിക ധിക്കാരിയായിരുന്നു കേസരി എ ബാലകൃഷ്ണപിള്ള.

ബാലകൃഷ്ണപിള്ള പത്രപ്രവർത്തനം തുടങ്ങിയ കാലത്താണ് പഴയ സാഹിത്യദർശനങ്ങളും പുരോഗമന ചിന്താഗതികളും തമ്മിലുള്ള സംഘർഷത്താൽ സാഹിത്യലോകത്ത് പുതിയ ഉണർവ്വുണ്ടായത്. കവിത കാല്പനികവും ദാർശനികവുമായ ഭാവങ്ങൾകൊണ്ടും സമകാലിക ജീവിതാനുഭവങ്ങളോട് പ്രതികരിച്ച് മുന്നിട്ടിരുന്നു. പാശ്ചാത്യസാഹിത്യകൃതികളുടെ വിവർത്തനങ്ങളിലൂടെയും നവീനാശയങ്ങൾ നിറഞ്ഞ മുഖപ്ര

സംഗങ്ങളിലൂടെയും അദ്ദേഹം പുതിയ എഴുത്തുകാരെ പൂർവ്വകാല സാഹിത്യരീതിയുടെ ജാഡ്യത്തിൽനിന്ന് മോചിപ്പിച്ച്, പുതുമാർഗ്ഗം കാണിച്ചു കൊടുത്തു. സ്വതന്ത്രചിന്തയും വിഗ്രഹധ്വംസനവും സാഹിത്യത്തിന്റെ പുരോഗതിക്ക് അത്യാവശ്യമാണെന്ന് അദ്ദേഹം പ്രഖ്യാപിക്കുകയും ചെയ്തു. നാനാ മേഖലകളിലുമുള്ള നൂതന വിജ്ഞാനത്തിന്റെ വെളിച്ചം മലയാളത്തിലേക്ക് കൊണ്ടുവരികയും സാഹിത്യത്തിൽ നിലനിന്നിരുന്ന യാഥാസ്ഥിതികത്വത്തെ ശക്തിയായി ചെറുക്കുകയും ചെയ്തു. ബാലകൃഷ്ണപിള്ളയുടെ ഇത്തരം പുരോഗമനാത്മക പ്രവർത്തനങ്ങളാണ് മലയാള സാഹിത്യത്തെ ചലനാത്മകമാക്കിയത്. കേരളീയരുടെ മാമൂൽ പ്രതിപത്തികളെയും പരിവർത്തന വിമുഖതയെയും പ്രാചീന സാഹിത്യത്തെ മാത്രം ആലിംഗനംചെയ്യുകയും സമകാലിക സാഹിത്യത്തെ മാറ്റി നിർത്തുകയും ചെയ്യുന്ന, സർവ്വകലാശാലകളുടെ യാഥാസ്ഥിതികത്വത്തേയും അദ്ദേഹം കഠിനമായ ഭാഷയിൽ വിമർശിച്ചു. ആശയപരമായ ഒരു കൊടുങ്കാറ്റ് തന്നെയാണ് കേസരി സൃഷ്ടിച്ചത്.

നാടൻപാട്ടുകൾ മുഖേനയാണ് ഒരു ജനതയുടെ കലാരചനാ ശക്തി അളക്കേണ്ടത്. സംസ്കൃതത്തെ നിഷേധിക്കുന്നത് പിതൃഹത്യക്ക് തുല്യമാണെങ്കിൽ, മരുമക്കത്തായികളായ മലയാളികൾ അതിലും വലിയ പാതകമായി കരുതുന്ന മാതൃഹത്യയാണ് നാടൻപാട്ടുകളെ പുച്ഛിക്കുക മൂലം ചെയ്യുന്നത്. 1934 ൽ തലശ്ശേരിയിൽ നടന്ന യുവജന സാഹിത്യസമ്മേളനം പുരോഗമനാശയക്കാരായ യുവാക്കളുടെ ഏകമനസ്സോടെയുള്ള ഒത്തുചേരലായിരുന്നു. സാഹിത്യ പരിഷത്തിന്റെ അതുവരെയുള്ള പ്രവർത്തനമേഖലയിലെ കർമ്മ മാന്ദ്യം, പ്രഭുമനസ്ഥിതി, പുതുവിജ്ഞാന മേഖലയെക്കുറിച്ചുള്ള അജ്ഞത എന്നിവയ്ക്കെതിരെ യുവാക്കൾ സംഘടിച്ചതിനെ കേസരി ബാലകൃഷ്ണപിള്ള സർവ്വാത്മനാ സ്വാഗതം ചെയ്തു.

1930 കളിലും 40 കളിലുമായി ലോകസാഹിത്യത്തിലെ മുഖ്യപ്രവണതകളെയും അവയ്ക്കാധാരമായ ശാസ്ത്രീയ വിജ്ഞാനവികാസങ്ങളെയും കുറിച്ച് ബാലകൃഷ്ണപിള്ള എഴുതിയ ലേഖനങ്ങളും അദ്ദേഹം വിവർത്തനംചെയ്ത കൃതികളും വ്യക്തമാക്കുന്നത് അദ്ദേഹത്തിന്റെ പ്രതിഭയും ക്രാന്തദർശിത്വവും എഴുത്തുകാർക്ക് വഴികാട്ടിക്കൊണ്ട് ബഹുദൂരം സഞ്ചരിച്ചിരുന്നു എന്നാണ്.

പരിഷ്കർത്താക്കളുടെ പ്രവർത്തനം

ദേശീയ താല്പര്യങ്ങളെ പരിരക്ഷിക്കുന്നതിനുള്ള രാഷ്ട്രീയ പ്രവർത്തനങ്ങൾ ആരംഭിക്കുന്നതിന് മുമ്പ്തന്നെ ആദർശശാലികളായ ചില മഹാപുരുഷന്മാർ സമുദായ പരിഷ്കരണത്തിനുള്ള പ്രവർത്തനങ്ങൾ തുടങ്ങിക്കഴിഞ്ഞിരുന്നു. ശ്രീനാരായണ ധർമ്മ പരിപാലനസംഘം അതിന്റെ ഊർജ്ജവത്തായ പ്രവർത്തനങ്ങളുമായി മുന്നോട്ടുപൊയിക്കൊണ്ടിരിക്കുന്നതിനിടയിലാണ് 1914 ൽ മന്നത്തുപത്മനാഭന്റെ നേതൃത്വത്തിൽ നായർ സർവ്വീസ് സൊസൈറ്റിയും നമ്പൂതിരി സമുദായത്തിന്റെ പരിഷ്കരണ

ത്തിനായി 1908 ൽ യോഗക്ഷേമസഭയും പ്രവർത്തിച്ചുതുടങ്ങി.

ബംഗാളിൽ മുളച്ച് ഭാരതത്തിലാകമാനം പടർന്നുപന്തലിച്ച ദേശീയ നവോത്ഥാനത്തിന്റെ തുടർച്ചയായ, വിപ്ലവകരമായ സാമൂഹ്യ പരിഷ്കരണം സാധിച്ചതും അതിന്റെ സാർവ്വത്രികമായ സാമൂഹ്യ പരിഷ്കരണം സൃഷ്ടിച്ചതും ശ്രീനാരായണ ധർമ്മ പരിപാലന യോഗത്തിന്റെ പ്രവർത്തനങ്ങളാണ്. അതോടൊപ്പംതന്നെയാണ് നായർ സർവ്വീസ് സൊസൈറ്റിയുടെയും യോഗക്ഷേമ സഭയുടെയും പ്രവർത്തനങ്ങൾ ജീർണ്ണമായ ആചാരങ്ങളിൽനിന്നും ആശയപരമായ മൗഢ്യത്തിൽനിന്നും കർമ്മപരമായ മയക്കത്തിൽനിന്നും കേരളീയ ജനസമൂഹത്തെ മോചിപ്പിക്കുന്നതിൽ വലിയ പങ്ക് വഹിച്ചിട്ടുണ്ട്.

ശ്രീനാരായണ ഗുരുവും ഡോക്ടർ പല്പുവും കുമാരനാശാനുമായിരുന്നു, ആദ്ധ്യാത്മികവും ഭൗതികവുമായ നവോത്ഥാനത്തിന് കളമൊരുക്കിയ, മഹാപ്രസ്ഥാനമായ, ശ്രീനാരായണ ധർമ്മ പരിപാലന യോഗത്തിന്റെ ചൈതന്യ സ്രോതസ്സുകൾ. കേരളത്തിന്റെ അക്കാലത്തെ സാമ്പത്തികവും സാമൂഹികവും സാംസ്കാരികവുമായ ദയനീയാവസ്ഥയിൽ നിന്നും സ്വാതന്ത്ര്യമില്ലായ്മയിൽനിന്നും രക്ഷനേടാൻ ജാതിസ്പർദ്ധയും ഉച്ചനീചത്വമനോഭാവവും മേലാള-കീഴാള കാഴ്ചപ്പാടും അവസാനിപ്പിക്കുകയാണ് വേണ്ടതെന്ന് ഉറച്ച് വിശ്വസിക്കുകയായിരുന്നു ശ്രീനാരായണ ഗുരു. സംഘടിച്ച് ശക്തരാകാനും വിദ്യകൊണ്ട് സ്വതന്ത്രരാകാനുമാണ് ഗുരുദേവൻ ആഹ്വാനം ചെയ്തത്. സംഘത്തിന്റെ മുഖപത്രമായ 'വിവേകോദയ'ത്തിൽകൂടി സമൂഹനന്മയ്ക്കുതകുന്ന ആശയങ്ങൾ പ്രചരിപ്പിച്ചുപോന്നു. ഗുരുദേവന്റെ ആശയാദർശങ്ങളുടെ പ്രചാരണത്തിലൂടെ ജനങ്ങൾക്ക് പുതിയ അവബോധമുണ്ടായിത്തുടങ്ങി. മതം, സദാചാരം, വിദ്യാഭ്യാസം, വ്യവസായം തുടങ്ങിയ കാര്യങ്ങളെക്കുറിച്ച് വിപ്ലവകരമായ ആശയങ്ങളാണ് അദ്ദേഹം മുന്നോട്ടുവച്ചത്. അന്ധവിശ്വാസങ്ങളെയും ദുർദ്ദേവതാരാധനയെയും വർജ്ജിക്കാൻ ഗരുദേവൻ ജനങ്ങളോടഭ്യർത്ഥിച്ചു. ദൈവങ്ങളേയും മതങ്ങളേയും മനുഷ്യരേയും വെട്ടിമുറിക്കാതെ ഒരു ജാതി ഒരു മതം ഒരു ദൈവം എന്ന സിദ്ധാന്തം അദ്ദേഹം നിരന്തരമായി പറഞ്ഞുകൊണ്ടിരുന്നു.

സമൂഹനന്മയ്ക്കായുള്ള ആശയപ്രചാരണത്തിനായുള്ള കലയെയും സാഹിത്യത്തെയും ഉപയോഗിക്കാൻ ശ്രീനാരായണഗുരു നിർദ്ദേശിച്ചിരുന്നു. ആദരണീയമായ ഒരു കാവ്യ തേജസ്സുകൂടിയായിരുന്നു ശ്രീനാരായണഗുരു. ഋഷിയിലെ കവിയായ ഗുരുദേവനും കവിയിലെ ഋഷിയായ കുമാരനാശാനും അദ്ധ്യക്ഷനും സെക്രട്ടറിയുമായിരുന്ന ധർമ്മപരിപാലന സംഘം 'കഥാപ്രസംഗ'ത്തെയും ആശയപ്രചാരണത്തിനായി ഉപയോഗിച്ചിരുന്നു. സ്വാമി സത്യവ്രതനെ അനുഗ്രഹിച്ചാശീർവദിച്ച് നിയോഗിച്ചത് ചണ്ഡാലഭിക്ഷുകിയും ദുരവസ്ഥയുംപോലുള്ള കവിതകൾ അടിസ്ഥാനമാക്കി കഥാപ്രസംഗം നടത്താനും അതിലൂടെ കേരളീയർക്കിടയിലെ ജാതിചിന്തയ്ക്ക് അറുതിവരുത്താനുമായിരുന്നു.

ശ്രീനാരായണഗുരുവിന്റെ സന്തതസഹചാരിയായ പ്രിയശിഷ്യനായിരുന്ന കുമാരനാശാന്റെ മിക്ക കാവ്യങ്ങളിലും ഋഷിതുല്യനായ നായകൻ ഉണ്ടായതും കാളിദാസീയമായ ഒരു ഗൗരീശിഖരത്തിലിരുന്നുകൊണ്ട് കാവ്യരചന നടത്തിയതും ഗുരുവിന്റെ പ്രചോദനത്താൽ തന്നെയാണ്. അങ്ങനെയാണ് കുമാരനാശാൻ നവോത്ഥാനത്തിന്റെ കവിയായും നവഭാവുകത്വത്തിന്റെ കവിയായും തീരുന്നത്. മറ്റേതൊരു കവിയേയും പോലെ തുടക്കത്തിൽ ശൃംഗാരകവിതകൾ എഴുതിരമിച്ചിരുന്ന കുമാരനാശാനെ, 'കുമാരു'വിൽനിന്ന് കുമാരനാശാനാക്കിയതും ബംഗാളിലയച്ച് ഉന്നത വിദ്യാഭ്യാസം ലഭ്യമാക്കിയതും കുമാരനാശാനിലെ കവനപ്രതിഭയിൽ ഗുരുവിന് വിശ്വാസമുണ്ടായിരുന്നതിനാലാണ്. 'ഒരു തിയ്യക്കുട്ടിയുടെ വിചാരം', പോലുള്ള കവിതകളും *ചണ്ഡാലഭിക്ഷുകി, ദുരവസ്ഥ, പ്രരോദനം, കരുണ* എന്നിവയും ആശാൻ രചിച്ചപ്പോൾ അവയിലൊക്കെയും ജാതിചിന്തയ്ക്കെതിരായ ഒരു ചുടുനീരൊഴുക്കാണുണ്ടായിരുന്നത്. ജാതിചിന്തയ്ക്കതീതവും സ്വതന്ത്രവുമായ ഒരു കേരളത്തെയാണ് ആശാനും ലക്ഷ്യമാക്കിയത്. ആശാന്റെ കാവ്യരീതിയും ഗുരുവിന്റെ ആദർശങ്ങളും പിന്നീടും അക്കാലത്തുതന്നെയുമുള്ള കവികളിൽ തികച്ചും നവീനമായൊരു വെളിപാടാണുണ്ടാക്കിയത്.

ഹിന്ദു സമുദായത്തിന്റെ ശരീരത്തിലും മനസ്സിലും ഒരുപോലെ ബാധിച്ചിരുന്ന മാറാവ്യാധിയായ ജാതിവ്യവസ്ഥയ്ക്കെതിരെയും സാമ്പത്തിക അസമത്വം കണക്കിലെടുത്തുകൊണ്ടുള്ള വേർതിരിവിനെയും അന്ധവിശ്വാസങ്ങളെയും അനാചാരങ്ങളെയും എതിർത്തുകൊണ്ട് ഒരവധൂതനെപ്പോലെ സഞ്ചരിച്ച് ഉപദേശങ്ങൾ നല്കിയ വിദ്യാധര ചട്ടമ്പിസ്വാമികളും കേരളത്തിന്റെ നവോത്ഥാന പ്രവർത്തനങ്ങളെ ത്വരിതപ്പെടുത്തുകയാണ് ചെയ്തത്.

കേരളത്തിന്റെ രാഷ്ട്രീയ, സാമൂഹിക, സാംസ്കാരിക ചരിത്രത്തിൽ ഉണ്ടായിക്കൊണ്ടിരിക്കുന്ന ആശയപരവും ഭാഷാപരവുമായ ഇത്തരം പരിവർത്തനങ്ങൾ ഉൾക്കൊള്ളാൻ മാധവിയമ്മയ്ക്ക് കഴിഞ്ഞിരുന്നു. പുറംലോകത്ത് അധികമൊന്നും സഞ്ചരിച്ചിരുന്നില്ലെങ്കിലും കാവ്യലോകത്തും രാഷ്ട്രീയ ലോകത്തും വന്നുകൊണ്ടിരിക്കുന്ന മാറ്റങ്ങളെ അതിന്റേതായ അർത്ഥത്തിൽ ഉൾക്കൊള്ളുകയും നവലോകസൃഷ്ടിയെ ത്വരിതപ്പെടുത്താനുതകുന്ന കവിതകൾ മാധവിയമ്മ എഴുതുകയും ചെയ്തു. കീഴാളരുടെയും കർഷകജനതയുടെയും തൊഴിലാളികളുടെയും ഉന്നമനം ലക്ഷ്യമാക്കിയുള്ള കവിതകൾ മാധവിയമ്മ എഴുതിയത് അങ്ങനെയാണ്.

അഗ്നിയായി പടരുന്ന അക്ഷരങ്ങൾ

പത്തൊൻപതാം നൂറ്റാണ്ടിൽനിന്ന് തുടങ്ങിയ നമ്പൂതിരിമാരുടെ ജീർണ്ണസംസ്കാരത്തിന്റെ കീറത്തുണികൾക്ക് തീപിടിച്ചുതുടങ്ങിയത് 20-ാം നൂറ്റാണ്ടിന്റെ ആദ്യകാലങ്ങളിലാണ്. പെണ്ണും പൊന്നും അധികാരത്തിന്റെ ദണ്ഡും കൈയിൽവെച്ച് സുഖിച്ച് നടന്നിരുന്ന, നെഞ്ചത്തും മുതുകിലും നരച്ചിട്ടും പുതുവേളിക്ക് തക്കംപാർത്ത് നടക്കുന്ന നമ്പൂരിക്കാരണവന്മാർ 1908 ലെ ശിവരാത്രി നാളിൽ ആലുവാമണപ്പുറത്ത് നിന്ന് ഉയർന്നുവന്ന ഒരു ശബ്ദംകേട്ട് ശരിക്കും ഒന്ന് കുലുങ്ങി. യോഗക്ഷേമ സഭയുടെ തുടക്കം കുറിച്ച സമ്മേളനത്തിൽ നിന്നുയർന്ന ശബ്ദമായിരുന്നു അത്.

സമൂഹത്തിന്റെ പതനകാരണത്തിന്റെ തായ്‌വേരുകൾ അന്വേഷിച്ചുകൊണ്ട് കേരളത്തിന്റെ നാനാഭാഗത്തുനിന്നുമുള്ള നമ്പൂതിരി യുവാക്കൾ ഒത്തുചേർന്നു. നീചവും നികൃഷ്ടവുമായ ആചാരാനുഷ്ഠാനങ്ങളുടെയും അടിച്ചേല്പിക്കപ്പെട്ട വിശ്വാസങ്ങളുടെയും ഉള്ളറകളിലേക്ക് പുരോഗമനേച്ഛയോടെ അവർ ഇറങ്ങിച്ചെന്നു. കുടുംബത്തിന്റെ സ്വത്തും ധനവും പുറത്തെങ്ങും ഭാഗംവെച്ച് പോകാതിരിക്കാൻ ജ്യേഷ്ഠപുത്രനു മാത്രമേ സ്വജാതിയിൽനിന്ന് വേളികഴിക്കാൻ അവകാശമുണ്ടായിരുന്നുള്ളൂ. അനുജന്മാർ നായർ തറവാടുകളിലും കോവിലകങ്ങളിലും പിൻഭാഗത്തൂടെ ചെന്ന് സമ്മന്തം ചെയ്ത് അലസജീവിതം നയിച്ചുപോന്നു. അനന്തിരവന്മാർ വിവാഹം ചെയ്യാതെ സ്നാതകവൃത്തികളായി കഴിയേണ്ടിവന്നു. ഇതാകട്ടെ ഒളിസേവയ്ക്ക് ഇടംനല്കുകയും സദാചാര ജീർണ്ണതയ്ക്ക് വളംവെച്ചുകൊടുക്കുകയും ചെയ്തു. നമ്പൂതിരി കുടുംബത്തിൽ പിറന്നതുകൊണ്ട് മാത്രം നാലുകെട്ടിന്റെ ഇരുട്ടറയിൽ തളയ്ക്കപ്പെട്ട ബാല്യകൗമാരങ്ങൾ നരകമായിത്തീർന്ന പെൺകുട്ടികളുടെ കണ്ണീരാരും കണ്ടില്ല. അല്ലെങ്കിൽ 'ഉണ്ണിമൂത്രം പുണ്യാഹം' എന്ന ചൊല്ലുപോലെ ബാല്യത്തിലേ

വിധവകളായ പെൺകുട്ടികളുടെ കണ്ണീരും 'പുണ്യാഹമായി'! കാരണവന്മാർ കണ്ടു. ഇവിടെയാണ് യോഗക്ഷേമസഭയുടെ ജനനം. യോഗക്ഷേമസഭയുടെയും അതിന്റെ മുഖപത്രമായ *യോഗക്ഷേമ* എന്ന മാസികയും തുടർന്ന് 1920 ൽ ആരംഭിച്ച *ഉണ്ണിനമ്പൂതിരി* എന്ന മാസികയും പരിഷ്കരിച്ചത് നമ്പൂതിരി സമുദായത്തെ ആണെങ്കിലും പുരോഗമന ചിന്താഗതിക്കാരായ നമ്പൂതിരി യുവാക്കളുടെ പ്രവർത്തനം മൊത്തത്തിൽ കേരളത്തിന്റെ സാംസ്കാരികാന്തരീക്ഷത്തെ പുതുക്കിപ്പണിയാൻ ശ്രമിക്കുകയായിരുന്നു. ഈ പ്രവർത്തനങ്ങൾ കേരളത്തിലെ നവോത്ഥാനപ്രക്രിയയ്ക്ക് ശക്തിയേകുകയും യുവാക്കളുടെ നവീനചിന്താഗതിയുടെ ഫലമായുണ്ടായ സാഹിത്യകൃതികൾ വരുംതലമുറയ്ക്ക് കൂടി പ്രചോദനമായിത്തീരുകയും ചെയ്തു.

പുതിയ സാമൂഹിക സാംസ്കാരിക സാഹചര്യത്തിൽ രംഗപ്രവേശം ചെയ്ത എഴുത്തുകാരിൽ മിക്കവർക്കും ഒരു സാമൂഹിക ലക്ഷ്യമുണ്ടായിരുന്നു. സാമൂഹിക വ്യവസ്ഥകളും സാമുദായിക നീതികളും മനുഷ്യത്വത്തെ ചവിട്ടിയരയ്ക്കുന്നതുകണ്ട് സഹികെട്ടാണ് ആ കാലഘട്ടത്തിലെ കലാകാരന്മാർ രചന നടത്തിയത്. അതുകൊണ്ടാകാം സാഹിത്യത്തിന്റെ സമഗ്രശോഭയിൽ മനസ്സിരുത്താതെ തങ്ങളുടെ അമർഷവും ദുഃഖവും വിപ്ലാവാഭിമുഖ്യവും പ്രകടമായിത്തന്നെ വരച്ചുകാട്ടാൻ അവർ തയ്യാറായത്. ഇക്കൂട്ടത്തിൽ ആദ്യം പ്രത്യക്ഷരായത് ഏതാനും നമ്പൂതിരി കലാകാരന്മാരാണ്. നമ്പൂതിരി ഇല്ലങ്ങളിൽ നീറിപ്പുകയുന്ന മനസ്സും മുഖവുമായി ജീവിതം കഴിച്ചുകൂട്ടുന്ന അന്തർജ്ജനങ്ങളുടെ ദുരന്തമാണവർക്ക് മുഖ്യമായി ചിത്രീകരിക്കാനുണ്ടായിരുന്നത്. സ്ത്രീധനം, സാപത്ന്യം, അകാലവൈധവ്യം, സ്മാർത്തവിചാരം, വിധവാ വിവാഹവിലക്ക്, വൃദ്ധനമ്പൂതിരിമാരുടെ വേളീഭ്രമം തുടങ്ങിയ സാമുദായിക നീതികൾക്കെതിരെ എഴുത്തുകാർ തങ്ങളുടെ രചനകൾ ഉപയോഗിച്ചു. ഈ സന്ദർഭത്തിലാണ് സാഹിത്യത്തിൽ വർത്തമാനകാലാധിഷ്ഠത വന്നതും. മുത്തിരിങ്ങോട് ഭവത്രാതൻ നമ്പൂതിരിപ്പാട്, മുല്ലമംഗലത്ത് രാമൻഭട്ടതിരിപ്പാട് എന്ന എം ആർ ബി, വി ടി ഭട്ടതിരിപ്പാട് എന്നീ എഴുത്തുകാരാണ് സമുദായപരിഷ്കരണം ലക്ഷ്യമാക്കി കഥകളും കവിതകളും നാടകങ്ങളുമായി രംഗത്തുവന്നത്.

വി ടി ഭട്ടതിരിപ്പാട്

'ചാതുർവർണ്യം മയാസൃഷ്ടം' എന്ന് ഗീത പാടിയ ഭഗവാൻ കൃഷ്ണനു തന്നെ മനസ്സിലാക്കാൻ സാധിക്കാത്തത്ര ജാതിഉപജാതികൾ കേരളക്കരയിൽ മുഴുവനും ഈഷൽ വ്യത്യാസത്തോടെ നിലനിന്നിരുന്നു. നന്നേകുറഞ്ഞ എണ്ണമുള്ള നമ്പൂതിരിമാരിൽത്തന്നെ പത്തു ജാതി! പുറത്തുനിന്നവർക്കോ? ഇവരൊക്കെ പ്രഭുക്കന്മാരായ തമ്പുരാക്കന്മാരാണ് താനും. പക്ഷേ, വെള്ളിത്തിരുത്തിത്താഴം എന്ന സ്വന്തം ഇല്ലത്ത് രണ്ടു നേരം വെച്ചുണ്ണാനില്ലാതെ അമ്മമാരൊക്കെപിറന്ന ഇല്ലത്തും ചാർച്ച

വഴിക്കും വിരുന്ന് പാർത്തും നമ്പൂരാരൊക്കെ ഓത്തും വാരവുമായി നടന്നും ദിവസം കഴിക്കേണ്ട ഗതികേടായിരുന്നു വി ടിയുടെ കുട്ടിക്കാലത്ത്. സമൃദ്ധമായ ദാരിദ്ര്യം, സഹിക്കവയ്യാത്ത ആഢ്യത്വം-അതാകട്ടെ നീരാട്ട്കഴിഞ്ഞ് വാട്ടെല സദ്യ കഴിക്കാനും, സമ്പന്നാഢ്യ കുടുംബങ്ങളിലെ മുടക്കാച്ചരക്കുകളെ കൈപിടിച്ച് വേൾക്കാനും മാത്രം പ്രയോജനപ്പെടുത്തുകയും ചെയ്തു. അപ്പോഴേക്കും യോഗക്ഷേമസഭ ഉടലെടുത്തു കഴിഞ്ഞിരുന്നു. എടക്കുന്നിയിലെ വിദ്യാലയത്തിനൊപ്പവും മുമ്പും പിമ്പുമായി അപൂർവ്വം പാഠശാലകൾ ഉയർന്നുകഴിഞ്ഞു. ഒറ്റയ്ക്ക് അവിടെപ്പോയി ഇംഗ്ലീഷ് പഠിച്ച നമ്പൂതിരിമാർ ഉണ്ണി നമ്പൂരാരുടെ മുഴുവൻ അസൂയയ്ക്കും പാത്രമാവുകയും ചെയ്തു. ഇന്ത്യാ രാജ്യം മുഴുവനും പാശ്ചാത്യ വിദ്യാഭ്യാസ ഫലമായി ലഭിച്ച നവോത്ഥാനതരംഗം ഉയർന്നുപൊന്തിയിട്ടും, കേരളക്കരയിലും ആ പുത്തനുണർവ്വിന്റെ ശബ്ദവീചികളെത്തിയിട്ടും ഇവിടത്തെ നമ്പൂതിരിമാർ തറ്റുടുത്തും പവിത്രം കെട്ടിയും ഊട്ടുപുരയിലും കുളക്കടവിലും കുന്തിച്ച് കുന്തിച്ച് നടക്കുകയായിരുന്നു. അന്തർജ്ജനങ്ങൾ ഏതെങ്കിലും കെളവൻ നമ്പൂതിരിമാരെ വേളികഴിച്ച് അവരുടെ എച്ചിലിലയ്ക്കായി കടിപിടികൂടി കഴിയുകയുമായിരുന്നു. ഉണ്ണിനമ്പൂതിരിമാർ ഒളിഞ്ഞും പതുങ്ങിയും ഇംഗ്ലീഷ് പഠിക്കാൻ പോകുമ്പോൾ പെൺകിടാങ്ങൾ ചരട് പിടിച്ച് ജപിച്ചും തിങ്കളാഴ്ച നൊയമ്പ് നോറ്റും തിരണ്ടിരുന്ന് നരയ്ക്കുകയായിരുന്നു. ഇതായിരുന്നു വി ടി ഭട്ടതിരിപ്പാട് സമുദായപ്രവർത്തനങ്ങളിലേക്ക് ചെന്ന് ചേർന്നപ്പോഴുള്ള അവസ്ഥ.

സമുദായ പരിഷ്കരണം കർമ്മമായി തെരഞ്ഞെടുത്ത്, അനാചാരങ്ങളെയും അന്ധവിശ്വാസങ്ങളെയും പ്രാണബുദ്ധി ഇന്ദ്രിയങ്ങളെക്കൊണ്ട് എതിർത്ത് ജീവിതം മുഴുവനും നിഷ്കാമമായി പ്രയത്നിച്ച് ഫലം കൈവരിച്ച വി ടി ഭട്ടതിരിപ്പാടിന് സാഹിത്യം സ്വകർമ്മാനുഷ്ഠാനത്തിനുള്ള ഒരു ഉപകരണം മാത്രമായിരുന്നു. യാചനായാത്ര, വിധവാവിവാഹം, പിക്കറ്റിങ്, പ്രസംഗം, മിശ്രവിവാഹം ഇവയ്ക്കെല്ലാം ശക്തികൂട്ടുവാനായി കുറച്ച് കഥകളും ഒന്നരനാടകവും (*അടുക്കളയിൽ നിന്ന് അരങ്ങത്തേക്ക്* എന്ന പൂർണ്ണ നാടകവും *കരിഞ്ചന്ത* എന്ന നാടകം പാതിവഴിയിൽ നിർത്തിയതും) മാത്രമാണ് എഴുതിയത്. ജീവിതത്തിന്റെ പുറം കുപ്പായത്തിലെ ചുളിവുകളും പുറത്തളങ്ങളിലെ വാഗ്വാദങ്ങളും മാത്രം ചിത്രീകരിച്ചിരുന്ന മുൻകാല സാഹിത്യകാരൻമാരിൽനിന്ന് വേറിട്ട് നിന്ന് അകത്തളങ്ങളിൽ സംഭവിക്കുന്ന, തുടിക്കുന്ന ജീവിതം പകർത്തിക്കാട്ടുവാൻ ആദ്യം തുനിഞ്ഞത് വി ടി ആയിരുന്നു. കാല്പനികതയിൽനിന്ന് റിയലിസത്തിലേക്കുള്ള ആദ്യത്തെ കാൽവെപ്പുകൂടിയായിരുന്നു അത്.

സത്യമെന്നത് ഇവിടെ മനുഷ്യനാകുന്നു എന്ന് പറഞ്ഞത് വി ടി ഭട്ടതിരിപ്പാടാണ്. ആ സത്യസന്ധതയാണ് അദ്ദേഹത്തിന്റെ സാഹിത്യപ്രവർത്തനത്തിന്റെ മുഴുവൻ ആത്മാവ്. താൻ ജനിച്ചുജീവിച്ച സമുദായത്തിന്റെ പടിപ്പുരയും പത്തായപ്പുരയും പുറത്തളവും മാത്രമല്ല നാലുകെട്ടും അടുക്കളയും എച്ചിൽക്കുപ്പയും വരെ സ്വാഭാവികതയോടെ ചിത്രീകരിക്കുകയും

യഥാർത്ഥ ജീവിതത്തിൽനിന്ന് കടന്നുവരുന്ന കഥാപാത്രങ്ങളുടെ ബാഹ്യാന്തർഭാവങ്ങളുടെ തനിമ ഏകാഗ്രതയോടെ പുനർസൃഷ്ടിക്കുകയും ചെയ്യുന്ന വി ടിയുടെ രചനകൾ അതേവരെ ഉണ്ടായവയുടെ ഭാവരൂപങ്ങളിൽനിന്ന് വേറിട്ട് നില്ക്കുന്നു.

ശോകത്തിൽനിന്ന് ശ്ലോകമുണ്ടായി എന്നാണല്ലോ അഭിജ്ഞമതം. അതിതീവ്രമായ വേദനപോലും കാവ്യത്തിൽ ആനന്ദമായിത്തീരുന്നു. ബ്രഹ്മാനന്ദസദൃശമായ ഈ ആനന്ദം അനുവാചകഹൃദയത്തെ സംസ്കരിക്കുകയും ചെയ്യും. കല ജീവിതം തന്നെയാണെന്നു പറഞ്ഞത് കുട്ടികൃഷ്ണ മാരാരാണ്. മഹാകാവ്യമായിത്തീർന്ന ജീവിതം, ജീവിച്ച നിമിഷങ്ങളിൽ ചിലതെടുത്ത് കാണിച്ചപ്പോൾ വി ടിയുടെ വാക്കുകൾ കാവ്യമായി.

"ആഗ്നേയസ്വാഹ ആഗ്നയേഇദംനമമ"

ഇതാണ് വി ടിയുടെ വിശ്വാസപ്രമാണം. സ്വന്തം ആവശ്യങ്ങൾക്കോ നേട്ടങ്ങൾക്കോവേണ്ടി ഒന്നും അദ്ദേഹം ചെയ്തിട്ടില്ല. ഇനിയെത്രജന്മം കിട്ടിയാലും തന്റെ കർമ്മരംഗത്തെ മൂലമന്ത്രം ഇതുതന്നെ ആയിരിക്കുമെന്ന് വി ടി പറയുന്നുണ്ട്. അതുകൊണ്ട് തന്നെയാണ് കാലമിതുവരെ നമ്മൾ കണ്ട ആത്മകഥയുടേതായ ദുർമേദസ്സുകളോ ഉളുപ്പില്ലാത്ത തന്നെപൊക്കലോ ഒന്നും ചേർത്ത് മലീമസമാക്കാത്ത ഒരു ആത്മകഥ എഴുതാനദ്ദേഹത്തിന് കഴിഞ്ഞതും. ഇത് വി.ടി യുടെ രചനയല്ല 'വീട്ടിയുടെ കാതലാ'ണ്. ഈ കാതൽ കടഞ്ഞെടുത്ത് പിന്നീട് പലരും കട്ടിലും കസേരകളും പണിത് സാഹിത്യലോകത്ത് ഇരുന്നിട്ടുമുണ്ട്.

ഊശിക്കുടുമയും പാളത്താറും കുളിയും തേവാരവും ജപമാലയും ഭസ്മക്കുറിയുമായി, ഭക്ഷണപ്രിയരായി പൂണൂലിന്റെ പുണ്യപരിവേഷത്തിൽ ആഢ്യത്തം നടിച്ച് നടക്കുന്നവരും ശൃംഗാരികളുമായ സൂരിനമ്പൂതിരിമാരിൽനിന്ന് വ്യത്യസ്തനായി വിപ്ലവത്തിന്റെ, സാമൂഹ്യപരിഷ്കരണത്തിന്റെ പാതയിലൂടെ ആരെയും കൂസാതെ നടന്നുപോയ വി ടി ഭട്ടതിരിപ്പാട് നമ്പൂതിരി ഇല്ലങ്ങളിലെ ഇരുണ്ടമുറികളിലേക്കും നവീനചിന്തയുടെയും ആശയത്തിന്റെയും തീപ്പന്തങ്ങൾ വലിച്ചെറിഞ്ഞു. സാംസ്കാരിക മാലിന്യങ്ങളുടെ നടുവിൽ ജീവിക്കുന്ന ഒരെഴുത്തുകാരൻ, വിപ്ലവകാരി ചെയ്യേണ്ടത് എന്താണോ അതാണ് വി ടി ചെയ്തത്.

അദ്ധ്വാനിക്കുന്ന ജനവിഭാഗത്തിന്റെ ചുമലിലിരുന്ന് ഉറക്കം തൂങ്ങുന്ന ജന്മിത്തം. അദ്ധ്വാനശീലർക്ക് പട്ടിണിയും അലസന്മാർക്ക് അമൃതേത്തും ഒരുക്കിക്കൊടുക്കുന്ന സാമൂഹികവ്യവസ്ഥയ്ക്കെതിരെ വിട്ടുവീഴ്ചയില്ലാത്ത സമരം നടത്തുകയായിരുന്നു വി ടി ആദിശങ്കരൻ, മേൽപ്പത്തൂർ നാരായണ ഭട്ടതിരി തുടങ്ങിയ സംസ്കൃത പണ്ഡിതവരേണ്യരെ പെറ്റുപുലർത്തിപ്പോന്ന നമ്പൂതിരി സമുദായമേ നിന്റെ ഇന്നത്തെ വൈരുദ്ധ്യം വേദനാജനകം തന്നെയെന്ന് ഉറക്കെവിളിച്ചുപറയാൻ അക്കാലത്ത് ആരും തന്നെ ധൈര്യം കാണിച്ചിരുന്നില്ല. ആചാരമോ ചിട്ടയോ തെറ്റിയാൽ,

കുളിയും തേവാരവുമുപേക്ഷിച്ചാൽ, വേദമന്ത്രങ്ങൾ തെറ്റിച്ചുച്ചരിച്ചാൽ കുടുംബത്തിൽനിന്ന് പുറത്താക്കപ്പെടുന്ന കാലം! അക്കാലത്ത് ഗ്രഹണി പിടിച്ച ഒരു നമ്പൂതിരിപ്പയ്യൻ

"അഗ്നിമീളേ പുരോഹിതം
യജ്ഞസ്യദേവമൃത്വിജം
ഹോതാരം രത്നധാതമം" എന്ന ഋഗ്വേദ മന്ത്രം താളം മാറ്റാതെ
"അടുപ്പുമീതെ പുളിങ്കറി
വെട്ടത്തുചോറു നിശ്ചയം
പോതായൻ ചെക്കനാവണം." എന്നുച്ചരിച്ചാൽ എന്തായിരിക്കും സ്ഥിതി? അതാണ് വി ടി യുടെ ധൈഷണിക ധിക്കാരം.

'ഉണ്ണാനും ഉടുക്കാനും ഉണ്ടാക്കിത്തരണേ, എന്റെ പെരുംതൃക്കോവിലപ്പാ!' തേവരുടെ മുമ്പിൽ തൊഴുകൈയുമായി അമ്മ ചെയ്തിരുന്ന ഈ ദയനീയ പ്രാർത്ഥന എന്നെ വല്ലാതെ വ്യാകുലപ്പെടുത്തിയിരുന്നു. 'ഭാഗ്യസൂക്തം' ജപിച്ച് പണമുണ്ടാക്കാമെന്നായിരുന്നു അച്ഛന്റെ വിചാരം. നെയ്വിളക്കത്തിരുന്ന് അദ്ദേഹം അതങ്ങനെ ഉഷ്ണിച്ച് ഉരുവിടും. ഉരുകിയ നെയ്യും അച്ഛന്റെ മനസ്സും ഒന്നിച്ചാവിയായിപ്പോയതല്ലാതെ ആ മന്ത്രോച്ചാരണംകൊണ്ട് യാതൊരു നേട്ടവുമുണ്ടായതായി എനിക്കനുഭവപ്പെട്ടിട്ടില്ല." വി ടി പറഞ്ഞിരിക്കുന്ന ഇക്കാര്യമാകാം ഋഗ്വേദമന്ത്രം തെറ്റിച്ചതിനും വിപ്ലവത്തിന്റെ വഴിയിലേക്ക് അദ്ദേഹം നടന്നതിനും കാരണം.

നേരിട്ടനുഭവിച്ചറിയുന്നതും ജ്ഞാനത്തിന്റെ മാർഗ്ഗത്തിലൂടെ അനുഭവമായിത്തീരുന്നതുമായ കാര്യങ്ങളായിരിക്കും കവികളെ കാവ്യരചനയിലേക്ക് നയിക്കുന്നത്. പുരുഷന്മാർ പ്രസവത്തെക്കുറിച്ചും യുദ്ധക്കളം കാണാത്തവർ യുദ്ധത്തെക്കുറിച്ചെഴുതുന്നതും അങ്ങനെയാണ്. പക്ഷേ, അവയൊന്നും തെറ്റെന്ന് ആർക്കും തോന്നുകയോ അങ്ങനെ പറയുകയോ ഇല്ല.

കടത്തനാട്ട് മാധവിയമ്മ നേരിട്ട് ദേശീയ സ്വാതന്ത്ര്യസമരത്തിൽ പങ്കെടുത്തിട്ടില്ല. ദേശീയ സമരവുമായി ബന്ധപ്പെട്ട യാതൊരു സജീവ പ്രവർത്തനത്തിലും അവർ പങ്കെടുത്തിട്ടുമില്ല. മാധവിയമ്മയുടെ കുടുംബപരമായ അവസ്ഥയും പരിസരവും കണക്കിലെടുക്കുമ്പോൾ മദ്ധ്യവർഗ്ഗ കുടുംബാംഗമായ ഒരു സ്ത്രീയെന്ന നിലയ്ക്ക് അവർക്കതിന് ഒരു പക്ഷേ, അനുവാദവും ഉണ്ടായിരുന്നിരിക്കില്ല. 'ഗ്രാമശ്രീകൾ' എന്ന കവിതയിൽ പറയുമ്പോലെ 'നീളൻ കുടചൂടി വരമ്പിൻ കൊതുമ്പിലേക്ക് (സമരമുഖത്തിന്റെ ഓരത്തേക്ക്) മാറിനിന്നുകൊണ്ട് സ്വാതന്ത്ര്യസമരത്തെയും നവോത്ഥാന പ്രവർത്തനങ്ങളെയും വീക്ഷിക്കാനും ഒരുവേള മനസ്സിലേക്ക് ആവാഹിക്കാനും മാത്രമേ അവർക്ക് കഴിഞ്ഞിരുന്നുള്ളൂ. പക്ഷേ, ഉള്ളുനിറയെ രാഷ്ട്രീയ ബോധമുണ്ടായിരുന്നു. ഇതിന് കാരണക്കാരനായിരുന്നത് സ്വാതന്ത്ര്യസമര സേനാനിയായിരുന്ന സ്വന്തം പിതാവും പിതാവിന്റെ കൂടെ കുറുമ്പ്രനാട്ടിലും മാധവിയമ്മയുടെ വീട്ടിലും എത്തുമായിരുന്ന മൊയാരത്ത് ശങ്കരനുമായിരുന്നു.

> ഒരു നാടിന്റെ ദേശീയബോധത്തെ അളക്കേണ്ടത് ദേശീയ പ്രവർത്തനത്തിൽ ആ നാട്ടിലെ സ്ത്രീകൾ വഹിക്കുന്ന പങ്കുകൊണ്ടാണ്. യുവപ്രവർത്തകന്മാർ രാജ്യത്തിനുവേണ്ടി ലാത്തിത്തല്ലും കാരാഗൃഹവാസവും അനുഭവിച്ച് വീട്ടിൽ മടങ്ങിച്ചെല്ലുമ്പോൾ അനുഭാവപൂർവ്വം സ്വാഗതം ചെയ്യുന്ന അമ്മപെങ്ങന്മാരുടെ അഭിനന്ദനം സകലവിധമായ ആലസ്യത്തെയും തീർക്കും. കൂടുതൽ കഷ്ടാനുഭവത്തിൽ അവരുടെ മാറ് നിവർത്തും. വീട്ടിലെ സ്ത്രീകളുടെ ദേശീയമായ അനുഭാവവും അഭിനന്ദനവും കാണിക്കുന്നത് ദേശീയബോധം നമ്മുടെ വീടിന്റ അകത്തും അടുക്കളയിലും എത്തി എന്നതാണ്. ഈ വിശ്വാസത്തോടുകൂടി ഞാൻ കടത്തനാട്ട് മാധവിയമ്മ, കെ ദേവി, മെറ്റിൽഡ കല്ലിൽ, കൗമുദി, സി കുഞ്ഞിക്കാവമ്മ മുതലായ സഹോദരമാരെ രാഷ്ട്രീയമായി വളർത്താനും ദേശീയരംഗത്തിറക്കാനും നാലഞ്ച് കൊല്ലം വളരെ അദ്ധ്വാനിച്ചിട്ടുണ്ട്. (മൊയാരത്ത് ശങ്കരൻ, *ആത്മകഥ.* പേജ് 183)

മൊയാരത്തു ശങ്കരൻ മാധവിയമ്മയുടെ വീട്ടിലെത്തുമ്പോഴെല്ലാം ബ്രിട്ടീഷ് ഭരണത്തെയും നാട്ടുഭരണത്തെയും ആക്ഷേപിച്ച് സംസാരിക്കുമായിരുന്നു. പ്രത്യക്ഷമായിട്ടല്ല പരോക്ഷമായിട്ട്. കണ്ണൂരും കോഴിക്കോട്ടും വെച്ച് നടന്ന ചില സാംസ്കാരികസമ്മേളനങ്ങളിൽ മാധവിയമ്മ പിതാവുമൊത്ത് പങ്കുകൊണ്ടിരുന്നു. ഭർത്താവിന്റെ ശക്തമായ അഭിപ്രായങ്ങളുടെ പ്രചോദനത്തിലും ഗാന്ധിജി, നെഹ്റു എന്നീ നേതാക്കളുടെ വാക്കുകൾ വായിച്ചറിഞ്ഞും നാടിന്റെ സ്വാതന്ത്ര്യത്തെക്കുറിച്ചും അതിന്റെ അനിവാര്യതയെക്കുറിച്ചും അവർ ഏറെ ചിന്തിക്കാൻ തുടങ്ങി. ഉപരിവർഗ്ഗത്തിന്റെയോ മദ്ധ്യവർഗ്ഗത്തിന്റെയോ പ്രതിനിധി എന്നു പറയാവുന്ന മാധവിയമ്മയ്ക്ക് സ്വന്തം ജീവിതത്തിൽ ജാതിയുടെയോ സാമ്പത്തിക ഭദ്രതയില്ലായ്മയുടെയോ പേരിൽ പ്രശ്നങ്ങളൊന്നുമുണ്ടായിരുന്നില്ല. എന്നാൽ അസമത്വം, ജാതിവ്യവസ്ഥ, സ്ത്രീധനം എന്നിങ്ങനെ പല വിഷയങ്ങളുടെയും പ്രശ്നങ്ങളുടെയും നേർക്ക് മാധവിയമ്മയുടെ ശ്രദ്ധ തിരിഞ്ഞു. വിധവയായിപ്പോയി എന്ന കാരണത്താൽ മറ്റൊരു വിവാഹബന്ധത്തിന് തടസ്സംനിന്ന സമൂഹത്തിന്റെ കാഴ്ചപ്പാട് അവരെ ക്ഷോഭാകുലയാക്കി. അങ്ങനെയാണവർ കാവ്യലോകത്തേക്ക് വീണ്ടും കടന്നുവരുന്നത്. ജാതിക്കെതിരായും അനാചാരങ്ങൾക്കെതിരായും കവി മനസ്സ് ശക്തമായ ഭാഷയിൽ പ്രതികരിച്ചിരുന്നു എന്നതിന്റെ തെളിവാണ് 'ഗ്രാമലക്ഷ്മി', 'ഞങ്ങൾ', 'ഭാരതാംബ' തുടങ്ങിയ കവിതകൾ. അയിത്തത്തെ അപഹസിക്കാനും ജാതിമത ചിന്തകൾക്കെതിരെ ചിന്തിക്കാനും കവയിത്രികയുടെ മനസ്സ് പാകപ്പെട്ടിരുന്നു. മാധവിയമ്മയിലെ പുരോഗമന ചിന്താഗതിക്കാരിയെ അനുവാചകൻ കാണുന്നത് ഇത്തരം സന്ദർഭങ്ങളിലാണ്.

രാഷ്ട്രത്തിന്റെ പുരോഗതിക്കായി തനിക്ക് എന്തുചെയ്യാൻ കഴിയും എന്ന ചിന്ത കവിഹൃദയത്തിലങ്കുരിച്ചുവെങ്കിലും സ്ത്രീ, മദ്ധ്യവർഗ്ഗത്തിന്റെ

സന്തതി എന്നീ ദുർഭരങ്ങൾ കവിഹൃദയത്തെ തളർത്തുകയും തന്നിലേക്കുതന്നെ ചുരുങ്ങി നില്ക്കാൻ നിർബ്ബന്ധിതയാകുകയും ചെയ്തു. അഞ്ചാം വയസ്സിൽ, തന്നെ വേർപെട്ടുപോയ മകന്റെ ഓർമ്മകൾ മാധവിയമ്മയെ കൂടുതൽ അന്തർമുഖയാക്കി. ഭർത്താവും കുടുംബവും എന്നും അവർക്ക് ആശ്വാസവും അതേ സമയം ജോലിത്തിരക്കുകളും നല്കിയിരുന്നുവെങ്കിലും അന്തർമുഖയായിരുന്ന കവിയുടെ ചിന്തകളും മാനസിക സംഘർഷങ്ങളും ആതുരതയും വ്യക്തിവിധേയത്വവും നിസ്സഹായതയും കൂടി അവരെ കാവ്യലോകത്ത് ഒതുക്കിയിരുത്തി. മാധവിയമ്മയുടെ മിക്ക കവിതകളിലും ഒരു വിഷാദഛായയുടെ മേഘപടലം നിറഞ്ഞുനിന്നത് അതുകൊണ്ടൊക്കെ ആയിരിക്കണം.

ദേശപ്പെരുമ

'**ക**ടത്തനാട്' എന്ന നാട്ടുരാജ്യത്തിന്റെ അതിരുകളിലായി പണ്ടു കാലത്ത് കണക്കാക്കപ്പെട്ടിരുന്നത് വടക്ക് മയ്യഴിപ്പുഴയും, കിഴക്ക് വയനാടൻ മലനിരകളും പടിഞ്ഞാറ് അറബിക്കടലുമായിരുന്നു. പുറമേരി വലിയ കോവിലകം, പുത്തൻകോവിലകം, എടവലത്ത് കോവിലകം, ആയിഞ്ചേരി കോവിലകം, കൂത്താളി മൂപ്പിൽ നായർ മുതലായ നാടുവാഴി കുടുംബങ്ങളുടെ വകയായിരുന്നു കുറുമ്പ്രനാട്ടിലെ ഭൂസ്വത്ത് അധികവും. കുറ്റിപ്പുറം വലിയ തമ്പുരാന്റെ കീഴിലായിരുന്നു കടത്തനാട്. സാങ്കേതികമായ അളവുകോലുകൾ തിട്ടപ്പെടുത്തി വരച്ചുവെച്ചിരിക്കുന്ന ദേശഭൂപടത്തിനപ്പുറത്തേക്ക് വ്യാപിച്ചുകിടക്കുന്നതാണ് കടത്തനാട് ദേശത്തിന്റെ സാംസ്കാരികപ്പൊലിമയും പെരുമയും.

മലബാറിലെ മറ്റ് ദേശങ്ങളിൽനിന്ന് തികച്ചും വ്യത്യസ്തമായ ഒരു സാംസ്കാരിക പൈതൃകം അവകാശപ്പെടാവുന്നതാണ് കടത്തനാടിന്റേത്. ദേശീയ പ്രസ്ഥാനത്തിന്റെ പേരിലും കമ്യൂണിസ്റ്റ് പ്രസ്ഥാനത്തിന്റെ കാര്യത്തിലും ആയോധനകലയുടെയും വോളീബോൾ പോലുള്ള കായിക വിനോദത്തിന്റെയും നാടകത്തിന്റെയും കഥയുടെയും നോവലിന്റെയും കവിതയുടെയും നാടൻ സംസ്കൃതിയുടെയും ഭൂദാനയജ്ഞത്തിന്റെയും സർക്കസിന്റെയും ക്ഷേത്രകവാടശില്പകലയുടെയും സംസ്കൃതഭാഷയുടെയും ജ്യോതിഷത്തിന്റെയും നെൽകൃഷിയുടെയും അങ്ങനെ മനുഷ്യജീവിതവുമായി ബന്ധപ്പെട്ട എല്ലാറ്റിന്റെയും നല്ല വിത്തുകൾ വിതയ്ക്കപ്പെട്ടതും കാലംതന്നെ വളവും വെള്ളവും നല്കി നൂറുമേനി വിളകൊയ്തെടുത്തതുമായ മണ്ണാണ് കടത്തനാടിന്റേത്. ദേശത്തിന്റെ പേരിൽ തന്നെ ഏറെ പ്രസിദ്ധിയാർജ്ജിച്ച കവയിത്രിയാണ് കടത്തനാട്ട് മാധവിയമ്മ.

'കടത്തനാട്' എന്ന പേര് കേൾക്കുമ്പോൾതന്നെ അന്യനാട്ടുകാരന്റെ മനസ്സിൽ ഉയർന്നുവരുന്നത് കളരിയഭ്യാസത്തിന്റെ ചുവടുകളും വായ്ത്താരിയുമാണ്. തച്ചോളി ഒതേനന്റെയും പയ്യംവള്ളി ചന്തുവിന്റെയും കുഞ്ഞാലിമരയ്ക്കാരുടെയും ഉണ്ണിയാർച്ചയുടെയും മെയ്യഭ്യാസത്തികവുമാണ്. ഇന്നും, ഒരുപക്ഷേ, കേരളത്തിന് പുറത്തുപോകുന്നവർ ജന്മനാടിന്റെ പേര് പറഞ്ഞ് പരിചയപ്പെടുമ്പോൾ 'കടത്തനാട്' എന്ന് ഉറക്കെപ്പറയുന്നത് ദേശപ്പെരുമകൊണ്ട് സ്വന്തം വ്യക്തിത്വത്തെയും പാരമ്പര്യത്തെയും ഉറപ്പിച്ചെടുക്കാനും ചെന്നിടത്ത് ചുവടുറപ്പിച്ച് നില്ക്കാനുമാണ്. പാണന്റെ തുടികൊട്ടിപ്പാട്ടിന്റെ ഈണത്തിലും താളത്തിലും വാക്കുകളിലുമൊതുങ്ങിയ കടത്തനാടൻ പെരുമ, മാറ്റാന്റെ മേനി മുറിക്കുന്ന ചുരികത്തലപ്പിന്റെ മൂർച്ചയും, കൈയും മെയ്യും നിറഞ്ഞ വടിവുകളുടെ സൂക്ഷ്മതയും നാട്ടറുതികൾ കടന്ന് പുറംലോകത്തെത്തിയിട്ട് നൂറ്റാണ്ടുകൾ പിന്നിട്ടിരിക്കുന്നു. കടത്തനാട്ടിലെ വീരനായകന്മാരുടെ ചരിത്രം താളിയോലകളിലുള്ളതിനേക്കാൾ പാടിപ്പതിഞ്ഞ പാട്ടുകൾ കേട്ടവരുടെ മനസ്സിന്റെ താളുകളിലാണ്.

കടത്തനാട്ടുകാരന്റെ വായ്മൊഴിക്ക് തന്നെയുണ്ട് വടക്കൻ പാട്ടിന്റെ ഈണവും താളവും, വായുവിൽ പുളയുന്ന ഉറുമിത്തലപ്പിന്റെ മിന്നലാട്ടവും. കോഴിക്കോട്ടുകാരന്റെ ഈണച്ചുരുക്കമോ തൃശൂരുകാരന്റെ ചുരുട്ടിപ്പിടുത്തമോ പയ്യന്നൂർക്കാരന്റെ ഈണദൈർഘ്യമോ ഇല്ലാതെ ചുരികത്തലപ്പിന്റെ മിതദൈർഘ്യവും മൂർച്ചയുമാണതിനുള്ളത്. കോഴിക്കോട്ടുകാരൻ 'കല്യാണം' അല്ലെങ്കിൽ 'വിവാഹം' കഴിക്കുമ്പോൾ മാഹിക്കാരൻ 'മംഗലം' കഴിക്കുന്നത് അവന്റെ ഭാഷയുടെ മംഗളകരമായ അടിസ്ഥാനവും പ്രയോഗചാതുരിയുമാണ്.

മലയാള ഭാഷയുടെ പിതാവെന്നറിയപ്പെടുന്ന തുഞ്ചത്തെഴുത്തച്ഛന്റെ കുറച്ച് വർഷങ്ങൾക്ക് മുമ്പോ-അല്ലെങ്കിൽ സമകാലികനോ ആയിരുന്നിട്ടും എഴുത്തച്ഛന്റെ ഭാഷയേക്കാൾ കുറച്ചുകൂടി ലളിതമായ മലയാളത്തിൽ 'ഇന്ദിര തന്നുടെ പുഞ്ചിരിയായൊരു ചന്ദ്രിക മെയ്യിൽ പരക്കയാലെ' എന്നെഴുതിക്കൊണ്ട് ഭാഷയ്ക്ക് ചന്ദ്രികയുടെ കുളിർമ്മ നല്കിയ ചെറുശ്ശേരി നമ്പൂതിരി ജീവിച്ചിരുന്ന നാടാണ് കടത്തനാട്. (*കൃഷ്ണഗാഥ*യുടെ രചയിതാവ് ചെറുശ്ശേരിയല്ലെന്നും പുനംനമ്പൂതിരിയാണെന്നും ചെറുശ്ശേരി എന്നൊരു ഇല്ലത്തെക്കുറിച്ച് ചരിത്രത്താളുകളിൽ പരാമർശമില്ലെന്നും ഭാഷാ ചരിത്രകാരന്മാർ വിവിധാഭിപ്രായങ്ങൾ പുറപ്പെടുവിച്ച് സ്ഥാപിക്കുകയുണ്ടായി. എന്നാൽ കഴിഞ്ഞ രണ്ടു വർഷങ്ങൾക്ക് മുമ്പ് (2013 ൽ) കോഴിക്കോട് ജില്ലയിലെ മേപ്പയ്യൂരിനടുത്ത് ചെറുശ്ശേരി ക്ഷേത്രത്തിലെ പ്രതിഷ്ഠാ വിഗ്രഹത്തിന്റെ ചുവട്ടിൽനിന്ന് കണ്ടെടുക്കപ്പെട്ട *കൃഷ്ണഗാഥ*യുടെ താളിയോലകൾ തെളിവ് തരുന്നത് *കൃഷ്ണഗാഥ*യുടെ കർത്താവ് ചെറുശ്ശേരി നമ്പൂതിരി തന്നെയാണെന്നും ഗാഥാകർത്താവ് പ്രസ്തുത പ്രദേശത്തുകാരനാണെന്നുമത്രെ.) ആശയവിനിമയത്തിന്റെ ഉപാധിയായ ഭാഷയുടെ വ്യക്തതയെ അടയാളപ്പെടുത്തുകയാണിവിടെ.

ഒരാളുടെ ഭാഷയെന്നത് അയാളുടെ സംസ്കാരമാണ്, സാംസ്കാരിക ചിഹ്നമാണ്. മുത്തമിഴ്-(നല്ല തമിഴ്-തേൻതമിഴ്), പിരിഞ്ഞ് ചെന്തമിഴും കൊടുംതമിഴുമായി തീർന്നപ്പോൾ കൊടുന്തമിഴിന്റെ പുത്രീസ്ഥാനമാണ് മലയാള ഭാഷയ്ക്കുള്ളതെന്ന് എ ആർ രാജരാജവർമ്മ ആറ് നയങ്ങളിലൂടെ സ്ഥാപിച്ചിരിക്കുന്നത് നമുക്കറിയാം. തമിഴ് ഭാഷ അതിന്റെ വാക്കുകളിലൂടെ അർത്ഥങ്ങൾക്ക് വ്യക്തത വരുത്തുന്നുണ്ട്. വിദേശീയന്റെ 'മൈക്രോഫോണി'നെ സംസ്കൃതകാരൻ 'ഉച്ചഭാഷിണി' എന്ന് വിളിച്ചപ്പോൾ (ആ യന്ത്രം സ്വയം ഉച്ചത്തിൽ ഭാഷിക്കുന്നില്ലല്ലോ) തമിഴൻ മൈക്രോഫോണിനെ 'ഒലിപെരുക്കി' എന്ന് വിളിച്ച് അർത്ഥവ്യക്തത വരുത്തി മൃദുവാക്കിയിരിക്കുന്നു. കടത്തനാട്ടുകാരന്റെ, പാട്ടു പ്രസ്ഥാനത്തിൽ കാവ്യം രചിച്ചും ചെറുശ്ശേരിയുടെ നാട്ടുകാരന്റെ, കഥയ്ക്കും കവിതയ്ക്കും നാടകത്തിനും വിനോദത്തിനും എല്ലാമുണ്ട് ഈയൊരു വ്യക്തതയും മൃദുത്വവും ലക്ഷ്യബോധവും. ഈ മൃദുത്വവും താളവും ലക്ഷ്യബോധവും കടത്തനാട്ട് മാധവിയമ്മയുടെ കവിതകളിലും കാണാം.

> ദേശീയ പ്രസ്ഥാനത്തിന്റെയും സ്വാതന്ത്ര്യസമരത്തിന്റെയും കാര്യത്തിൽ കടത്തനാടിനുള്ള പങ്ക് അനിഷേദ്ധ്യമാണ്. 'കടത്തനാട്' ഇ കെ ശങ്കരവർമ്മയും കുഞ്ഞികൃഷ്ണ വർമ്മയും ഉപ്പുസത്യഗ്രഹത്തിന് ജയിലിൽ പോയി. കടത്തനാട്ടിൽ എന്റെ പത്തു കൊല്ലത്തെ പരിശ്രമം ഫലിച്ചു എന്ന് ഞാൻ സമാധാനിച്ചു. കാരണം തമ്പുരാക്കന്മാർ ഇളകിയാൽ കടത്തനാട് ഉണരും. നാടുവാഴി പ്രഭുത്വത്തിന്റെ ചവിട്ടടിയിൽ നീങ്ങുന്ന രാജ്യമാണ് കടത്തനാട്. തെക്കൻ കുറുമ്പ്രനാട്ടിൽ കെ കേളപ്പന്റെ പാക്കനാർ പുരവും തിക്കോടിയിൽ ഇ സി കുഞ്ഞിക്കണ്ണൻ നമ്പ്യാരുടെ ചുവപ്പ് കുപ്പായക്കാരുടെ യുവക് സംഘവും, ശക്തിമന്ദിരവും, വടക്കൻ കുറുമ്പ്രനാട്ടിൽ കേരളസിംഹവും, കടത്തനാട്ടിലെ ജയിലിൽപോയ തമ്പുരാക്കന്മാരും എല്ലാം കൂടി കുറുമ്പ്രനാട്ടിൽ ഒരു വലിയ ദേശീയ ഉണർവ്വുണ്ടായി.

മൊയാരത്തു ശങ്കരന്റെ ആത്മകഥയിൽ അദ്ദേഹം കടത്തനാടിന്റെ ദേശീയബോധത്തെയും സ്വാതന്ത്ര്യസമരാവേശത്തെയും അടയാളപ്പെടുത്തിയതാണ് മേലുദ്ധരിച്ചിരിക്കുന്നത്.

വടകരയിലെ ഇന്നത്തെ നാരായണനഗരിക്കുമുണ്ട് സ്വാതന്ത്ര്യസമരവും അന്നത്തെ കോൺഗ്രസ് പ്രസ്ഥാനവുമായി ഒരു ബന്ധം. കടത്തനാട്ടിലെ പുതിയ കോൺഗ്രസുകാരുടെ ഉത്സാഹത്തിന് കടിഞ്ഞാണിടാനായി ഒരു പരിപാടി വന്നു. അഞ്ചാമത്തെ കേരള സംസ്ഥാനത്തെ മൊയാരത്ത് ശങ്കരനും ശങ്കരവർമ്മയും ചേർന്ന് വടകരയ്ക്ക് ക്ഷണിച്ചു. അന്ന് മൊയാരവും ശങ്കരവർമ്മയും കെ പി സി സി മെമ്പർമാരായിരുന്നു. സമ്മേളനത്തിന്റെ ഭാരവാഹിത്വം മുഴുവനും അവർ പുതിയ കോൺഗ്രസുകാരെ ഏല്പിച്ചു. വക്കീൽ രൈരുക്കുറുപ്പും ഇ കെ കൃഷ്ണവർമ്മയും ആയിരം

രൂപ കരാറിന്മേൽ, അന്ന് വിശാലമായ വയലായിരുന്ന സ്ഥലത്ത്, മൂന്ന് പന്തലുകൾ ഇണച്ചിട്ടലങ്കരിച്ച വിശാലമായ ഒരു പന്തൽ സമ്മേളനത്തിന്നായി ഒരുക്കി. ആ പന്തലിന് നാരായണ നഗരിയെന്ന് പേരിടുകയും ചെയ്തു. വടകരയിൽ നടന്ന ആ സമ്മേളനത്തിന് ചരിത്രപ്രാധാന്യമർഹിക്കുന്ന വേറൊരു സംഗതിയുണ്ട്. ആ സമ്മേളനമാണ് കെ കേളപ്പന്റെ ഗുരുവായൂർ സത്യഗ്രഹ പ്രമേയത്തെ സർവ്വസമ്മതമായി അംഗീകരിച്ചത്.

കടത്തനാട്ടിലും ഇരുവനാട്ടിലുമുള്ള തമ്പുരാക്കന്മാരും നായർ പ്രഭുക്കന്മാരും ലാളിച്ചുപോരുന്ന യാഥാസ്ഥിതികത്വത്തിന്റെ കഴുത്തിൽ കത്തിവെക്കാനും ആ നാട്ടിലെ കുടിയായ്മ, അടിയായ്മ തുടങ്ങിയ പാഴ്ച്ചെടികളെ വേരോടെ പറിച്ചെടുത്ത് ദേശീയ ബോധത്തിന്റെ പനീർച്ചെടി നട്ടുവളർത്താനും ഒരു പത്രത്തിന്റെ തുടക്കം ആവശ്യമുണ്ടെന്ന് ദേശീയ ബോധമുള്ള ചില നേതാക്കൾ തീരുമാനിച്ചു. അതായിരുന്നു, വടക്കേ മലബാറിൽ രണ്ടു കൊല്ലക്കാലം വളരെയേറെ പ്രചാരമുണ്ടായിരുന്ന 'കേരളകേസരി'. 1924 ജനുവരിയിൽ വടകരയിൽവെച്ച് അത് പ്രസിദ്ധം ചെയ്തു.

> കേരളകേസരി അച്ചുകൂടത്തിൽ ഒന്നാമതായി അച്ചടിച്ച പുസ്തകമാണ് എന്റെ മുഖവുരയോടുകൂടിയ, കടത്തനാട്ട് മാധവിയമ്മയുടെ, കടത്തനാടിന് അഭിമാനകരമായ *തച്ചോളി ഒതേനൻ* എന്ന ജീവചരിത്രം. മാധവിയമ്മയുടെ അച്ഛൻ വലിയ പ്രസിദ്ധനല്ലെങ്കിലും നല്ലൊരു വാസനാ കവിയായിരുന്നു. പുല്ലഞ്ചേരി കണ്ണക്കുറുപ്പ്, വടകര കൃഷ്ണൻ വൈദ്യർ, കണ്ണക്കുറുപ്പ്, വക്കീൽ രൈരുക്കുറുപ്പ്, ഏറംവള്ളി വീട്ടുകാർ, എടോടി കൃഷ്ണൻ നായർ, എം ചാപ്പൻ നമ്പ്യാർ എന്നിവരായിരുന്നു വടകരയിൽ എന്റെ എല്ലാ പ്രവർത്തനങ്ങളിലും സഹായിച്ച ബന്ധുക്കൾ (മൊയാരത്തു ശങ്കരൻ, *ആത്മകഥ*-പേജ് 139).

കടത്തനാടിന് വെണ്മണി പ്രസ്ഥാനവുമായിട്ട് പോലും ബന്ധമുണ്ട്. മലയാളത്തിലെ വെണ്മണിപ്രസ്ഥാനത്തെ വികസിപ്പിക്കുവാൻ കൊടുങ്ങല്ലൂർ കോവിലകത്തെ കേന്ദ്രമാക്കിയും അല്ലാതെയും ഒട്ടുവളരെ കവികൾ പ്രവർത്തിച്ചിരുന്നു. അവരിൽ മുഖ്യന്മാരായിരുന്നത് കൊടുങ്ങല്ലൂർ തമ്പുരാക്കന്മാർ ആയിരുന്നു (കുഞ്ഞിക്കുട്ടൻ തമ്പുരാനും, കൊച്ചുണ്ണി തമ്പുരാനും). അവർ ആ ഭാഗങ്ങളിൽ പ്രമുഖരായിരുന്നുവെങ്കിൽ വടക്കൻ ഭാഗത്ത് കടത്തനാട്ട് ഉദയവർമ്മരാജയും കടത്തനാട്ട് കൃഷ്ണവാര്യരുമായിരുന്നു പ്രമുഖർ.

ഐക്യകേരള പ്രക്ഷോഭം, അയിത്തത്തിനും അന്ധവിശ്വാസങ്ങൾക്കുമെതിരായ പ്രവർത്തനം എന്നിവയുടെ മുൻപന്തിയിലും ഉണ്ടായിരുന്നത് വടകരക്കാർ തന്നെ - വടകരയിലെ തൊഴിലാളികൾ. കുടിയൊഴിപ്പിക്കലിനെതിരെ കർഷകർക്കൊപ്പം തോളോട് തോൾ ചേർന്ന് പൊരുതിയ ചരിത്രവും അവർക്കുണ്ട്. മദിരാശി സംസ്ഥാനത്ത് ആദ്യമായി തീവണ്ടി തടയൽ സമരം നടത്തിയതും വടകരയിലാണ് (1946 ൽ).

1946 ൽ നടന്ന ഒരു സംഭവം ചരിത്രത്തിൽ അടിവരയിട്ടു അടയാളപ്പെടുത്തിയ ഒരു കാര്യമാണ്. മദിരാശി മുഖ്യമന്ത്രിയായിരുന്ന ടി പ്രകാശത്തെ വടകര ബസ്സ്റ്റാന്റിന് മുമ്പിൽ തൊഴിലാളികൾ തടഞ്ഞതും അതിന്റെ പേരിലുണ്ടായ ലാത്തിച്ചാർജ്ജുമാണത്.

കേരള ദിനേശ് ബീഡിയെക്കുറിച്ച് കേൾക്കുമ്പോൾ പെട്ടെന്ന് മനസ്സിൽ വരിക പഴയ കണ്ണൂർ ജില്ലയിലെ ബീഡിത്തൊഴിലാളികളുടെ ചരിത്രമാണ്. എന്നാൽ ലോകപ്രശസ്തിയാർജ്ജിച്ച ദിനേശ് ബീഡി കേന്ദ്ര സഹകരണ സംഘത്തിന്റെ ഉത്ഭവത്തിലും വളർച്ചയിലും വടകരയ്ക്കുമുണ്ടൊരു പങ്ക്. അത് നേടിക്കൊടുത്തത് സ. എം കെ കേളുവും (കേളു ഏട്ടൻ) വടകര ബീഡി സിഗാർ വർക്കേഴ്സ് യൂണിയനുമാണ്.

കടത്തനാട്ട് മാധവിയമ്മയുടെ സമകാലികയായിരുന്ന മറ്റൊരു ധീരവനിതയായ കടത്തനാട്ടുകാരിയായിരുന്നു കൗമുദി ടീച്ചർ. പതിനാലാമത്തെ വയസ്സിൽതന്നെ ദേശീയപ്രസ്ഥാനവുമായി ബന്ധപ്പെടുകയും ഗാന്ധിജിയുടെ അനുഗ്രഹാശിസ്സുകൾക്ക് വിധേയയാവുകയും 98-ാം വയസ്സിൽ മരണമടയുന്നതുവരെ ഗാന്ധിമാർഗ്ഗത്തിലൂടെ മാത്രം സഞ്ചരിക്കുകയും ചെയ്ത ധീരവനിതയാണ് കൗമുദി ടീച്ചർ. ആദർശധീരമായ ആ ജീവിതം അങ്ങനെ ചരിത്രത്തിന്റെയും സ്വാത്രന്ത്യത്തിന്റെയും ഭാഗമായിത്തീരുകയും ചെയ്തു.

ജനാധിപത്യത്തിന്റെ പുഷ്പശയ്യയിലും അധികാരത്തിന്റെ വെണ്മാളികയിലും സുഖം തേടി നടക്കാതെ സ്വജീവിതം നാടിന്റെ ഉന്നമനത്തിനും ജനക്ഷേമത്തിനുംവേണ്ടി ഉഴിഞ്ഞുവെച്ച ധീരവനിതയും കലാകാരിയുമായിരുന്നു കൗമുദി ടീച്ചർ. അദ്ധ്യാപികയും ഹിന്ദി പ്രചാരകയും സ്വാതന്ത്ര്യസമര പ്രവർത്തകയുമായി തന്റെ കർമ്മ മണ്ഡലത്തിൽ തിളങ്ങി നിന്നിരുന്ന കൗമുദി ടീച്ചർ ഗാന്ധിയനും സ്വാതന്ത്ര്യസമരസേനാനിയുമായ മാവിലായി പടന്നക്കോട് രാജരാജവർമ്മയുടെയും ചിറക്കൽ രാജവംശത്തിൽപെട്ട ദേവകി കെട്ടിലമ്മയുടെയും മകളായിരുന്നു.

അച്ഛന്റെ ദേശാഭിമാനബോധം ചെറുപ്പം മുതൽ അവരെ പിന്തുടർന്നിരുന്നു. 1934 ൽ കൗമുദിയുടെ പതിനാലാം വയസ്സിൽ ഹരിജനോദ്ധാരണത്തിന്റെ ഭാഗമായി വടകര കോട്ടപ്പറമ്പിലെത്തിയ ഗാന്ധിജിക്ക് തന്റെ സ്വർണ്ണാഭരണങ്ങൾ ഊരി നല്കി. ഇനിയൊരിക്കലും താൻ സ്വർണ്ണാഭരണങ്ങൾ ധരിക്കുകയില്ലെന്ന ധീരമായ പ്രഖ്യാപനവും നടത്തി.

“നിന്റെ ത്യാഗം നിനക്ക് അലങ്കാരമാകുന്നു.” എന്നാണ് ഗാന്ധിജി കൗമുദി ടീച്ചറുടെ ഓട്ടോഗ്രാഫിൽ എഴുതിയത്. കൂടാതെ കൗമുദി ടീച്ചറുടെ ധീരമായ നിലപാടിനെ പുകഴ്ത്തിക്കൊണ്ട് *ഹരിജൻ* മാസികയിൽ ഗാന്ധിജി ലേഖനമെഴുതുകയും ചെയ്തു. കേവലം നൈമിഷികമായ ഒരാവേശം മാത്രമായിരുന്നില്ല കൗമുദിയുടെ പ്രവർത്തനമെന്ന് കാലം പിന്നീട് സാക്ഷ്യംവഹിക്കുകയും ചെയ്തു. വിവാഹസമയത്ത് ആഭരണം ധരിക്കാതിരിക്കുന്നതെങ്ങനെ എന്ന് ഗാന്ധിജി ചോദിച്ചപ്പോൾ സ്വർണ്ണത്തോട് ഇഷ്ടമില്ലാത്ത ഒരാളെ മാത്രമേ താൻ വിവാഹം ചെയ്യൂ എന്നാ

യിരുന്നു കൗമുദിയുടെ മറുപടി. ജീവിതാവസാനംവരെ അങ്ങനെ ഒരാളെ അവർ കണ്ടെത്തിയതുമില്ല.

ജാതിവ്യവസ്ഥ കർശനമായിരുന്ന അക്കാലത്ത് താഴ്ന്ന ജാതിക്കാർക്കൊപ്പമിരുന്ന് ഭക്ഷണം കഴിക്കുന്നത് മേൽജാതിക്കാരെ സംബന്ധിച്ചിടത്തോളം ചിന്തിക്കാനാവാത്ത കാര്യമായിരുന്നു. എന്നാൽ കസ്തൂർബാ ഗാന്ധിയുടെ നേതൃത്വത്തിൽ കൊയിലാണ്ടിയിൽ നടന്ന മിശ്രഭോജനത്തിൽ കൗമുദിടീച്ചർ സജീവമായി പങ്കെടുത്തു. ഇങ്ങനെ ധീരമായ പല ചെയ്തികളാൽ ചരിത്രമായി മാറുകയായിരുന്നു തികഞ്ഞ കലാകാരി കൂടിയായിരുന്ന കൗമുദി ടീച്ചർ.

സാഹിത്യലോകത്തും രാഷ്ട്രീയത്തിലുമായി നിരവധി പ്രതിഭാധനന്മാർക്ക് ജന്മം നല്കിയ ഇടമാണ് കടത്തനാടിന്റെ വിശാലഭൂമിക. ഐ കെ കുമാരൻ മാസ്റ്റർ, മൊയാരത്ത് ശങ്കരൻ, കെ കേളപ്പൻ, എം കെ കേളു, പി ആർ നമ്പ്യാർ, എം കുമാരൻ മാസ്റ്റർ, പി ആർ കുറുപ്പ് തുടങ്ങിയ രാഷ്ട്രീയ നേതാക്കൾ വി ടി കുമാരൻ മാസ്റ്റർ, പള്ളിക്കര വി പി മുഹമ്മദ്, ആവള ടി കുഞ്ഞിരാമക്കുറുപ്പ്, എം സി അപ്പുണ്ണി നമ്പ്യാർ, തിക്കോടിയൻ തുടങ്ങിയ എഴുത്തുകാർ പി ടി ഉഷയെപ്പോലുള്ള കായികതാരങ്ങൾ, ഇരിങ്ങൽ കൃഷ്ണൻ പണിക്കരെപ്പോലുള്ള ജ്യോതിഷപണ്ഡിതർ, തച്ചോളി ഒതേനനെപ്പോലുള്ള മികവുറ്റ കളരിയഭ്യാസികൾ എന്നിവർക്കെല്ലാം ജന്മം നല്കിയ ധന്യമായ ദേശം. ഗാന്ധിജി, ശ്രീനാരായണ ഗുരു, മഹാകവി കുമാരനാശാൻ എന്നിവരുടെ പാദസ്പർശത്താൽ പവിത്രമായ ഭൂമി. ഈ ധന്യതയുടെ, സമൃദ്ധമായ കലാ സാംസ്കാരിക പാരമ്പര്യത്തിന്റെ നിറവാർന്ന മണ്ണിൽ കവിത വിളയിച്ച കവയിത്രിയാണ് കടത്തനാട്ട് മാധവിയമ്മ.

കടത്തനാടിന് മറ്റൊരു ചരിത്രമുണ്ട്. ഡോ. കെ എൻ പണിക്കരുടെ *മലബാർ കലാപം* എന്ന ചരിത്രഗ്രന്ഥത്തിന്റെ ഏടുകൾ മറിക്കുമ്പോൾ ഇങ്ങനെയൊരു കടത്തനാടിനെ കാണാം.

> ഉപജീവനമാർഗ്ഗമന്വേഷിച്ച് വയനാട്, തലശ്ശേരി തുടങ്ങിയ സ്ഥലങ്ങളിലേക്ക് അനേകം പേർ കുടിയേറി. പരമദാരിദ്ര്യത്തിൽപെട്ട ഇവരിൽ പലരും വഴിമദ്ധ്യേതന്നെ മരണപ്പെട്ടു. മറ്റുകുറേപ്പേർ പ്രാഥമിക ആവശ്യങ്ങൾക്കുപോലും ഗതിമുട്ടി ഗ്രാമങ്ങളിലും വീടുകളിലും നിരത്തുകളിലും മരിച്ചുകിടക്കുന്നതായി കാണപ്പെട്ടു. ഭിക്ഷ യാചിക്കാൻ നിർബ്ബന്ധിതരായ സ്ത്രീകളോട് തങ്ങളുടെ ദുരിതാവസ്ഥയിൽ കുഞ്ഞുങ്ങളെ എടുത്തുകൊണ്ടുപോകാൻ കഴിയാത്തതുകൊണ്ട് അവരെ കൊല്ലുകയോ വഴിമദ്ധ്യേ ഉപേക്ഷിക്കുകയോ തുച്ഛമായ വിലയ്ക്ക് വില്ക്കുകയോ ചെയ്തു. മരണത്തോടടുത്ത കുഞ്ഞുങ്ങളെ സഹായിക്കാനുള്ള കഴിവില്ലായ്മയുടെ പാപഭാരവും കരമൊടുക്കാൻ കഴിവില്ലാത്തതിലുള്ള അഭിമാനക്ഷതവും പല മാന്യന്മാരേയും ആത്മഹത്യ ചെയ്യാൻ പ്രേരിപ്പിച്ചു. മുൻ രാജാക്ക

ന്മാരുടെയോ. ഹൈദർ, ടിപ്പു തുടങ്ങിയ മൈസൂർ സുൽത്താന്മാരുടെയോ കാലത്ത് ഞങ്ങൾക്കോ ഞങ്ങളുടെ പൂർവ്വികർക്കോ ഇത്രയും ദുരിതപൂർണ്ണമായ ഒരു അവസ്ഥയിൽ എത്താനിടയായിട്ടില്ല. ഞങ്ങൾക്കിനി സഹിക്കാനാവില്ല.

തങ്ങളുടെ ദുരിതാവസ്ഥ വിവരിച്ചുകൊണ്ട് കടത്തനാട് നിവാസികൾ അധികാരികൾക്ക് സമർപ്പിച്ച സങ്കടഹർജിയുടെ ചില ഭാഗങ്ങളാണിവ. ദുരിതത്തിന്റെ തീക്ഷ്ണത വർദ്ധിപ്പിക്കുന്നതിനായി അവർ അല്പം അതിശയോക്തി കലർത്തിയിരിക്കാം. എങ്കിലും ഈ വിവരണം പത്തൊൻപതാം ശതകത്തിന്റെ ആദ്യപകുതിയിൽ മലബാറി-കടത്തനാട്ടിലെ ഗ്രാമീണജനവിഭാഗത്തിന്റെ അവസ്ഥ നിഴലിക്കുന്നുണ്ട്. ജനജീവിതവും ബ്രിട്ടീഷ് കോളനിഭരണത്തിന്റെ ക്രൂരതകളുമായി ബന്ധപ്പെട്ട് കിടക്കുന്നതാണിത്.

ഇങ്ങനെ ഒരുവശത്ത് നല്ലതും മറുതലയ്ക്ക് അസ്സഹനീയവും ദുരിതപൂർണ്ണവുമായ ജീവിതാനുഭവങ്ങൾ ഉണ്ടായിരുന്ന ഒരു ദേശത്ത് പിറവിയെടുത്ത കവിയാണ് കടത്തനാട്ട് മാധവിയമ്മ. കേരളത്തിന്റെ, മലബാറിന്റെ, കടത്തനാടിന്റെ പൂർവ്വകാല ചരിത്രവും പൂർവ്വകാല പ്രതാപങ്ങൾ വേരറ്റം നശിച്ച നായർ തറവാടുകളുടെ കഥകളും ബ്രിട്ടീഷ് കോളനിഭരണത്തിന്റെ ക്രൂരതകളും സ്ത്രീജനങ്ങളുടെ അസ്വതന്ത്രജീവിതവും കീഴാളരുടെ ദരിദ്ര ജീവിതവും കണ്ടും കേട്ടും അറിഞ്ഞ കവയിത്രിയാണ് മാധവിയമ്മ. ദേശീയ പ്രസ്ഥാനത്തിന്റെയും ഇന്ത്യൻ സ്വാതന്ത്ര്യ സമരത്തിന്റെയും പുരോഗമന പ്രസ്ഥാനത്തിന്റെയും നാൾവഴികൾ മനസ്സിൽ കുടിയേറിയിട്ടുമുണ്ട്. ഇവിടെയാണ് മാധവിയമ്മയിലെ കവയിത്രിക്ക് ഉണർവ്വും ഉന്മേഷവുമുണ്ടാകുന്നത്.

നെറുകയിൽ കൈവെച്ച്

മാധവിയമ്മ എന്ന സ്വന്തം പേരിലും 'മാലതി' എന്ന തൂലികാ നാമത്തിലും കഥകളും കവിതകളുമെഴുതിയ കടത്തനാട്ട് മാധവിയമ്മയെക്കുറിച്ച് സാഹിത്യ ചരിത്രകാരന്മാർ അധികമൊന്നും പരാമർശിച്ചിട്ടില്ല. ശ്രീ. ടി എം ചുമ്മാറിന്റെ *പദ്യസാഹിത്യചരിത്ര*ത്തിലും ശ്രീ. എം അച്ചുതന്റെ *സ്വാതന്ത്ര്യ സമരവും മലയാള സാഹിത്യവും'* എന്ന പുസ്തകത്തിലും ഒറ്റപ്പേജിന്റെ പകുതിയിലടങ്ങുന്ന പരാമർശങ്ങൾ മാത്രമേ ഉള്ളുവെങ്കിലും ഭാഷയുള്ളിടത്തോളം കാലം മലയാളികൾ സാഹിത്യത്തിന്റെ ചരിത്രപശ്ചാത്തലമന്വേഷിച്ച് ചെല്ലുന്ന, ഉള്ളൂരിന്റെ സാഹിത്യചരിത്രത്തിൽ മാധവിയമ്മയെ സ്മരിക്കുന്നുണ്ട്. മാത്രമല്ല മാധവിയമ്മയുടെ *തച്ചോളി ഒതേനൻ* എന്ന ചരിത്രാഖ്യായികയ്ക്ക് അവതാരിക എഴുതിയിരിക്കുന്നതും ഉള്ളൂർ എസ് പരമേശ്വരയ്യർ തന്നെയാണ്. വാക്കുകൾകൊണ്ട് മാധവിയമ്മയുടെ നെറുകയിൽ തൊട്ടുകൊണ്ട് ഉള്ളൂർ പറഞ്ഞ വാക്കുകൾ ഇങ്ങനെയാണ്.

> പ്രായത്തെ കവിഞ്ഞുള്ള വാസനകൊണ്ടും വാസനയ്ക്കനുരൂപമായ വ്യവസായം കൊണ്ടും കേരള സാഹിതീലോകത്തിൽ ഇതിനുമുമ്പ് തന്നെ പ്രതിഷ്ഠ പ്രാപിച്ചിട്ടുള്ള ഒരു കവയിത്രിയാണ് ശ്രീ. കെ മാധവിയമ്മ. മാധവിയമ്മയുടെ തികഞ്ഞ ദേശാഭിമാനത്തിന്റെയും തെളിഞ്ഞ ഭാഷാഭിമാനത്തിന്റെയും സന്താനമത്രേ ഞാനിപ്പോൾ സഹൃദയസമക്ഷം അവതരിപ്പിക്കുന്ന *തച്ചോളി ഒതേനൻ* എന്ന ഈ ചരിത്ര പുസ്തകം.
>
> തച്ചോളി മേപ്പയിൽ കുഞ്ഞ്യോതേനനെപ്പറ്റി കേൾക്കാത്ത മലയാളികൾ ആരെങ്കിലുമുണ്ടോ? ആ വീരപുരുഷന്റെ വിവിധാപദാനങ്ങളെ പ്രകൃതി കോമളമായ ഭാഷയിൽ പ്രപഞ്ചനം ചെയ്യുന്ന വട

ക്കൻ പാട്ടുകളാൽ പുളകിതഗാത്രരായിത്തീരാത്ത കേരളീയർ എവിടെയെങ്കിലുമുണ്ടോ?

അവശ്യ വിജ്ഞേയമായ ഒതേനന്റെ ജീവചരിത്രം ലളിതമധുരമായ രീതിയിൽ എഴുതി പ്രസിദ്ധപ്പെടുത്തുന്ന മാധവിയമ്മ സകല കേരളീയരുടെയും സമഗ്രമായ കൃതജ്ഞതയെ സർവ്വ പ്രകാരത്തിലും അർഹിക്കുന്നു എന്നുള്ളതിന് സന്ദേഹമില്ല.

ശ്രീമതി മാധവിയമ്മ ദാരുണമായ അത്യാഹിതത്തിൽ പെട്ടുഴലുന്ന സന്ദർഭത്തിൽ ആ സാധ്വിക്ക് സാഹിത്യമല്ലാതെ മറ്റൊന്നും സാന്ത്വനത്തിന് ശക്തമാകുന്നില്ല. അനന്യശരണയായ എന്റെ സഹോദരിക്ക് പരമകാരുണികയായ ഭാഷാഭഗവതിതന്നെ സർവ്വാനുഗ്രഹങ്ങളെയും പ്രദാനം ചെയ്യുമാറാകട്ടെ! ഗ്രന്ഥകർത്രിക്കും ഗ്രന്ഥത്തിനും സകലസിദ്ധികളെയും ആശംസിച്ചുകൊള്ളുന്നു.

മഹാകവിയായും സാഹിത്യചരിത്രകാരനായും മലയാളത്തിലും മലയാളത്തിന് പുറത്തും അക്കാലത്തുതന്നെ പ്രസിദ്ധനായിരിക്കുകയും സാഹിത്യലോകത്തിലെ കനകസിംഹാസനത്തിൽ ഇരിക്കുകയും ചെയ്ത മഹാകവി ഉള്ളൂരിന്റെ അനുഗ്രഹാശിസ്സുകൾ ലഭിക്കുക എന്നത് ഒരെഴുത്തുകാരിയെ സംബന്ധിച്ച് അക്കാലത്ത് വലിയൊരു ബഹുമതി തന്നെയായിരുന്നു. മാധവിയമ്മയ്ക്ക് ഉള്ളൂരിന്റെ ആശംസകൾ സർവ്വാനുഗ്രഹം തന്നെയായിരുന്നു.

മാധവിയമ്മയുടെ *മുത്തച്ഛന്റെ കണ്ണീർ* എന്ന കവിതാസമാഹാരത്തിന് പ്രൗഢഗംഭീരമായ അവതാരികയെഴുതിയിരിക്കുന്നത് ശ്രീ. സുകുമാർ അഴീക്കോടാണ്. ഒരുപക്ഷേ, കടത്തനാട്ട് മാധവിയമ്മയുടെ കാവ്യഗുണം അതിന്റ ആഴത്തിൽ തിരിച്ചറിഞ്ഞത് അഴീക്കോടായിരിക്കണം. മാധവിയമ്മയുടെ ആദ്യ പുസ്തകമായ *കാവ്യോപഹാര*ത്തിൽ കവയിത്രി നടത്തിയ പ്രസ്താവനയിൽ തൊട്ടുകൊണ്ടാണ് സുകുമാർ അഴിക്കോട് *മുത്തച്ഛന്റെ കണ്ണീരി*ന് അവതാരിക എഴുതിത്തുടങ്ങിയിരിക്കുന്നത്.

ഈ കുറിപ്പ് എഴുതപ്പെട്ടത് 1936 ലാണ്. ഇന്നേക്ക് നാല്പതിൽപരം കൊല്ലങ്ങളായി. മാധവിയമ്മയ്ക്ക് അന്ന് വയസ്സ് മുപ്പതിൽ താഴെയാണെങ്കിൽ ഇന്ന് എഴുപതായിട്ടുണ്ട്. പക്ഷേ, മാധവിയമ്മയ്ക്കേ പ്രായമുള്ളൂ കവിതയ്ക്ക് പ്രായമില്ല, കവിഹൃദയത്തിനുമില്ല. *മുത്തച്ഛന്റെ കണ്ണീർ* എന്ന്, അവരുടെ പുതിയ കവിതാസമാഹാരത്തിന്റെ പിറകിൽ സ്പന്ദിക്കുന്ന ഒരു കവിഹൃദയം പ്രതിഭയുടെ നിത്യതാരുണ്യത്താൽ അനുഗ്രഹീതമാണ്. കവിതയുടെ ശ്രീമത്തായ വേദിയിൽ ദിവസേന മൂന്നുനേരവും കാണിക്കയർപ്പിക്കുന്ന സ്വഭാവം അവർക്കില്ല. കവിതയുടെ സ്മൃതി ധ്യാനങ്ങളിലൂടെ തപസ്സനുഷ്ടിച്ച് കാലം ഏറെ ചെല്ലുമ്പോൾ എന്നെങ്കിലുമായിരിക്കും അവരിൽനിന്ന് പുതിയൊരു അർച്ചനാപ്രാഭൃതം ലഭിക്കുന്നത്. 1936 ൽ

പ്രത്യക്ഷപ്പെട്ട *കാവ്യോപഹാരത്തിന്* ഒരു അനുജത്തിയുണ്ടാകുന്നത് ഇരുപതുവർഷം കഴിഞ്ഞാണ് *ഗ്രാമശ്രീകൾ* എന്നിട്ട് ഒരു ദശാബ്ദം വേണ്ടിവന്നു അടുത്ത കവനഗ്രന്ഥം പുറത്തിറങ്ങുന്നതിന്.

ശാലീനയും മന്ദാക്ഷമധുരയുമായ ഗ്രാമീണബാലികയെപ്പോലെ മാധവിയമ്മയുടെ കവിത മലയാളസാഹിത്യത്തിൽ പതുക്കെ കടന്നുവന്ന കാലം അതേപടി ഇന്നും ഞാനോർത്തുപോകുന്നു. കുഞ്ഞിരാമൻ നായരും ബാലാമണിയമ്മയുമെല്ലാം നവപ്രഭാത ഗാഥകൾ പാടിത്തുടങ്ങിയ കാലം. ആശാന്റെയും വള്ളത്തോളിന്റെയും കവനസന്ദേശങ്ങൾ യുവകവികളെ ഉൽബുദ്ധരാക്കിയ ആ കാലത്തെ കവിതകൾ അർത്ഥത്തിന്റെയെന്നപോലെ ശബ്ദത്തിന്റെയും സുഭഗതയാൽ ഹൃദയാകർഷകമായിരുന്നു.

ഇങ്ങനെ മാധവിയമ്മയുടെ കവിതകളിലെ ശബ്ദാർത്ഥ ഭാവതലങ്ങളെയും കവിതയുടെ സംസ്കാരത്തെയും വിലയിരുത്തുന്ന ഒരു അവതാരികയാണ് അഴീക്കോട് എഴുതിയിരിക്കുന്നത്.

മലയാളഭാഷയുടെ തനിമയും പിറന്നുവീണ മണ്ണിന്റെ പുഷ്കലഭാവവും പിച്ചവെച്ച് നടക്കുന്ന കുലീനകുഗ്രാമത്തിന്റെ നിഷ്കളങ്ക സൗന്ദര്യവും മതിവരുവോളം കോരിക്കുടിക്കുവാൻ ദാഹാർത്തയായി, പ്രാർത്ഥനാ നിരതയായി നിന്ന ഒരു കവിഹൃദയത്തിന് ഉടമയാണ് ശ്രീമതി കടത്തനാട്ട് മാധവിയമ്മ. വാർദ്ധക്യത്തിന്റെ പരിധിവേലിക്കപ്പുറം കവിതയുടെ ശോണബീജങ്ങൾ വിതറി മുളപ്പിച്ചെടുക്കുകയും ഗ്രാമ്യഭാഷയുടെ പാടവരമ്പിലൂടെ ഓലക്കുടയും ചൂടി നടന്ന് മലയാളത്തിന്റെ ഗ്രാമഹൃദയത്തിൽ വിരിയുന്ന തുമ്പയും കണ്ണാന്തളിയും കാക്കപ്പൂവും ഇറുത്തെടുത്ത് കാവ്യദേവതയ്ക്ക് നവഹാരം കൊരുത്തെടുക്കുകയായിരുന്നു മാധവിയമ്മ.

കവയിത്രിക്ക് ഭാരതത്തിന്റെ അതിർവരമ്പുകൾക്കപ്പുറത്തുള്ള ആരെയുമറിയില്ല. അവിടെ കവികളും കാഥികരും നാടകക്കാരും ഏറെയുണ്ടെങ്കിലും അവരുമായോ അവരുടെ കൃതികളുമായോ ഈ കടത്തനാട്ടുകാരിക്ക് യാതൊരു പരിചയവുമില്ല. എന്നാലും മരതകപ്പട്ടുടുത്ത കന്നിവയൽ വരമ്പിലെ വരിപ്പച്ചയും കിളിയോലകൾ വാർന്ന തെങ്ങിൻതൈകളും തോട്ടിറമ്പിലെ കറുകപ്പുല്ലും കണ്ണെഴുതിനില്ക്കുന്ന കാക്കപ്പൂവും ചിങ്ങപ്പുലരികളിൽ കുന്നിൻചെരിവുകളെ ചെമ്പട്ട് പുതപ്പിക്കുന്ന അരിപ്പൂവും ഇളവെയിലിൽ മാനം നോക്കി ജലവിതാനത്തിൽ നീന്തുന്ന നെറ്റ്യാപ്പൊട്ടനും സാന്ധ്യസംക്രമണത്തിൽ ഗസൽ തീർക്കുന്ന തവളക്കൂട്ടങ്ങളും കവിതകളിൽ നിറച്ചുവെച്ച് ദേശപരിധിക്കപ്പുറത്തെ കാവ്യലോകത്തിനെ മാധവിയമ്മ വെല്ലുവിളിച്ചു. ഇത് സാർവ്വലൗകികത്തിന്റെ ഭാഗമാണ്. സ്വന്തം ഗ്രാമസൗഭഗത്തെക്കുറിച്ച് കവിതകളെഴുതി ലോകത്തിലെ ഏതു ഗ്രാമത്തിന്റെയും കവിയായിത്തീരുകയാണ് മാധവിയമ്മ.

പ്രകൃതിയെ മനസ്സിലാവാഹിച്ച കവിയാണ് വില്യം വേഡ്സ് വർത്ത് 'ടിന്റൻ അബേ'യും 'ഡാഫോഡെൽ' പുഷ്പങ്ങളും എടുത്ത് അപ്പാടെ മനസ്സിൽ നിറച്ച മഹാകവി! വിശ്വപ്രകൃതിയിൽ വിലയം പ്രാപിച്ച മന സ്സുമായി ലോകത്തിന്റെ നടുവിലൂടെ നടന്നുപോയ കവീശ്വരൻ! അങ്ങ നെയാണദ്ദേഹത്തെ എല്ലാവരും പ്രകൃതിയുടെ ഉപാസകൻ-പാൻതിസ്റ്റ് (Panthist) എന്ന് വിളിച്ചത്. ഏതോ അനഘവിസ്മൃതിയിലെന്നപോലെ സൂര്യോദയവും സൂര്യാസ്തമയവും നോക്കി നിളാ നദിയിൽ അരയോളം വെള്ളത്തിൽ നിന്ന് പ്രകൃതിദേവതയെ ആരാധിച്ച, മലയാളത്തിന്റെ കവി യാണ് പി കുഞ്ഞിരാമൻ നായർ. കാവ്യദേവതയെ പിന്തുടർന്ന് നടന്നു പോയ കവിയുടെ യാത്രയ്ക്കൊപ്പം അനുവാചകനും നടന്നുപോകുന്നു. പ്രകൃതിയിലെ വർണ്ണജാലം അനുവാചകനും കാണുന്നു. ആശാന്റെ കവിതപോലെതന്നെ അതിൽ പ്രത്യക്ഷപ്പെടുന്ന പ്രകൃതിയും ഗംഭീര മാണ്. കഥാപാത്രങ്ങളുടെ മാനസിക ഭാവത്തിന് ഇണങ്ങുന്ന പ്രകൃതിയെ മാത്രമേ ആശാൻ അവതരിപ്പിക്കുന്നുള്ളൂ. പരിത്യക്തയായ സീതാദേവി തന്റെ കഴിഞ്ഞകാല ജീവിതത്തിലേക്ക് മനസ്സുകൊണ്ടൊരു തീർത്ഥ യാത്ര നടത്താനായി ചെന്നിരിക്കുന്നത് ഉടജാന്തവാടിയുടെ അന്ത്യത്തി ലാണ്. രവി പോയിമറഞ്ഞതും സ്വയംഭുവനം ചന്ദ്രികയാൽ നിറഞ്ഞതും ഒന്നുമറിയാതെ, ഇരുൾപുതച്ച്, നിശ്ചേഷ്ടമായി സീത ഇരിക്കുകയാണ്. പ്രകൃതിയുടെ മടിയിൽ-ഏകയായി! കവിതയിലെ 'അന്തി' എന്ന ഒറ്റ വാ ക്കുകൊണ്ട് പകലിന്റെ മരണവും രാത്രിയുടെ ജനനവും-ജനന ത്തിന്റെയും മരണത്തിന്റെയും ഉൽക്കട വേദനയനുഭവിക്കുന്ന അന്തി യായും. സീതയുടെ ജീവിതത്തിന്റെതന്നെ അന്ത്യമായും ആശാൻ കാണി ക്കുകയാണ്.

വള്ളത്തോൾ പ്രകൃതിയുടെ മനോഹാരിതയെ അതേപടി സ്വീക രിച്ച് അനുവാചക ഹൃദയത്തിൽ ആഴത്തിൽ സന്നിവേശിപ്പിക്കുന്നു. ചങ്ങ മ്പുഴയുടെ പ്രകൃതി പൊതുവെ ഇന്ദ്രിയസുഖദായകമാണ്. മനസ്സുകൊണ്ട് വള്ളത്തോളിനെപ്പോലെ പ്രകൃതിയുടെ സൗന്ദര്യത്തിലാണ് ആകൃഷ്ട യാകുന്നത്. ആശാനെപ്പോലെ പ്രകൃതിയിൽ തന്റെ മനസ്സിനെ പ്രതിഫ ലിപ്പിക്കുന്നില്ല. കുഞ്ഞിരാമൻ നായരെപ്പോലെ പ്രകൃതിനിഷ്ഠമായ അന്വേ ഷണത്വര മാധവിയമ്മ പ്രകടിപ്പിക്കുന്നില്ല. ചങ്ങമ്പുഴയെപ്പോലെ വികാര തീവ്രതയിൽ മുങ്ങാനും അവർ തയ്യാറാകുന്നില്ല. കടത്തനാട്ട് മാധവിയ മ്മയുടെ പ്രകൃതി ഗ്രാമീണ കേരളമാണ്. അത് ഭാരതത്തിന്റെയും വിശ്വാ സത്തിന്റെയും പ്രകൃതിയല്ല. അത് മലനാടിന്റെ പ്രകൃതിയാണ്. ഗ്രാമീ ണമായ ആചാരങ്ങളും ഉത്സവങ്ങളും സസ്യപ്രകൃതിയും ചേർന്നതാണ്. ലാളിത്യത്തിന്റെയും സരളതയുടെയും നിറവുകാട്ടുന്ന ഈ പ്രകൃതി കട ത്തനാട്ടിന്റേതാണ്.

"ഗ്രാമീണ കേരളത്തിന്റെ ഗായിക" എന്നാണ് ജി കുമാരപിള്ള മാധ വിയമ്മയെ വിശേഷിപ്പിച്ചത്. 'കേരളത്തിന്റെ ഗ്രാമീണ സൗഭഗത്തെ ഹൃദ യത്തിൽ സൂക്ഷിച്ച കവയിത്രി. ഗ്രാമജീവിതത്തിന്റെ തുടിപ്പുകൾക്ക് കാവ്യ

രൂപം നല്കുന്നതിൽ അന്യാദൃശവൈഭവമുള്ള കവിയാണ് മാധവിയമ്മ' എന്നത്രെ എം എസ് മേനോന്റെ അഭിപ്രായം. അടുക്കള ജോലിക്കിടയിലും മനസ്സിൽ കവിത പിറന്നാൽ കുറിച്ച് വെക്കാൻ ഒരു തുണ്ട് കടലാസും ഒരു പെൻസിലും അടുത്തുള്ള ജനൽപ്പടിയിൽ കരുതിവെക്കുന്ന പതിവുണ്ടായിരുന്നു മാധവിയമ്മയ്ക്ക്.

ഇങ്ങനെയൊരു ശീലമുണ്ടായിരുന്ന, മലയാളത്തിന്റെ മറ്റൊരു മഹാകവിയാണ് വൈലോപ്പിള്ളി ശ്രീധരമേനോൻ. ക്ഷേത്രമുറ്റത്ത് മദമിളകുന്ന ഒറ്റയാന്റെ മദദ്രവമാണ് കവിതയെന്നും ചില സന്ദർഭങ്ങളിൽ തീത്തലപ്പുകൊണ്ടാണ് ചരിത്രമെഴുതുന്നതെന്നും ഹിരണ്യതേജസ്സായ ഈ അഗ്നി ചരിത്രത്തെ രതിയുമായി ബന്ധിപ്പിക്കുകയും ചില ഘട്ടങ്ങളിൽ ചരിത്രം എഴുതുന്നതുതന്നെ രതിയുടെ ദ്രവം കൊണ്ടാണെന്നു വരികയും ചെയ്യുന്നു. സംസ്കാരത്തിന്റെ ചില ഘട്ടങ്ങളിൽ അതിനെ വിവരിക്കാനുള്ള ഏറ്റവും ഉചിതമായ കാവ്യഭാഷ രതിയുടെ പ്രതീകാത്മകമായ ഭാഷയായിത്തീർന്നു എന്നുവരാം. അങ്ങനെയാണ് *രമണൻ* എന്ന രതികാവ്യംകൊണ്ട് ചങ്ങമ്പുഴ ചരിത്രത്തിന്റെ വൈരുദ്ധ്യം എഴുതാൻ ശ്രമിച്ചത്. ഈ ലോകത്തെ പുതുക്കിപ്പണിയാൻ രതിക്കേ കഴിയൂ എന്ന അർത്ഥത്തിലാണത്. കവിതയെ രതിയോടും ചരിത്രത്തോടും ബന്ധപ്പെടുത്തിക്കണ്ട വൈലോപ്പിള്ളി കവിതയിൽ കാല്പനികതയോട് ചേർന്നുനിന്നെങ്കിലും സ്വന്തം ജീവിതത്തിൽ കാല്പനികതയോട് വിടപറഞ്ഞ് കൂട്ടില്ലാതെ ജീവിച്ച കവിയാണ്. കവിതയെ സ്വന്തം ഭാര്യയായും താലികെട്ടിയ സ്ത്രീയെ സപത്നിയായും കണ്ട വൈലോപ്പിള്ളിയുടെ അഭിപ്രായം കാവ്യദേവത ഒരിക്കലും സപത്നിയെ പൊറുപ്പിക്കില്ല എന്നാണ്.

മാനസസരസ്സിലെ കളഹംസങ്ങളേക്കാൾ അടുക്കളത്തിണ്ണയിൽ കുറുകുന്ന കാക്കയെ പ്രണയിച്ച കവിയാണ് വൈലോപ്പിള്ളി. സ്വന്തമായി ഭക്ഷണം പാകം ചെയ്ത് ശീലിച്ച വൈലോപ്പിള്ളി പറഞ്ഞത് "അമ്മിയിൽ നാല് കായമുളകരച്ച് തീരുമ്പോൾ മനസ്സിൽ നാലുവരി കവിതയരഞ്ഞ് ചേരുന്നു," എന്നാണ്. കടത്തനാട്ട് മാധവിയമ്മയും ഒരു പക്ഷേ, ചെയ്തുതീർത്തത് ഇതുതന്നെയാകാം. അടുക്കളപ്പണിക്കിടയിലും മനസ്സിൽ കവിതയരച്ച് ചേർത്തുകൊണ്ടിരിക്കുകയായിരുന്നു അവർ.

കവയിത്രി പറയുന്നത് പ്രകൃതിയുടെ മാതൃഭാവത്തെക്കുറിച്ചാണ്. ഈയൊരു ഭാവന പുരാണപ്രസിദ്ധമാണ്. ലോകത്തിന്റെ മാതാവും പിതാവുമായി കാണുന്നത് പാർവ്വതീപരമേശ്വരന്മാരെയാണ്. കാളിദാസന്റെ രഘുവംശത്തിലെ ആദിശ്ലോകം പറയുന്നത് തന്നെ അതാണ്.

'ജഗതഃപിതരോ വന്ദേ
പാർവ്വതീപരമേശ്വരോ' - എന്നാണ്.

വാക്കും അർത്ഥവും തമ്മിലെന്താണോ ബന്ധം അതാണ് മനുഷ്യരും പ്രകൃതിയും തമ്മിലുള്ള ബന്ധം. പാർവ്വതി ജഗത്തിന്റെ അമ്മയാണെന്നും കഷ്ടപ്പെടുന്ന കീഴാളർക്കായി (പുലയർക്കായി)-പുലം=ചെളി, പുലയാടികൾ-പുലത്തിലാടുന്നവർ-കർഷകർ) പുലയൻ എന്നാൽ കർഷ

കൻ എന്ന അർത്ഥത്തിൽ) പാർവ്വതീ ദേവി നല്കിയ ഒരിറ്റ് മുലപ്പാലാണ് നെന്മണികളായിത്തീർന്നതെന്നുമുള്ള വിശ്വാസപ്രകാരം - പ്രകൃതിക്കുള്ളത് മാതൃഭാവം തന്നെയാണ്. പ്രകൃതിക്ക് മാതൃഭാവമാണുള്ളതെന്നും ഒരു കൈകൊണ്ട് മർദ്ദിക്കുകയും മറുകൈകൊണ്ട് തലോടുകയും ചെയ്യുന്ന അമ്മയാണ് പ്രകൃതിയെന്നും ഭാരതീയരും വിദേശീയരുമായ കവികൾ ഒരേപോലെ പറഞ്ഞിട്ടുണ്ട്.

പറമ്പായ പറമ്പിലൊക്കെ പൂക്കൾക്കായി തെരഞ്ഞുനടക്കുന്ന കുഞ്ഞുങ്ങളെ അനുഭൂതിസാന്ദ്രമായി അവതരിപ്പിച്ചുകൊണ്ടാണ് പ്രകൃതിയുടെ മാതൃഭാവത്തെ മാധവിയമ്മ വ്യക്തമാക്കുന്നത്.

"ഏതേതോ തുമ്പിന്മേൽ
ആരുമോരാതെ വിരിഞ്ഞു
സുന്ദരസങ്കല്പസീമ മുകരുന്നു
നിങ്ങൾതൻ മോഹനരൂപം"

പൂക്കളെത്തേടിയലയുന്ന കുഞ്ഞുങ്ങൾ നിഷ്കളങ്കരാണ്. കാരണം അവരുടെ മനസ്സും നിഷ്കളങ്കമാണ്. അവർ അന്വേഷിച്ചു നടക്കുകയും ഇറുത്തെടുക്കുകയും ചെയ്യുന്ന പൂക്കളുടെ ആകൃതിയോ പ്രകൃതിയോ ഗന്ധവൈപരീത്യമോ നിറഭേദങ്ങളോ ഒന്നും അവർക്കറിയില്ല. മനുഷ്യർക്കിടയിലെ ജാതിഭേദമോ മതഭേദമോ ഒന്നുമറിയാത്ത നിഷ്കളങ്ക ഹൃദയത്തിനുടമകളാണവർ. ചിലപ്പോൾ പ്രകൃതി സൗന്ദര്യത്തിൽ വിലയംപ്രാപിക്കുന്ന കവി ഹൃദയത്തെയും നമുക്ക് കാണാൻ കഴിയും.

"ചഞ്ചുപുടങ്ങളിൽ, പൂടകളിൽ
പഞ്ചവർണ്ണാഞ്ചിതപ്പൂഞ്ചിറകിൻ
മാദക വാസന്ത വാസനകൾ
മാറിയും മാറിയു, മുമ്മവയ്ക്കേ
ഞാനാം കുരുവി തുടിച്ചുനിന്നു
മാനത്തെ നക്ഷത്രപ്പൊട്ടുപോലെ" - (ഇണക്കിളി)

"നല്ല പുഷ്പങ്ങൾ കണ്ടാൽ, നല്ല സൗരഭ്യം ശ്വസിച്ചാൽ ആത്മവിസ്മൃതി പൂണ്ട് അവിടെത്തന്നെ നിന്നുപോവുക എന്റെ ഒരു സ്വഭാവമാണ്" എന്ന് മാധവിയമ്മ ഒരിടത്ത് രേഖപ്പെടുത്തിയിട്ടുണ്ട്. ജീവിതത്തിലെ ഏതു പരിഭ്രമങ്ങൾക്കിടയിലും ബാഹ്യലോകത്തിന്റെ സൗന്ദര്യത്തെ ദർശിക്കുകയും ആസ്വദിക്കുകയും ആകൃഷ്ടയാകുകയും ചെയ്യുന്ന ഒരു സ്വഭാവമാണ് മാധവിയമ്മയ്ക്കുള്ളത്. ഈയൊരു പ്രസ്താവത്തിന്റെ ഉൾഖനിയിൽ അനുവാചകന് കണ്ടെത്താൻ കഴിയുന്നത്, ഒരു എഴുത്തുകാരിയെന്ന നിലയ്ക്ക് മാധവിയമ്മയുടെ ലൈംഗികതയുമായി ബന്ധപ്പെട്ട അവബോധത്തെയാണ്." "നല്ലൊരു പുരുഷനെ കിട്ടിയാൽ സ്ത്രീകൾ മറ്റെല്ലാം മറക്കും. സ്ത്രീ വിമോചനവും ആദർശവുമെല്ലാം" - ഇത് മലയാളത്തിലെ കഥാകാരിയും കവിയുമായ മാധവിക്കുട്ടിയുടെ അഭിപ്രായമാണ്. (വനിത-ലക്കം 17, 1992 ഏപ്രിൽ)

മാധവിയമ്മ പറയുന്ന 'നല്ല പുഷ്പങ്ങൾ', 'നല്ല സൗരഭ്യം' ഇതൊ

ക്കെയും പ്രകടിപ്പിക്കുന്നത് നല്ല പൗരുഷത്തെയാണ്. 'ആത്മവിസ്മൃതി' എന്ന വാക്കിനെയും ലൈംഗികതയുമായി ബന്ധപ്പെടുത്തി മാത്രമേ കാണാൻ കഴിയൂ.

ഈ ലോകത്തിലെ ഏറ്റവും ആഴമുള്ള പ്രതിഭാസമാണ് പ്രണയം. കാട്ടുതേൻ പോലെയാണ് പ്രണയം. സ്വയം മറക്കലാണ് പ്രണയം. ഓഷോയും ഫ്രോയിഡും പറഞ്ഞത് ഇതു തന്നയാണ്. പ്രേമം ഹോമാഗ്നിയാണ്. പ്രണയത്തിന് മതഭേദമില്ല. അതിന് ആകാശവും ഭൂമിയും കാലവുമില്ല. ഇതിനൊക്കെ അപ്പുറത്തുള്ള എന്തോ ഒന്നാണത്. അതിനെ അറിയുക എന്നാൽ ദൈവത്തെ അറിയുക എന്നാണ്. "സ്നേഹം കൊണ്ട് എന്തു വന്നാലും ഞാൻ സഹിക്കും." അതാണ് ഒരു സ്ത്രീഹൃദയത്തിന്റെ ഭാഷ. വിശ്വപ്രണയത്തിലാണ് ലോകത്തിന്റെ അസ്തിത്വം. അത് പറഞ്ഞാൽ പലർക്കും മനസ്സിലാവില്ല. അത് അർപ്പണമാണ്. അത് സ്വയം ബലിപിണ്ഡമായിത്തീരലാണ്. പിണ്ഡം ബലിക്കാക്ക തിന്നോ ഇല്ലയോ? അർപ്പിതാവ് അതിനെക്കുറിച്ച് ചിന്തിക്കുകയേ വേണ്ട. കാരണം അത് സർവ്വാത്മനാ ഉള്ള അർപ്പണമാണ്. ലൈംഗികതയും പ്രേമവും പരസ്പര പൂരകങ്ങളാണ്. പ്രേമമില്ലാത്ത ലൈംഗികത പരസ്പരചൂഷണം മാത്രമാണ്.

സ്നേഹത്തിന്റെയും പ്രണയത്തിന്റെയും ലൈംഗികതയുടെയും പ്രതീകമാണ് പുഷ്പം. നല്ല സൗരഭ്യവും ലൈംഗികതയുമായിബന്ധപ്പെട്ടതാണ്. ഗന്ധസംവേദനം കാമത്തിന്റെയും ലൈംഗികതയുടെയും സംവർദ്ധക ഘടകമാണ്. (ദുർഗ്ഗന്ധം പ്രണയത്തെയും ലൈംഗികതയെയും തടസ്സപ്പെടുത്തുമെന്നത് പുതിയ കാഴ്ചപ്പാടല്ല. പക്ഷേ, ദുർഗ്ഗന്ധം കാരണം വിവാഹബന്ധം വേർപിരിയാൻവരെ നിയമസാധുതയുള്ളതാണെന്ന് ന്യായപീഠം പറയുന്നുണ്ട്.) ഇങ്ങനെ നോക്കുമ്പോൾ മാധവിയമ്മ നല്ല പുഷ്പങ്ങളിലും സൗരഭ്യങ്ങളിലും ആകൃഷ്ടയാകുന്നു എന്ന് പറയുന്നതിനെ ലൈംഗികതയുമായും മറ്റൊരർത്ഥത്തിൽ സ്വാതന്ത്ര്യത്തെ പ്രണയിക്കുന്ന ഒരു കവയിത്രിക്ക് ദേശീയ സ്വാതന്ത്ര്യത്തെ മാത്രമല്ല, ലൈംഗികസ്വാതന്ത്ര്യത്തെയും സാമുദായിക സ്വാതന്ത്ര്യത്തെയും നല്ല പുഷ്പങ്ങളായും നവകുസുമങ്ങളുടെ സൗരഭ്യമായും ദർശിക്കാവുന്നതാണ്. ജീവിതത്തിലെ ഏതു പരിഭ്രമങ്ങൾക്കിടയിലും ബാഹ്യലോകത്തിന്റെ സൗന്ദര്യത്തെ ദർശിക്കുകയും ആസ്വദിക്കുകയും അതിൽ ആകൃഷ്ടയാകുകയും അതിൽനിന്ന് കവിതയെ പ്രത്യുല്പാദിപ്പിക്കുകയുമാണ് മാധവിയമ്മ ചെയ്തത്.

ചിലപ്പോൾ കവി പ്രകൃതിയിൽ ലയിച്ചുനിന്ന് സ്വയമൊരു കുരുവിയായി മാറുന്നതു കാണാം.

"ചഞ്ചുപുടങ്ങളിൽ പൂടകളിൽ
പഞ്ചവർണ്ണാങ്കിതപ്പൂഞ്ചിറകിൽ
മാദകവാസന്ത വാസനകൾ
മാറിയും മാറിയുമുമ്മവെക്കെ

ഞാനാം കുരുവി തുടിച്ചുനിന്നു
മാനത്തെ നക്ഷത്രപ്പൊട്ടുപോലെ" (ഇണക്കിളി - മുത്തച്ഛന്റെ കണ്ണീർ)

ചഞ്ചുപുടങ്ങളിലും പൂടകളിലും പഞ്ചവർണ്ണംകൊണ്ടു അഞ്ചിതമായ പൂഞ്ചിറകിലും മാദകത്വവും വാസന്തഭംഗിയും ചേർന്ന വാസന മാറി മാറി ഉമ്മവെക്കുന്ന നേരത്ത് സ്വയമൊരു കിളിയായി മാനത്തെ നക്ഷത്രപ്പൊട്ടുപോലെ തുടിച്ചുനില്ക്കാൻ കവിക്ക് ഇഷ്ടമാണ്.

കാടിന്റെ വിസ്തൃതിയും ആകാശത്തിന്റെ പൊരുളിൽ നീണ്ടുനിവർന്ന് നില്ക്കുന്ന മരവും കവി കാണുന്നുണ്ട്. താരും തളിരും വേരും വടവുമൊക്കെ കൂടി ഒരു കാവല്ക്കാരന്റെ ആയുധസാമഗ്രികളുടെ ചിത്രം നല്കുന്ന ഒരു മരത്തെ വർണ്ണിച്ചുകൊണ്ട് കാലത്തെ ബിംബാത്മാകമായി ചിത്രീകരിക്കുകയാണ് മാധവിയമ്മ ചെയ്യുന്നത്. പ്രകൃതിതന്നെ ഈ മരത്തിലൂടെ കാവൽ നില്ക്കുകയാണ്.

"ഉച്ചശിഖരത്തിലൊറ്റയാനായ്
നില്ക്കുമിണയെത്തിരിഞ്ഞുനോക്കി"

പിറന്ന് ജീവിക്കുന്ന മണ്ണിലെ വൃക്ഷലതാദികൾ താൻ തന്നെയാണെന്ന് സങ്കല്പിക്കുകയും വൃക്ഷങ്ങളുടെ തലയെടുപ്പിനെ തന്റെ ആത്മധിക്കാരത്തിന്റെ പ്രതീകമായി കവിതയിലുറപ്പിക്കുകയും ചെയ്യുന്ന സ്വഭാവം വൈലോപ്പിള്ളിയുടേതുമാത്രമാണ്.

"ഏതൊരു വിമർശനത്തിങ്കലും വാടാതെ ഞാ-
നെന്റെ നാട്ടിലെ തെങ്ങിൻസദൃശം വളർത്താവൂ" (വിമർശനം - വൈലോപ്പിള്ളി)

മേലെ ശാഖകളോ താഴെ അടിക്കന്നുകളോ ഇല്ലാത്തതും ഒരൊറ്റത്തടിയായി വളരുന്നതുമായ ഈ വൃക്ഷം തന്നിൽതന്നെ അഭിരമിക്കുന്ന തലയെടുപ്പുള്ള ഏകാകിയോടാണ് വൈലോപ്പിള്ളി ഉദാഹരിക്കുന്നത്.

പലപ്പോഴും ലളിതമനോഹാരിതയാർന്നതാണ് മാധവിയമ്മയ്ക്ക് പ്രകൃതി. സൗന്ദര്യത്തെ ഒന്നായി കണ്ടെത്തുന്ന കവിയുടെ ഭാവനയിൽ മുക്കുറ്റി താലി കെട്ടുന്നു. കാക്കപ്പൂ പീലി കുത്തുന്നു. മല്ലിപ്പൂ കൊഞ്ചിക്കുഴയുന്നു. ചെമ്പരത്തിപ്പൂ ദേഹമാസകലം മയിലാഞ്ചി പുരട്ടുന്നു. ഓരോ പൂക്കളുടെയും പ്രത്യേകത അതാതു പൂക്കളുടെ ചാരുതയായി കണ്ടെത്തി ഭാവനയ്ക്കിണങ്ങും വണ്ണം ചേർക്കുകയാണ് മാധവിയമ്മ ചെയ്യുന്നത്.

താലികെട്ടി മുക്കുറ്റി
പീലികുത്തി കാക്കപ്പൂ
പുഞ്ചിരിപൂണ്ടു തുമ്പക്കുടം
കൊഞ്ചിക്കുഴഞ്ഞു മല്ലിപ്പൂ
മൈലാഞ്ചിയിട്ട് ചുകപ്പിച്ച്
മേലാസകലം ചെമ്പരത്തി
ഓലോലം പാടാൻ വന്നെത്തി
നീലക്കിളികളും കൂട്ടുകാരും
(ഓണത്തപ്പൻ *കടത്തനാട്ട് മാധവിയമ്മയുടെ കവിതകൾ*)

സ്വാതന്ത്ര്യം തന്നെയമൃതം

സ്വാതന്ത്ര്യം എന്ന വാക്കിനെ അപഗ്രഥിച്ചാൽ അതിന്റെ അർത്ഥം വിശാലതയിലേക്ക് ചെല്ലും. പ്രാപഞ്ചിക സ്വാതന്ത്ര്യം (Universal Freedom), പിന്നെ ദേശീയ സ്വാതന്ത്ര്യം (National Freedom), കുടുംബ സ്വാതന്ത്ര്യം (Family Freedom), വ്യക്തി സ്വാതന്ത്ര്യം (Personal Freedom), വ്യക്തിക്ക് തന്നെ മാനസിക സ്വാതന്ത്ര്യം ഭൗതികസ്വാതന്ത്ര്യം (Mental freedom - Physical freedom) എന്നിങ്ങനെ സ്വാതന്ത്ര്യം പല തരത്തിലാണ്.

"ഒരാളും അന്യനെ ഭരിക്കത്തക്കവണ്ണം നല്ലവനല്ല. ഒരു രാഷ്ട്രവും മറ്റൊന്നിനെ ഭരിക്കത്തക്കവണ്ണം നന്മയുള്ളതല്ല. ഒരു രാഷ്ട്രം ആ രാഷ്ട്രത്തെ തന്നെ ഭരിക്കുക - അതാണ് സ്വാതന്ത്ര്യം. ഒന്ന് മറ്റൊന്നിനെ ഭരിക്കുന്നത് സ്വേച്ഛാധിപത്യമാണ്. മറ്റൊന്നിന്റെ സ്വാതന്ത്ര്യം കവരുന്ന രാഷ്ട്രം സ്വയം സ്വാതന്ത്ര്യമർഹിക്കുന്നില്ല." എബ്രഹാം ലിങ്കന്റെ മഹത്തായ ഈ പ്രഖ്യാപനം എല്ലാ രാഷ്ട്രങ്ങളും ചെവിക്കൊള്ളേണ്ടതാണ്. സാമ്രാജ്യത്വത്തിന്റെയും കൊളോണിയലിസത്തിന്റെയും മർക്കടമുഷ്ടികൾ അയഞ്ഞ് ലോകരാഷ്ട്രങ്ങൾ സ്വതന്ത്രങ്ങളായത്, ആത്യന്തികമായി ഈ സത്യം ജനാവബോധത്തെ കർമ്മോന്മുഖമാക്കിയതിന്റെ ഫലമാണ്. മനുഷ്യസ്നേഹികളും മനുഷ്യകഥാനുഗായികളുമായ സാഹിത്യകാരന്മാരെല്ലാം ഈ ആദർശത്തെ ഉയർത്തിക്കാട്ടേണ്ടവരാണ്. എന്നാൽ അന്യരാഷ്ട്രങ്ങളുടെ കാര്യത്തിൽ എല്ലാവരും അങ്ങനെ ഈ ആദർശത്തിന്റെ വക്താക്കളായിട്ടുണ്ടോ? - ബ്രിട്ടൻ ആഫ്രിക്കയിൽ ബുവർവർഗ്ഗക്കാരെ അടിച്ചമർത്തിക്കൊണ്ടിരുന്നപ്പോൾ, അതേപോലെ ഇന്ത്യയിൽ പട്ടാളക്കരുത്തു കാണിക്കാൻ തുടങ്ങിയപ്പോൾ, ബട്രാൻഡ്ഷഡ്വെൽ എന്ന അമേരിക്കൻ കവി ബ്രിട്ടന്റെ സാമ്രാജ്യത്വമോഹത്തെ പരിഹസിച്ചുകൊണ്ട് കവിതയെഴുതി.

"നിങ്ങൾ തീരങ്ങളിലേക്ക് തുഴഞ്ഞെത്തുന്നു,
കൈയിൽ ഒരു ബൈബിളുമായി.
നിങ്ങൾ അവനുവേണ്ടി പ്രാർത്ഥിച്ച്
അവനെ കൊള്ളയടിക്കുന്നു,
അവന്റെ നന്മയ്ക്കായി.
അവൻ ചെറുത്താൽ നിങ്ങൾ അവനെ വെടിവെക്കുന്നു;
അവന്റെ നന്മയ്ക്കായി.
....
നിങ്ങൾ കരുത്തരായതിനാൽ
ദുർബ്ബലന്റെ നേരെ തെറ്റുചെയ്യുന്നത്
അവന്റെ നന്മയ്ക്കാണെങ്കിൽ ആയിക്കോളൂ,
അവന്റെ നന്മയ്ക്കാണെങ്കിൽ".

തങ്ങളുടെ ഭരണം ഇന്ത്യയുടെ നന്മയ്ക്കുവേണ്ടിയാണെന്നായിരുന്നല്ലോ ബ്രിട്ടീഷുകാർ പറഞ്ഞിരുന്നത്. ഷാഡ്വെല്ലിന്റെ ഈ കവിത വളരെ ആസ്വദിച്ച മാർക്ട്വയിൻ പറഞ്ഞത് 'കവിത്വമുണ്ടായിരുന്നെങ്കിൽ ഞാൻ തന്നെ എഴുതുമായിരുന്നത്' എന്നാണ്.

ഇംഗ്ലണ്ടിനെ സംബോധനചെയ്തുകൊണ്ട് ഒരു കവിതയിൽ വില്യം കൂപ്പർ എഴുതിയത് ഇങ്ങനെയാണ്.

"സ്വാതന്ത്ര്യത്തിന്റെ മുലപ്പാൽ നുകർന്ന നിങ്ങൾ
ഇന്ത്യയിലേക്ക് അടിമത്തം കയറ്റിഅയച്ചില്ലേ?
ഇന്ത്യ ഭയപ്പെട്ടിരുന്ന സ്വേച്ഛാധിപതികളെ മാറ്റി
അവരുടേതിനേക്കാൾ പ്രബലമായ സ്വേഛാധിപത്യം
നിങ്ങൾ സ്വയം സ്ഥാപിച്ചില്ലേ?
....
നിങ്ങൾ ആത്മാവിനെ വിറ്റുകാശാക്കി മടങ്ങി,
നിങ്ങൾക്കുസ്വയം വില്ക്കുവാനായി ദരിദ്രനെ
പ്രലോഭിപ്പിക്കുവാൻ"

ഇങ്ങനെ നമുക്കുവേണ്ടി അമേരിക്കയിലേയും ബ്രിട്ടനിലേയും എഴുത്തുകാർ സാർവ്വദേശീയ സ്വാതന്ത്ര്യബോധത്തിന്റെ പേരിൽ എഴുതിയിട്ടുണ്ട്. രാഷ്ട്രീയ സ്വാതന്ത്ര്യം ജന്മാവകാശവും ലോകനീതിയുമായി കരുതുന്ന ഭാരതീയ സാഹിത്യകാരന്മാരുടെയും ചിന്തകരുടെയും രാഷ്ട്രീയ പ്രവർത്തകരുടെയും കാഴ്ചപ്പാട് വിശാലമായിരുന്നു. സങ്കുചിതവും സ്വാർത്ഥപരവുമായ താല്പര്യങ്ങളോടെയല്ല, അവർ സ്വാതന്ത്ര്യത്തിന് വിലകല്പിച്ചിരുന്നത്. അടിമത്തത്തിൽ ഞെരിഞ്ഞമരുന്ന എല്ലാ രാഷ്ട്രങ്ങളുടെയും ജനതയുടെയും വിമുക്തി അവരുടെ അഭിലാഷമായിരുന്നു. ഗാന്ധിജിയുടെ ദേശീയതയിൽ സങ്കുചിതത്വം ദർശിച്ച അന്തർദ്ദേശീയതാവക്താവായ ടാഗോറിന് നല്കിയ മറുപടിയിൽ ഗാന്ധിജി ഇന്ത്യയുടെ ഹൃദയം ഇങ്ങനെ തുറന്നുകാട്ടി.

എനിക്ക് രാജ്യഭക്തിയെന്നത് മനുഷ്യത്വം തന്നെയാണ്. ഞാൻ രാജ്യസ്നേഹിയായത് മനുഷ്യനായതുകൊണ്ടും മനുഷ്യസ്നേഹിയായതുകൊണ്ടുമാണ്. മറ്റുള്ളവർക്ക് പ്രവേശനമില്ലാത്ത ഒന്നല്ല, എന്റെ രാജ്യസ്നേഹം. ഇന്ത്യയെ സ്നേഹിക്കുവാൻവേണ്ടി ഞാൻ ഇംഗ്ലണ്ടിനെയോ ജർമ്മനിയെയോ ദ്രോഹിക്കുകയില്ല.

സ്വാതന്ത്ര്യത്തെ ഏറ്റവും വിലപ്പെട്ടതായി കാണുകയും അതിനുവേണ്ടി പ്രാർത്ഥിക്കുകയും ചെയ്യുന്ന ഒരു കവിയുടെ അന്തരാത്മാവിന്റെ തേങ്ങൽ മാധവിയമ്മയുടെ 'പറവപ്പൈതൽ' എന്ന കവിതയിൽ കേൾക്കാം. ഒരു പറവയെപ്പോലെ പറന്ന് പറന്ന് അനന്തവിഹായസ്സിലേക്കുയരാൻ, മനുഷ്യർ നിർമ്മിച്ചുവെച്ചിരിക്കുന്ന നിയമങ്ങൾക്കതീതമായി പറന്നുയരാൻ, അസൂയയും ദുരയും മൂത്ത സഹജീവികളുടെ അധമത്വത്തിൽനിന്നും പറന്ന് ഇങ്ങിനി തിരിഞ്ഞുനോക്കാതെയുയരാൻ, അകലാൻ അദമ്യമായി ആഗ്രഹിക്കുന്നു. ചിറകില്ലാത്ത മനുഷ്യനായി പിറന്ന തനിക്കതിനും ഒരിക്കലും കഴിയില്ലെന്ന് കവി തിരിച്ചറിയുന്നുമുണ്ട്. തന്നെയും അചഞ്ചലയായി നില്ക്കുന്ന കുന്നുകളെയും മലകളെയും നിർമ്മിച്ചെടുത്ത വിശ്വപ്രകൃതിയുടെ കൈകൾ തന്നെയല്ലേ ഈ സ്വതന്ത്രജീവിയുടെയും താതൻ.

ഓമനേ നിന്നെപ്പോലെ ഞാനൊരു പക്ഷിക്കുഞ്ഞായി
കോമളഗാനത്തിനാലാശകൾ കുളിർപ്പിച്ച്
മനുഷ്യദൗഷ്ട്യത്തിന്റെ മാലിന്യം പകരാത്ത
മാനത്തിൽ പാറിപ്പറന്നങ്ങിങ്ങു നടപ്പനോ! (പറവപ്പൈതൽ-*കണിക്കൊന്ന*)

യഥാർത്ഥ കുടുംബിനിയായി ജീവിതം നയിക്കുകയും ജീവിതത്തിന്റെ വരുംവരായ്കകൾക്കിടയിലും ഇതര സംസാരദുഃഖങ്ങൾക്കിടയിലും കവിതയ്ക്ക് ദാഹിക്കുന്ന ഒരു മനസ്സായിരുന്നു മാധവിയമ്മയുടേത്. മനസ്സിൽ ചിറകിട്ടടിക്കുന്ന കവിതാപതംഗത്തെ ദാഹശമനത്തിനായി കെട്ടഴിച്ചുവിടുന്നു. മുറ്റത്തും പറമ്പിലും പാടത്തും കുന്നിൻചെരിവിലും കന്നിനെൽപ്പാടത്തും അത് പറന്ന് നടക്കുന്നു. തുമ്പയും കണ്ണാന്തളിയും അയ്യറാണികളും കണ്ട് ചിരിച്ചും കൊയ്തൊഴിയാത്ത പാടവരമ്പിൽ തല ചായ്ച്ച് കിടക്കുന്ന നെല്കതിരുകൾ കൊത്തി രുചിച്ചും തത്തിക്കളിക്കുന്ന കാവ്യപതംഗം, കതിര് കൊയ്യാൻ വന്ന ഗ്രാമസ്ത്രീകളിലാരോ വെച്ച് മറന്ന മൺകലത്തിനാഴത്തിലെ ഒരിറ്റ് ജലം കൊക്ക്കൊണ്ട് വാക്കുകൾ കൊത്തിപ്പെറുക്കിയിട്ട് വിതാനമുയർത്തി കോരിക്കുടിച്ച് തൃപ്തയായി മടങ്ങുന്നു. ചെറു കല്ലുകൾ പെറുക്കിയിട്ട് പാത്രത്തിനടിയിലെ ജലമുയർത്തിക്കുടിച്ച, നമ്മുടെ നാടൻ കഥയിലെ കാക്കയല്ലിത്. മാധവിയമ്മയെന്ന കവയിത്രിയാണ്.

മനസ്സിലെക്കിളി ചിറകടിക്കുന്നു
മണിക്കൂടുവിടാൻ പഴുതുകാക്കുന്നു (വിരഹം)

കുടുംബിനിയുടെ തിരക്കൊഴിയുന്ന സന്ധ്യകളിൽ പഴയ നാലാം നമ്പർ റാന്തൽ വിളക്കിന്റെ മങ്ങിയ വെളിച്ചത്തിൽ മനസ്സിലെ കവിത കടലാസിലേക്കു പകർത്തുന്നു.

“ഗഗനസീമയ്ക്കു മകലെപ്പോയ് മറ-
ഞ്ഞേതിനെയോ തേടും കവിതേ! നീ
വരികതാഴത്തു, കൊടിയ യാഥാർത്ഥ്യ-
നിരയോടേറ്റൊന്ന് പൊരുതുവാൻ” (‘കവിത’ എന്ന കവിത)

മലയാളത്തിന്റെ പഴമൊഴികളും പുതുമൊഴികളുമറിഞ്ഞും ഗ്രാമസൗഭഗത്തിന്റെ നിറച്ചാർത്തിലലിഞ്ഞും പിറന്നുവീണ കുഗ്രാമത്തിന്റെ നിഷ്കളങ്കത കുസൃതികളെ ഉൾക്കൊണ്ടും, പെണ്ണെങ്കിലും കുറ്റിപ്പന്താടിയും കാരകളിച്ചും കടത്തനാടൻ കളരി പാരമ്പര്യത്തിന്റെ വായ്ത്താരിയും കോൽത്താരിയും അങ്കത്താരിയും പഠിച്ചും കവിക്കളരിയിൽ ചെറുവടിയും കുറുവടിയും ഒറ്റക്കോലും ചുരികയും ശീലിച്ചും കടത്തനാട്ട് മാധവിയമ്മ മലയാളകാവ്യലോകത്തിന്റെ കളരിമുഖത്തും പൂത്തറയിലും നമസ്കരിച്ച് വാക്കുകളെ ആയുധമാക്കാൻ പുറപ്പെട്ടുവന്നതെങ്ങനെ? മറ്റൊന്നുമല്ല അത് കാലഘട്ടത്തിന്റെ ആവശ്യമായിരുന്നു.

ദേശീയ സ്വാതന്ത്ര്യസമരത്തിന് തൂലികകൊണ്ട് ശക്തിപകരുകയും അക്ഷരങ്ങളിൽ തീപുരട്ടുകയും ചെയ്യേണ്ടത് തങ്ങളുടെ ആവശ്യമാണ്, ധർമ്മമാണ് എന്ന് എഴുത്തുകാർ തിരിച്ചറിഞ്ഞ കാലമാണത്. മരണത്തേക്കാൾ അസഹ്യമാണ് മൗനം എന്നവർ മനസ്സിലാക്കുകയായിരുന്നു. ജനസമൂഹത്തിൽ ദേശീയബോധം ഉത്തേജിപ്പിക്കാനും ആചാരജീർണ്ണതകളും സാമ്പത്തികവും ജാതീയവുമായ ഉച്ചനീചത്വങ്ങളും മർദ്ദക ചൂഷകവർഗ്ഗതാല്പര്യങ്ങളും ദൂരീകരിക്കാൻ വാക്കുകളെ ആയുധമാക്കി ഇന്ത്യയിലെ പ്രാദേശിക ഭാഷകളിലെ കവികളും കഥാകൃത്തുക്കളും നാടകകൃത്തുക്കളും മറ്റും നിരന്തരം പൊരുതിക്കൊണ്ടിരുന്നു. ആശയപരമായ പ്രബുദ്ധതയും അടിമത്തമോചന സമരത്തിനുള്ള കർമ്മ പരിപാടികൾക്ക് വൈകാരികമായ പ്രേരണയും നല്കിപ്പോരാൻ ആ സാഹിത്യകാരന്മാർ അനുഷ്ഠിച്ച മഹത്തായ സേവനത്തിന്റെ ചരിത്രം രാഷ്ട്രീയസമരചരിത്രവുമായി അഭേദ്യമായി ബന്ധപ്പെട്ടുകിടക്കുന്നു. സ്വാതന്ത്ര്യം സമ്പാദിക്കുവാൻ സമുദായങ്ങളേയും രാഷ്ട്രങ്ങളേയും ഇളക്കിവിടുന്നതിൽ സാഹിത്യകാരന്മാരുടെ മാന്ത്രികവചസ്സുകൾ ചെയ്ത സേവനം ചെറുതൊന്നുമല്ല. രാജ്യത്തിലെ ജനവിഭാഗത്തിന്റെ കഴുത്തിൽ വെച്ചമർത്തിയ അടിമത്തത്തിന്റെ നുകം തട്ടിയെറിയാനും ജനതയെ മോചിതരാക്കാനും ജനങ്ങൾക്ക് പ്രേരണ നല്കിയത് എഴുത്തുകാർ തന്നെയാണ്. കേരളത്തിൽ കുമാരനാശാനും വള്ളത്തോളും ഉള്ളൂരും ചങ്ങമ്പുഴയും അക്ഷരങ്ങളെ ആയുധമാക്കിയവരാണ്. ഏതാണ്ട് ഇതേ കാലഘട്ടത്തിൽ - കാലത്തിന്റെ ഗതിവിഗതികൾ തിരിച്ചറിഞ്ഞ കവയിത്രിയാണ് കടത്തനാട്ട് മാധവിയമ്മ.

“അടിപതറായ്ക, മനസ്സുമടുക്കും
ചപലവികാരം പാറ്റൂ കാറ്റിൽ

അലറും കടലിനെയടികീഴാക്കി
മുടിയാൽ മുട്ടുക ദേവകവാടം" എന്നാണ് ജനങ്ങളോട് മാധവിയമ്മ പറയുന്നത്.

ദേശീയ നേതാക്കളായ ഗാന്ധിജിയെക്കുറിച്ചും നെഹ്റുവിനെക്കുറിച്ചും പറയുമ്പോഴും ആത്മീയാചാര്യനായ വിവേകാനന്ദനെക്കുറിച്ച് പറയുമ്പോഴും മാധവിയമ്മയുടെ വാക്കുകൾക്ക് ശക്തിയേറുന്നത് കാണാമെന്ന് മാത്രമല്ല ഭാരതത്തിന്റെ സാംസ്കാരിക പാരമ്പര്യത്തിന്റെ മഹിമയിൽ മനസ്സ് വിജൃംഭിതമാകുന്നതും കാണാം.

"ആയിരം കൊല്ലക്കാലമാർഷഭാരതം ചെയ്ത
തീവ്രമാം തപസ്സിന്റെ സുന്ദരഫലം പോലെ
യാതനാമയങ്ങളാം യാമങ്ങളെണ്ണിത്തള്ളി
യാമിനി കണികണ്ട സൂര്യസന്തതി പോലെ
ജാതനായ് നരേന്ദ്രൻ നീ താറുമാറായിത്തീർന്ന
ഭാരതനാട്ടിൻ നഷ്ടജാതകം കുറിക്കുവാൻ." ("ആർഷഭാരതത്തിന്റെ ആത്മാവ്")

സ്വാതന്ത്ര്യസമര പോരാളിയായിരുന്ന അച്ഛനിൽനിന്നാണ് മാധവിയമ്മയിൽ ദേശസ്നേഹവും മഹാത്മജിയോടുള്ള ആദരവും ഉണ്ടായിത്തീർന്നതെന്ന് പറഞ്ഞല്ലോ. ആരാദ്ധ്യനായ ഗുരുനാഥനായിട്ടാണ് മാധവിയമ്മ ഗാന്ധിജിയെ കണ്ടത്. അങ്ങനെയാണ് ഗാന്ധിജിയെക്കുറിച്ച് ധാരാളം കവിതകളെഴുതിയത്. 'ഗതകാല ചിന്തകൾ', 'കേഴുക മമ നാടേ', 'നമോ വാകം', 'കൂട്ടിലെ തത്തമ്മ' എന്നിങ്ങനെ ഗാന്ധിജിയെക്കുറിച്ചുള്ള ധാരാളം കവിതകളുണ്ട്. ഗാന്ധിയൻ ആദർശങ്ങൾ സ്വന്തം ജീവിതത്തിൽ പകർത്താനും മാധവിയമ്മ ശ്രമിച്ചു.

കവിതയെഴുതുക എന്നത് ഒരു ജന്മനിയോഗമാണ്. ജനിച്ചതിന് ശേഷം ഒരാൾ കവിതയെഴുത്ത് എന്ന 'വിദ്യ' പഠിക്കുകയല്ല ചെയ്യുന്നത്. കാരണം സാഹിത്യം ഒരു വിദ്യയല്ല. ഒരു വക്കീലിനെപ്പോലെ ഏതെങ്കിലും മുതിർന്ന ഒരാളുടെ കീഴിൽ നിന്നുകൊണ്ട് പരിശീലിച്ചെടുക്കുന്നതുമല്ലിത്. ഒരാൾ ജനിക്കുമ്പോൾതന്നെ അയാളുടെ കുടെ പിറവിയെടുക്കുന്ന ഒന്നാണത്. നൈസർഗ്ഗികമായ ആ കഴിവിനെ പരിപോഷിപ്പിക്കാൻ അയാൾക്ക് കഴിയുമെന്ന് മാത്രം.

"നൈസർഗ്ഗികീചപ്രതിഭ:
ശ്രുതംചബഹുനിർമ്മലം" എന്ന് മീമാംസകൻ പറയുന്നത് അതുകൊണ്ടാണ്. യഥാർത്ഥ കവികൾ എപ്പോഴും പ്രതിപക്ഷത്താണിരിക്കുക. ഭരണത്തിന്റെ മൊശടത്തരങ്ങളെ പിന്താങ്ങാൻ കവിക്കാവില്ല. ഏതെങ്കിലും സമ്മർദ്ദങ്ങൾക്കോ ഭീഷണിക്കോ വഴങ്ങിക്കൊടുക്കാൻ യഥാർത്ഥ കവി ചേതനയ്ക്ക് കഴിയില്ല, കാരണം അയാൾ സ്വാതന്ത്ര്യത്തെ കൊതിക്കുന്നവനാണ്. "വിപ്ലവം വന്ന് കടന്നുപോവുകയും ലോകം ഒരു സമത്വ പൊൻവനികയായി വിരചിതമാകുകയും ചെയ്താലും തന്റെ സ്ഥാനം പ്രതിപക്ഷത്തുതന്നെ ആയിരിക്കുമെന്ന്" വൈലോപ്പിള്ളി തറപ്പിച്ചുപറ

യുന്നത് അതുകൊണ്ടാണ്.

ഇന്നു,മെങ്കിലും പാടുന്നു, പക്ഷേ,
മണ്ണിൽനിന്ന് മണ്ണട്ടകൾ ഞങ്ങൾ
സ്ഫീത 'മിന്നി' ന്റെ രംഗത്തിൽ നിന്നും
ഭൂതകാലപശ്ചാത്തലഗീതം" ('കുടിയൊഴിക്കൽ')

അലോസരമെന്ന് മറ്റുള്ളവർക്ക് ('ഭരണപക്ഷത്തിന്') തോന്നുന്ന മണ്ണട്ടകളുടെ പാട്ട് എന്നത് കവികളുടെ പാട്ടുകൾ തന്നെയാണ്.

'കവിതയെഴുതാനെന്താണിത്ര നിർബ്ബന്ധം?' എന്നർത്ഥം വരുന്ന ചോദ്യത്തിന് മാധവിയമ്മ വിനീതമായി പറഞ്ഞ മറുപടി ഇങ്ങനെയാണ്. "എന്റെ ആഗ്രഹം, ആ ദിവ്യസന്നിധിയിലെത്താനുള്ള അത്യാഗ്രഹം" എന്നാണ്. കവിതാദേവിയുടെ ദിവ്യസന്നിധിയിലെത്തുക എന്നാണവർ ഉദ്ദേശിക്കുന്നത്. കവിതയെന്നത് ദൈവസങ്കല്പത്തോളം ദിവ്യമാണെന്നും ആ സന്നിധിയിലെത്തുകയെന്നത് മോക്ഷപ്രദമായ അവസ്ഥാവിശേഷമാണെന്നും മാധവിയമ്മ കരുതുന്നു.

കാല്പനികതയുടെ സ്വർണ്ണമഷി

കടത്തനാട്ട് മാധവിയമ്മയുടെ കവിതകൾ കാല്പനികയുടെ ഭാഗമായിരുന്നിട്ടുണ്ട്. വടക്കൻ പാട്ടുകളുടെ ഈണവും താളവും കവിതകളിൽ ഉൾച്ചേർന്നിരുന്നുവെങ്കിലും കാല്പനികത അവയിൽ നിറഞ്ഞുനിന്നിരുന്നു.

ആന്തരികമായ വികാരപ്രകടനങ്ങൾക്ക് പ്രാധാന്യം നല്കുന്ന രീതിയാണ് കാല്പനികത. പാശ്ചാത്യ സാഹിത്യത്തിന്റെ പരിചയം കൊണ്ടുണ്ടായ നൂതന പ്രവണതയാണ് മലയാളത്തിലെ കാല്പനികത. പാശ്ചാത്യലോകത്ത് വേഡ്സ് വർത്ത്, ഷെല്ലി, കീറ്റ്സ് തുടങ്ങിയ പ്രഗത്ഭരായ കവികളായിരുന്നു കാല്പനികതയുടെ പ്രയോക്താക്കൾ. അതിന്റെ ഒരു സാക്ഷ്യപ്പെടുത്തലാണ് "I fall upon the thornes of life and I bleed" എന്ന് ഷെല്ലിയുടെ വചനം. ഷെല്ലിയുടെ 'പടിഞ്ഞാറൻ കാറ്റും' (West Wind) കീറ്റ്സിന്റെ 'രാപ്പാടിയോട്' (Ode to the nightingale) പോലുള്ള ഭാവസുന്ദര കവിതകൾ ഒരു കാലത്ത് ലോകസാഹിത്യത്തിലെ പുതുമകളായിരുന്നു.

ബാഹ്യരൂപത്തിലുള്ള അലങ്കാരശബളിമയേക്കാൾ ആന്തരികതയിലാണ് കവികൾ ശ്രദ്ധിക്കേണ്ടത് എന്നുള്ള കലാതത്ത്വം ആധുനിക കാലത്ത് മാറ്റൊലിക്കൊള്ളാൻ തുടങ്ങി. ഈ ചിന്താപദ്ധതിയാണ് മലയാളകവികളേയും നൂതനമായൊരു സഞ്ചാരപഥത്തിലേക്ക് നയിച്ചത്. മലയാളത്തിൽ ദ്വിതീയാക്ഷരപ്രാസവാദത്തിന് ഹേതുവായതും ആ വാദപ്രതിവാദത്തിന്റെ പര്യവസാനത്തിൽ രാജരാജവർമ്മയാൽ പ്രഖ്യാപിതവുമായ ആശയം മേല്പറഞ്ഞതിന്റെ പരിണതഫലം തന്നെയായിരുന്നു. വികാരാവിഷ്കാരമാണ് കവിതയുടെ പരമധർമ്മമെന്ന് അദ്ദേഹം പ്രഖ്യാപിച്ചു. വികാരത്തെ തട്ടിയുണർത്തുന്നതിന് ഉതകുന്ന ഏതു വിഷയവും

കവിതയ്ക്ക് സ്വീകരിക്കാമെന്നുള്ള വസ്തുതയും അതോടുകൂടി വെളിപ്പെട്ടു. സുദീർഘമായ വർണ്ണനകളല്ല വിഷയാനുഗുണമായി ചെയ്യുന്ന പരിമിത വർണ്ണനകളാണ് കാല്പനികതയിൽ വേണ്ടത്. ആകർഷകമായ രീതിയിൽ വിഷയാവതരണം ചെയ്യുക, ക്രമോന്നതമായി വികാരതീവ്രതയിലേക്ക് അനുവാചക ഹൃദയത്തെ നയിക്കുക, ക്രമേണ വികാരം ശാന്തമായി തീർന്ന് വിവേകാംശത്തിലേക്ക് - ചില ചിന്തകളിലേക്കോ നിഗമനങ്ങളിലേക്കോ - ചില സവിശേഷതകളിലേക്കോ നിഗമനങ്ങളിലേക്കോ എത്തിച്ചേരുക എന്നീ ഘടകങ്ങൾ കാല്പനിക പ്രസ്ഥാനത്തിന്റെ ചില സവിശേഷതകളായി പരിണമിച്ചു. പഴയ കവിതകൾ വിഷയാപേക്ഷിതങ്ങൾ ആയിരുന്നെങ്കിൽ കാല്പനിക കവിതകൾ ആത്മാപേക്ഷിതങ്ങൾ ആണെന്നുള്ളതും ഒരു പ്രത്യേകതയാണ്. ഏതെങ്കിലുമൊന്നിന്റെ ദർശനാവസരത്തിൽ അല്ലെങ്കിൽ ഏതെങ്കിലുമൊരു കാര്യത്തിന്റെ അനുഭവാവസരത്തിൽ കവിഹൃദയത്തിലുളവാകുന്ന അനുഭൂതികളുടെ സമഞ്ജസമായ ആവിഷ്കാരമാണത്. കാല്പനിക പ്രസ്ഥാനത്തിന്റെ സാമാന്യ ലക്ഷണങ്ങളായി കരുതപ്പെടുന്നത് ഇതെല്ലാമാണ്. 'ലിറിക്' - 'ആത്മഗീതകം' എന്ന് പാശ്ചാത്യർ പറയുന്ന രീതിയാണിത്. 'തീവ്രമായ വികാരത്തിന്റെ നൈസർഗ്ഗികമായ ബഹിർഗ്ഗമനമാണ് കവിത' എന്നാണ് വേഡ്സ് വർത്ത് പറഞ്ഞത്. മലയാളത്തിൽ യഥാർത്ഥ കാല്പനികതയുടെ തുടക്കക്കാരൻ വി സി ബാലകൃഷ്ണപ്പണിക്കരാണ്. (ഒരു വിലാപം) കവിഹൃദയത്തിൽ അനുഭൂതിയുടെ കോളിളക്കങ്ങൾ പെരുകുന്നതുമൂലം ആത്മനിഷ്ഠമായ വികാരവായ്പോടെയാണ് കാവ്യം ആവിഷ്കരിച്ചിരിക്കുന്നത്. കവി കോഴിക്കോട് കടപ്പുറത്ത്, ഒരു സായാഹ്നത്തിൽ ഏകാകിയായി വിശ്വപ്രകൃതിയെ നോക്കിനിന്നപ്പോൾ ഉണ്ടായ ചില ഭാവനാ വ്യാപാരങ്ങളാണ് 'വിശ്വരൂപം' എന്ന കവിതയിൽ ആവിഷ്കരിച്ചിരിക്കുന്നത്.

ഹ്രസ്വമെങ്കിലും ശ്രദ്ധേയമായ ഒരു കാലഘട്ടത്തിലാണ് അഭിനവവും ശുഭാവഹവുമായ കാല്പനിക കവിതാ പ്രസ്ഥാനം മലയാളത്തിൽ തഴച്ച് വളർന്ന് പുഷ്പിച്ചത്. ഭാരതീയ സാഹിത്യത്തിൽ പൊതുവെ ഉണ്ടായ വമ്പിച്ചൊരു പരിവർത്തനത്തിന്റെ അംശമായിരുന്നു അത്. പല കൈമറിഞ്ഞ് കിട്ടുന്ന കാവ്യവിഷയങ്ങളുടെയും കേവലം യാന്ത്രികമായ ആവർത്തനം മൂലം കാന്തിയും മൂല്യവും നശിച്ച രചനാ സങ്കേതങ്ങളുടെയും ചങ്ങലക്കെട്ടുകൾ പൊട്ടിച്ച് സ്വഛന്ദവിഹാരം ചെയ്യുന്ന കവിഭാവന, അത്തരം ഭാവനാപ്രസരം മുഖേന ലോകസത്യങ്ങളുമായി ഭാവനാസാന്ദ്രമായ കവിഹൃദയം സാത്മ്യം പ്രാപിക്കുമ്പോൾ ആവിഷ്കൃതങ്ങളാകുന്ന കാവ്യസത്യങ്ങളുടെ ആത്മാവർജ്ജകമായ അഭിരാമത! ആ കാവ്യസത്യങ്ങൾക്ക് ശക്തിയും സൗന്ദര്യവുമരുളുന്ന കവിയുടെ വ്യക്തിഗതമായ ആന്തരാനുഭൂതികൾ എന്നിവയാണ് പ്രസ്തുത പ്രസ്ഥാനത്തിന്റെ പ്രത്യേകതകൾ. പഴയ കാവ്യവസ്തുക്കളേയും കാവ്യസങ്കേതങ്ങളേയും പൂർണ്ണമായി നിരാകരിക്കാനല്ല, സ്വീകരിക്കുന്നതെന്തും ഭാവനയിലൂടെ

പുനഃസൃഷ്ടിച്ച് നവഭാവബന്ധുരമായി, ചൈതന്യനിർഭരമായി, നൂതനാർത്ഥ പുഷ്കലമായി അവതരിപ്പിക്കാനാണ് ഈ പ്രസ്ഥാനത്തിന്റെ ഭാഗമായിരുന്നവർ ആഗ്രഹിച്ചത്. കാല്പനിക പ്രസ്ഥാനം അതിന്റെ ഉത്തുംഗത്തിൽ നിറഞ്ഞുനിന്ന് ആടിയത് കുമാരനാശാൻ, വള്ളത്തോൾ, ഉള്ളൂർ തുടങ്ങിയ ത്രിമൂർത്തികളുടെ കാലത്താണ്. ഇക്കൂട്ടത്തിൽ പൂർണ്ണമായും കാല്പനികതയിൽ മുഴുകാതിരുന്നത് ഉള്ളൂർ ആണ്. കവിത്രയങ്ങളിൽ വള്ളത്തോളിനെയാണ് കടത്തനാട്ട് മാധവിയമ്മ കാവ്യഭാഷയിലും കാവ്യാശയങ്ങളിലും പിന്തുടർന്നത്. ആശാന്റെയും വള്ളത്തോളിന്റെയും കുഞ്ഞിരാമൻ നായരുടെയും കാലത്തെ കവിതകൾ അർത്ഥത്തിന്റേതെന്നപോലെ ശബ്ദത്തിന്റേയും സുഭഗതയാൽ ഹൃദയാവർജ്ജകമായിരുന്നു എന്ന് മാധവിയമ്മയുടെ കാവ്യസമാഹാരത്തിന്റെ മുഖവുരയിൽ സുകുമാർ അഴീക്കോട് സൂചിപ്പിക്കുന്നതുകാണാം.

കവിത അമൃതാണ്. അത് മൃത്യുഞ്ജയമാണ്! ആശാനും വൈലോപ്പിള്ളിയുമെല്ലാം കവിതയെ മൃത്യുഞ്ജയമാക്കി മാറ്റിയവരാണ്. ജീവിതത്തെ മരണംകൊണ്ട് ജയിക്കുകയും സാർത്ഥകമാക്കുകയുമാണ് അവർ ചെയ്തത്. ഇടപ്പള്ളി സ്വന്തം ജീവിതംകൊണ്ട് അത് സാക്ഷ്യപ്പെടുത്തുകയാണ് ചെയ്തത്. ഒരാൾ എപ്പോഴാണ് ജീവിക്കുന്നത് എന്ന ചോദ്യത്തിന് അയാൾ മരിക്കുമ്പോഴാണ് എന്നായിരുന്നു ആശാന്റെ മറുപടി. അങ്ങനെയാണ് ആശാനും വൈലോപ്പിള്ളിയുമെല്ലാം കാവ്യസൗഭഗത്തിന്റെ സ്വർണ്ണസിംഹാസനത്തിൽ കയറിയിരുന്നത്. ആ സിംഹാസനത്തിൽ, കാവ്യദേവതയുടെ സന്നിധിയിലെത്താനാണ് മാധവിയമ്മയും ആഗ്രഹിച്ചിരുന്നത്.

നാടൻപാട്ടുകളോടും നാടൻപാട്ടിലെ വീരനായകരോടും പൊതുവെ നാടൻ സംസ്കൃതിയോടു തന്നെയും കടത്തനാട്ട് മാധവിയമ്മയ്ക്ക് തീവ്രമായ ആഭിമുഖ്യമാണുണ്ടായിരുന്നത്. ഗ്രാമജീവിതത്തിന്റെ തുടിപ്പുകൾ നിറഞ്ഞുനില്ക്കുന്ന കവിതകളാണ് മാധവിയമ്മയുടേതെന്ന പ്രസ്താവന സത്യമായിത്തീരുന്നത് അതുകൊണ്ടാണ്. ഒരു കാലഘട്ടത്തിലെ ജനവിഭാഗത്തിന്റെ സാംസ്കാരികതലത്തിന്റെയും ദിനചര്യയുമടക്കമുള്ള എല്ലാറ്റിന്റെയും പകർപ്പുകളാണ് നാടൻ പാട്ടുകൾ. അത് നാടോടി വിജ്ഞാനീയത്തിന്റെ ഭാഗമാണ്.

നാടോടി വിജ്ഞാനീയം പഠിക്കുക എന്നാൽ സ്വന്തം കാല്ക്കീഴിലെ മണ്ണിനെ തിരിച്ചറിയലാണ്. വിരസമായ ജീവിതകേളികൾക്കിടയിൽ സ്വയമറിയാതെ മയങ്ങിപ്പോയ മാനവികത, നവോത്ഥാനത്തിന്റെ ഭാഗമായി പെട്ടെന്നുണർന്നപ്പോൾ, നഷ്ടപ്പെട്ടുപോയ പാരമ്പര്യത്തനിമയെ തിരിച്ചറിയാനും കണ്ടെത്താനും അതിന്റെ മാഹാത്മ്യത്തെ വർത്തമാനത്തിലേക്ക് തിരിച്ചെടുക്കാനുമുള്ള ശ്രമത്തിന്റെ ഫലമായിട്ടാണ് നാടോടി വിജ്ഞാനീയപഠനം ആരംഭിച്ചത്. നാടോടിവിജ്ഞാനീയം എന്നാൽ നാടോടി ജീവിതം തന്നെയാണ്. നാടോടി വിജ്ഞാനീയത്തെക്കുറിച്ച് പഠിക്കുമ്പോൾ നമ്മൾ മനസ്സിലാക്കാൻ ശ്രമിക്കുന്നത്. ജീവിതത്തിനാധാരമായി

നില്ക്കുന്ന ബോധത്തെക്കുറിച്ചാണ്. ഒരു നാടോടിക്കഥയുടെ ബഹുകാലിക പഠനമായാലും ഘടനാത്മക വിശകലനമായാലും അർത്ഥത്തെ കണ്ടെത്താനുള്ള ശ്രമമായാലും നാം ചെയ്യുന്നത് യഥാർത്ഥത്തിൽ ആ കഥയെ സൃഷ്ടിച്ച സമൂഹമനസ്സിനെ മനസ്സിലാക്കുകയാണ്. അങ്ങനെ വരുമ്പോൾ നാടോടി വിജ്ഞാനീയപഠനം എന്നത് ഏതെങ്കിലുമൊരു ജനതയെ അടുത്തറിയാനുള്ള ശ്രമമാണ്.

ഫോക്‌ലോർ പഠനത്തിൽ നാം കാണുന്നത് ഒരു ദേശത്തിന്റെ കാർഷിക, സാമ്പത്തിക, സാംസ്കാരിക വിഭവങ്ങൾ മാത്രമല്ല അവിടെ ജീവിച്ചിരുന്ന ഒരു ജനവിഭാഗത്തിന്റെ മാനസിക പരിവൃത്തികൾ കൂടിയാണ്. ആധുനിക ടെക്നോളജികൾ വികസിക്കാത്ത കാലത്തും അവരെങ്ങനെ അവരുടെ പൈതൃകത്തെയും ജീവിതസമസ്യകളെയും ഇഴപിരിച്ചും ഇഴചേർത്തും കണ്ടെന്നും അതെങ്ങനെ സ്വജീവിതത്തോട് ഇഴചേർത്തു എന്നുമാണ്. ആധുനികോത്തരകാലത്ത് നമുക്ക് കൈമോശം വന്നുപോയ ഒരു ജീവിതത്തെ അക്കാലത്തുള്ളവർ എങ്ങനെ മടിയിലിരുത്തി താലോലിച്ചിരുന്നു എന്ന് കാണാവുന്നതാണ്.

നാടൻപാട്ടുകൾ മിക്കതിന്റെയും കർതൃത്വം അജ്ഞാതമാണ്. ഇവയ്ക്ക് വരമൊഴി സ്ഥാനത്തിൽ കവിഞ്ഞ് വായ്മൊഴി സ്ഥാനമാണുള്ളത്. സംഘം കളിപ്പാട്ട്, മാർഗ്ഗം കളിപ്പാട്ട്, കല്യാണപ്പാട്ട്, പള്ളിപ്പാട്ടുകൾ എന്നിവപോലെ വടക്കൻ പാട്ടുകളും തലമുറകളിൽനിന്ന് തലമുറകളിലേക്കും വായ്മൊഴിയായി പകർന്ന് കിട്ടിയവയാണ്.

ഉത്തരകേരളത്തിൽ ജീവിച്ചിരുന്ന വീരപുരുഷന്മാരുടെയും വീരവനിതകളുടെയും അപദാനങ്ങളാണ് വടക്കൻ പാട്ടുകൾ. പുത്തൂരംവീട്, തച്ചോളി തറവാട് എന്നീ കുടുംബങ്ങളിലെ വീരനായകന്മാരായ ആരോമൽ ചേകവർ, ഒതേനൻ എന്നിവരെ കേന്ദ്രമാക്കിയാണ് പാട്ടുകളിൽ മിക്കതും. ആറ്റുംമണംമേല്, പാലാട്ട് എന്നീ കുടുംബക്കാരും ഇവയിൽ കടന്നുവരുന്നുണ്ട്. കഥകളിൽ പ്രധാനികൾ ഇവരാണെങ്കിലും പയ്യംവള്ളി ചന്തു, ചിണ്ടൻ നമ്പ്യാർ, അരിങ്ങോടർ, മതിലൂർ ഗുരുക്കൾ, കോമപ്പക്കുറുപ്പ്, ഉണ്ണിയാർച്ച എന്നിങ്ങനെ പലരും വടക്കൻ കഥകളിൽ -കഥാഗാനങ്ങളിൽ പാത്രങ്ങളായി വരുന്നുണ്ട്. കടത്തനാടും അതിന്റെ സമീപപ്രദേശങ്ങളുമാണ് വടക്കൻപാട്ടിന്റെ രംഗഭൂമികൾ. എന്നാൽ ഇവയുടെ കാലത്തെക്കുറിച്ചോ വടക്കൻപാട്ടിന്റെ ഭാഷാരീതിയെക്കുറിച്ചോ കൃത്യമായൊന്നും പറയാൻ കഴിയില്ല.

തലമുറകളിലേക്ക് പകർന്ന് പാടിവരുന്ന ഇത്തരം പാട്ടുകൾ ഓരോ കാലത്തും പാടുന്നവരുടെ ഇഷ്ടാനിഷ്ടങ്ങൾക്കനുസരിച്ച് പാത്രസ്വഭാവങ്ങൾക്ക് മാറ്റം വരാറുണ്ട്. കഥാപാത്രങ്ങളുടെ പേരിനും കഥയുടെ സന്ദർഭങ്ങൾക്കുവരെയും ചിലപ്പോൾ മാറ്റം വരാറുണ്ട്.

പി ഗോവിന്ദപ്പിള്ളയുടെ *മലയാളാ ഭാഷാചരിത്ര*മാണ് (1981) മലയാളത്തിൽ ആദ്യമായി നാടോടി സാഹിത്യത്തെ ഗൗരവമായി പരിഗണിക്കുന്ന ആധികാരിക ഗ്രന്ഥം. വില്യം ലോഗന്റെ *മലബാർ മാന്വലിൽ* (1887)

നാടോടിപ്പാട്ടുകളെക്കുറിച്ച് പരാമർശമുണ്ടെന്ന് മാത്രമല്ല തച്ചോളിപ്പാട്ടുകളുടെ ഏതാനും ഭാഗങ്ങൾ തർജ്ജമചെയ്ത് ചേർത്തിട്ടുമുണ്ട്.

യൂറോപ്പിലെ ഫോക്‌ലോർ പഠനത്തിന്റെ ചരിത്രം പരിശോധിച്ചാൽ ഒരു കാര്യം വ്യക്തമാണ്. വ്യാവസായികതയെ തുടർന്ന് അവിടങ്ങളിലൊക്കെ നഷ്ടപ്പെട്ടുപോയ ഗ്രാമസൗഭാഗ്യത്തെയും സംസ്കാരത്തെയും കുറിച്ചുള്ള അടിസ്ഥാനപരമായ ഒരു വിഷാദമാണ് ഫോക്‌ലോർ പഠനത്തിന് വഴിതെളിച്ചത്. അത്തരത്തിലുള്ള ഒരു സാഹചര്യം ഇവിടെ ഉണ്ടായിട്ടില്ല. പഴളി നോസും ലോഗനുമെല്ലാം താല്പര്യം കാണിച്ചതുകണ്ടപ്പോൾ ഇവിടെയുള്ള ചിലരും ഇത്തരം കാര്യങ്ങളിൽ ശ്രദ്ധ പതിപ്പിച്ചു എന്നേയുള്ളൂ. ഇതിനൊരു മാറ്റം വന്നത് ഇന്ത്യൻ ദേശീയപ്രസ്ഥാനത്തിന്റെ ആവേശം കേരളക്കരയിലും അലയടിച്ചപ്പോഴാണ്. സ്വാതന്ത്ര്യബോധം, അതുവരെ ചിന്തിക്കാത്ത രീതിയിൽ തന്റെയും നാടിന്റെയും പൈതൃകത്തെക്കുറിച്ച്. ചിന്തിക്കാൻ പ്രേരിപ്പിച്ചു. സംഗതി എന്തുതന്നെയായാലും സ്വന്തം നാടിനും നാടിന്റെ അഭിമാനത്തിനുംവേണ്ടി മരണം പോലും മധുരതരമായിക്കണ്ട ധീരയോദ്ധാക്കളുടെ കഥകൾ നാടെങ്ങും പാടിക്കേട്ടത് ജനങ്ങളിൽ സ്വരാജ്യത്തിന്റെ സ്വാതന്ത്ര്യം എന്ന ബോധത്തിന് ആക്കംകൂട്ടുകയും യുവാക്കളെ പോരാട്ടസന്നദ്ധരാക്കുകയും ചെയ്തിട്ടുണ്ടാകാം. ഉദാസീനതയുടെ ഭാഗമായ ഒരു തരം മയക്കത്തിൽ കിടന്നിരുന്ന ഗ്രാമീണ യുവാക്കളെ ഉറക്കത്തിൽ നിന്നുണർത്താനും ഉള്ളിൽ ദേശാഭിമാനവും സ്വാതന്ത്ര്യബോധവും വളർത്താനും വടക്കൻ പാട്ടുകൾ ഉപകരിച്ചു എന്നത് തള്ളിക്കളയാനാവാത്ത സത്യമാണ്. ഇത്തരത്തിൽ പാടിപ്പതിഞ്ഞതും മനസ്സിൽ നിറഞ്ഞുനിന്നതുമായ വടക്കൻ വീരഗാഥകളിലെ പയ്യംവള്ളി ചന്തുവിനെക്കുറിച്ചും തച്ചോളി ഒതേനനെക്കുറിച്ചുമാണ് മാധവിയമ്മ രണ്ട് ആഖ്യായികകൾ രചിച്ചത്. ഒതേനനെപ്പോലെ ബലപൗരുഷശാലികളായ മഹാപുരുഷന്മാരുടെ സാന്നിദ്ധ്യം പ്രസ്തുത കാലഘട്ടത്തിൽ കേരളത്തിനും ഭാരതത്തിനും ആവശ്യമുണ്ടെന്ന ഒരു സൂചനയും ഇതിലുണ്ട്.

വടക്കൻ പാട്ടുകളുമായി മാധവിയമ്മയ്ക്കുള്ള ആത്മബന്ധം കവയിത്രിയുടെ ഭാഷയെത്തന്നെ സമ്പന്നമാക്കിയിട്ടുണ്ട്. സംസ്കൃത പദങ്ങളും മലയാള ഭാഷാപദങ്ങളും പരിപക്വമായ രീതിയിൽതന്നെ പ്രയോഗിച്ച കവിതകളിൽ ഉത്തരകേരളത്തിലെ സംസ്കാരവും ഗ്രാമമനസ്സിന്റെ ഉൾത്തുടിപ്പാവാഹിച്ച പദങ്ങളും ശൈലികളും മാധവിയമ്മയുടെ നോവലുകളിലും നിറഞ്ഞുനില്ക്കുന്നതു കാണാം. ഗ്രാമീണ ജനതയുടെ വായ്മൊഴി പ്രസാദം അവരുടെ സ്നേഹത്തിന്റെയും സംസ്കാരത്തിന്റെയും ജീവിതരീതിയുടെയും ഹൃദയ നൈർമ്മല്യത്തിന്റെയും നേർപ്പകർപ്പായിരുന്നതു കാണാം. ചീപോതി (ഭഗവതി), ചേട്ട (ദുഷ്ടദേവത), ഉക്ക് (ഇടുപ്പ്), പത്തണം (ഭസ്മം), തരിപ്പണം (ഭസ്മം), താപ്പിടി (കൊയ്ത്ത് കഴിഞ്ഞ പാടത്തുനിന്ന് പെറുക്കിയെടുക്കുന്ന കതിരുകൾ), മയ്മ്പ് (സന്ധ്യ), കൊള്ള് (കയ്യാല), പിറുക്ക് (ചെറിയ കൊതുക്), തുമ്മ്

(തുമ്പി), തെരുത്ത് (തരിപ്പ്), കരിച്ചപായുക (സന്ധ്യയാവുക) എന്നിങ്ങനെ നാടൻ പദങ്ങളും ശൈലികളും ധാരാളമാണ് മാധവിയമ്മയുടെ കവിതകളിൽ.

ഒട്ടും കൃത്രിമമല്ലാത്തതാണ് മാധവിയമ്മയുടെ കവിതകൾ. കവയിത്രിയെന്നതുപോലെ കവിതയും നിഷ്കളങ്കയും ശാലീനയും ആസുരലോകത്തിന്റെ കാളിമയറിയാത്ത ഗ്രാമീണ കന്യകയുമാണ്. മക്കൾക്ക് കഞ്ഞിവെക്കാനായി മൺകലത്തിലരിയിട്ട്, അരിവേവുന്നതും കാത്തിരിക്കുമ്പോൾ മനസ്സിൽ നാല് വരി കവിതകൾ ഉറന്ന് വരുന്നു. വേവൊത്ത കഞ്ഞി പാത്രത്തിലേക്ക് പകർന്നശേഷം മനസ്സിൽ വേവൊത്ത ഈരടികൾ 'പത്ര'ത്തിലേക്ക് പകരുന്നു. ഇത് നൈസർഗ്ഗികം! മധുരം! മധുരോദാരം!

കന്നിനെൽക്കണ്ടം

മാധവിയമ്മയുടെ കവിതകളിൽ പ്രധാനപ്പെട്ടതും പ്രസിദ്ധമായതുമാണ്. 'ഗ്രാമശ്രീകൾ'. കന്നിനെൽക്കണ്ടം ഉഴുതുമറിക്കുന്ന കർഷകത്തൊഴിലാളികളെ പ്രകീർത്തിക്കുന്നതാണ് ഈ കവിത. തന്നെപ്പോലുള്ള സ്ത്രീകൾ ചുട്ടുപൊള്ളുന്ന വെയിലിൽ വടക്കൻപാട്ടുകൾ പാടിക്കൊണ്ട് പണിയെടുക്കുകയാണ്.

നാണിച്ചുപോകുന്നു, നീളൻ കുടചൂടി
ഞാനീ വരമ്പിൻ കൊതുമ്പിൽ നില്ക്കെ
ഏതൊരുവിശ്വവിദ്യാലയത്തിങ്കലെൻ
സോദരിമാരെ പഠിച്ചുനിങ്ങൾ ?
കൈവശമാക്കുവാനിക്കലാ വൈഭവ-
മേതൊരദ്ധ്യാപകൻ കൂട്ടുനിന്നു?

കർഷകത്തൊഴിലാളികൾ പിരിയോലക്കുടപോലും ചൂടാതെ, കനൽവാരിയെറിയുന്ന സൂര്യന്റെ കീഴിൽ, നടുവളച്ച് നിന്ന് ജന്മനാടിന്റെ നന്മകൾ നെയ്തെടുക്കുന്ന കാഴ്ചയാണ് കവയിത്രി കാണുന്നത്. ഉന്നത കുലജാതയായ താൻ കുലമഹിമയ്ക്കൊത്ത നീളൻ കുടയും ചൂടി വയൽവരമ്പിൽ - അകലെയൊരോരത്ത് നില്ക്കുകയാണ്. വെയിലേറ്റ് നില്ക്കുന്ന കർഷകസ്ത്രീകളിൽനിന്നും വിഭിന്നമായി, ധനാഢ്യതയുടെ കേമത്തത്തിൽ, വെയിലേല്ക്കാതെ നില്ക്കുന്ന കവയിത്രി സ്വയം നിന്ദിക്കുകയും നാണിക്കുകയും ചെയ്യുന്നു. ജാതിപ്പെരുമയും ധനാഢ്യതയുമൊഴിച്ച് മറ്റെല്ലാ കാര്യത്തിലും തനിക്ക് സമാനരായ പാവം കർഷകസ്ത്രീകൾ ചേർക്കുണ്ടിൽ വിരലുകളാഴ്ത്തി നാടിന്റെ നന്മകൾ നെയ്തെടുക്കുമ്പോൾ താൻ മാത്രം അവരിൽനിന്ന് വിഭിന്നമായി, വരമ്പിൻ കൊതുമ്പിലേക്ക്, കുടയും ചൂടി മാറിനില്ക്കുന്നതിലാണ് അവർ ലജ്ജിക്കുന്നതും

സ്വയം നിന്ദിക്കുന്നതും. നാടിന്റെ നന്മകൾ വിതച്ച് കൊയ്യുന്നവരാണ് കർഷകത്തൊഴിലാളികൾ. സത്യത്തിൽ അവരാണ് തന്നേക്കാൾ മഹത്ത്വമുള്ളവർ എന്ന തോന്നലാണ് കവയിത്രിക്കുണ്ടായിരുന്നത്.

"വന്നു തുടങ്ങീജഘനഭരാലസ
മന്ദഗമനകൾ ഗ്രാമശ്രീകൾ"

കർഷകത്തൊഴിലാളി സ്ത്രീകൾ സുന്ദരികളും സമൃദ്ധമായ യൗവനം തുടിക്കുന്നവരുമാണ്. അവർ പ്രകൃതിയുടെ പരിലാളനയിൽ വളരുന്നവരാണ്. ആരോഗ്യവതികളാണ്. അവർ മണ്ണിലദ്ധ്വാനിക്കുന്നവരും ചേർക്കുണ്ടിൽ കാവ്യം രചിക്കുന്നവരുമാണ്. മാലിന്യം തൊട്ടുതീണ്ടാത്തവരും, ഗ്രാമത്തിന്റെ മണ്ണും മനസ്സും അറിയുന്നവരുമായ ഗ്രാമശ്രീകൾ രചിക്കുന്നതല്ലേ മഹാകാവ്യം? അവരുടെ മുന്നിൽ താനാര്? തന്റെ കവിതയെന്ത്? തന്റെ കുലമഹിമയെന്ത്? എന്നിങ്ങനെയുള്ള തോന്നലുകളാണ് കവിക്കുണ്ടാകുന്നത്.

കാല് പുതയും വരമ്പത്തെ പാഴ്ച്ചെളി-
ത്താരയിൽ താമരത്താർ വിടർത്തി- ക്കൊണ്ട് നടന്നുവരുന്ന ഗ്രാമശ്രീകൾ നാടിന്റെ അഭിമാനമാണ്. പാഴ്ച്ചെളിയിലമരുന്ന ഗ്രാമീണ കന്യകകളുടെ പാദമുദ്രകളെ താമരപ്പൂക്കളായി മാറ്റുകയാണ് മാധവിയമ്മ ചെയ്യുന്നത്. "ചേറിൽ കുരുക്കുന്നുസിതാംബുജങ്ങൾ" എന്ന് കാവ്യലോകത്തിലെ പൂർവ്വസൂരികൾ പറഞ്ഞത് നമുക്കോർമ്മയുണ്ട്. കർഷകത്തൊഴിലാളികൾ ഗ്രാമ'സ്ത്രീകള'ല്ല 'ഗ്രാമശ്രീ'കളാണ് എന്ന കണ്ടെത്തൽ ശ്ലാഘനീയമാണ്. അവരുടെ പാദമുദ്രകളെ താമരപ്പൂക്കളാക്കുന്ന ജാലവിദ്യ മനോഹരവുമാണ്.

നീളൻ കുടചൂടി വരമ്പിൻ കൊതുമ്പിലേക്ക് മാറിനില്ക്കുന്ന, മദ്ധ്യവർഗ്ഗ പ്രതിനിധിയായ കവയിത്രിയുടെ മിഥ്യാഭിമാനം വീർപ്പുമുട്ടുന്ന കാഴ്ച മറ്റൊരിടത്തുണ്ട്.

"തീപ്പൊരിയും വയൽവരമ്പിന്മേൽ
വീർപ്പുമുട്ടിയെൻ മിഥ്യാഭിമാനം"

നാട്ടുവെയിലത്ത് കുനിഞ്ഞുനിന്ന് പെണ്ണുങ്ങൾ കറ്റകൊയ്ത് മുന്നേറുമ്പോൾ, അവരുടെ മുഖങ്ങളിൽ വേർപ്പുമുറ്റി കനിഞ്ഞിറങ്ങുമ്പോൾ, അവരുടെ കുഞ്ഞുങ്ങൾ 'താപ്പിടി പെറുക്കുവാൻ' വരുന്നതുകണ്ട് 'ആട്ടിയോടിച്ച്' വരമ്പത്ത് മിഥ്യാഭിമാനവും താങ്ങി നില്ക്കേണ്ടിവരികയാണ് കവിക്ക്. തനിക്കാകെയുള്ളത് ദുരഭിമാനമാണെന്ന് കവി മനസ്സിലാക്കുന്നു. ഗ്രാമലക്ഷ്മിക്ക് പൊന്നണിച്ചാർത്തിനു, ഗ്രാമത്തിന്റെ നിലനില്പിന് സാഹസപ്പെടുന്ന ഈ സഹോദരിമാർക്ക് കാവലാളായി, ഒരു കങ്കാണിയെപ്പോലെ നില്ക്കേണ്ടിവരുന്നതിൽ വേദനകൊണ്ട് വിങ്ങുന്ന ചേതനയാണ് കവിക്കുള്ളത്. ഈ വർഗ്ഗവിവേചനത്തിൽ ആത്മാർത്ഥമായും കവിക്ക് വേദനയുണ്ട്. അതോടൊപ്പം ഉപരിവർഗ്ഗത്തിന്റെ ഒരു കണ്ണിയായി പിറക്കാൻ കഴിഞ്ഞതിൽ, ആഭിജാത്യ ചിന്തയിൽ അഭിമാനിക്കുകയും ചെയ്യുന്നു. അതൊരു മിഥ്യാഭിമാനമാണെന്ന് തിരിച്ചറിയുമ്പോഴാണ് കവിയിൽ

മാനസിക സംഘർഷം ഉടലെടുക്കുന്നത്. ഒരിക്കലും വിട്ടുമാറാത്ത കുറ്റബോധവും ഒരിക്കലും നഷ്ടപ്പെടാത്ത അഭിമാനവും ചേർന്ന് കവിയിലുണർത്തുന്ന സംഘർഷം കവിതയിൽ പ്രതിഫലിക്കുന്നു. ഗ്രാമശ്രീകളിൽ നിന്നും ഗ്രാമലക്ഷ്മിയെ ഭിന്നമാക്കുന്നത് ഈയൊരു മാനസികാവസ്ഥയാണ്. ഗ്രാമശ്രീകൾ അദ്ധ്വാനിക്കുന്ന വർഗ്ഗത്തിന് ഒരു സ്തുതിഗീതം മാത്രമാവുകയും ഗ്രാമലക്ഷ്മി കവിയുടെ ആത്മാലാപനമായിത്തീരുകയും ചെയ്തിരിക്കുന്നു.

കാർഷിക വൃത്തിയിലേർപ്പെടുന്ന തൊഴിലാളികളുടെ പരിദേവനങ്ങളും വിഹ്വലതകളും കുടുംബജീവിതത്തിൽ അവർ നേരിടുന്ന പ്രശ്നങ്ങളും കീഴ്ജാതിക്കാർ എന്ന നിലയ്ക്ക് പാർശ്വവല്ക്കരിക്കപ്പെടുമ്പോൾ അവർ അനുഭവിക്കേണ്ടിവരുന്ന മാനഹാനിയും വേറെയും പല കവിതകളിലും കടന്നുവരുന്നുണ്ട്. നാട്ടറിവിന്റെയും നാട്ടരങ്ങിന്റെയും ഭാഗമായിരിക്കുന്ന കീഴാളരായ കർഷകത്തൊഴിലാളികൾ അവരുടെ ജീവിതദുരിതങ്ങൾക്കിടയിലും പിറന്ന മണ്ണിന്റെ നന്മയ്ക്കായി, കാർഷിക സമൃദ്ധിക്കായി അദ്ധ്വാനിക്കുന്നതിന്റെ മഹത്ത്വത്തെക്കുറിച്ച് മാധവിയമ്മ പറഞ്ഞു കൊണ്ടേയിരിക്കുന്നു. ഗ്രാമലക്ഷ്മി എന്ന കവിതയിൽ കഥാപാത്രങ്ങളായി വരുന്നതും കർഷകത്തൊഴിലാളികൾ തന്നെയാണ്. ഗ്രാമസൗന്ദര്യത്തിന്റെ വിവധ വശങ്ങൾ അതിന്റേതായ നൈർമ്മല്യത്തോടെയും കാവ്യഭംഗിയോടെയും ആവിഷ്കരിക്കുന്ന ധാരാളം കവിതകൾ മാധവിയമ്മ എഴുതിയിട്ടുണ്ട്.

അതിരാണിക്കാട്ടിൽ, മറയ്ക്ക് പിന്നിൽ, അതിരിട്ട വാഴത്തലപ്പിനുള്ളിൽ, നെടുരാവരങ്ങേറുന്ന കുടിലുകളും അരിവാളുകൾ ആരൽ മീനുകളെപ്പോലെ മിന്നിമായുന്ന പുന്നെൽപ്പാടവുംകൊണ്ട് സജീവവും സുന്ദരവുമാണ് മാധവിയമ്മയുടെ നാട്. ഇങ്ങനെയുള്ള ഗ്രാമങ്ങളിൽ കവയിത്രി കാണുന്ന ഗ്രാമീണരുടെ ചിത്രങ്ങൾ അവിസ്മരണീയങ്ങളാണ്. അതാകട്ടെ ഒരു കാലഘട്ടത്തിന്റെ ചരിത്രം കൂടിയാണ്. ആധുനിക ടെക്നോളജിയും അതിനോടനുബന്ധിച്ച ജീവിതസൗകര്യങ്ങളും ഇന്നത്തേതുപോലെ വികസിക്കാതെയും പ്രചരിക്കാതെയുമിരുന്ന കേരളീയ ഗ്രാമങ്ങളിലെ ജീവിതാവസ്ഥയുടെ ഒരു നേർചിത്രമാണ് നമുക്കതിൽ കാണാൻ കഴിയുക.

ഓലപ്പുരകളിൽ കാറ്റും കുളിരുമായ്
മൂടിപ്പുതച്ച് കഥ പറഞ്ഞു,
തീക്കളം ചുറ്റിയിരുന്ന മൺപുറ്റിലെ
ചക്കക്കുരു ചുട്ടു
തിന്നുന്നവർ
മീനുകൾ വാലിട്ടിളക്കി പുറത്തേക്കു-
ള്ളോവുചാലിൽ കൂടി നീങ്ങുമ്പോൾ,
ഒറ്റാലുകുത്തിയവയെ..
പിടിക്കുന്നവർ,

പൈക്കൾ തിന്നൊക്കിയിട്ട ചക്കരമാവിന്നണ്ടി
കാൽക്കീഴിൽ ഞണ്ണം പറ്റിയങ്കലാപ്പുയർത്തുമ്പോൾ
കൈമുട്ടിച്ചിരിച്ചാർത്തുകാൽമുട്ടിൽതുള്ളിച്ചാടി
കളിക്കുന്നു കുട്ടികൾ
കൂലിയാൽ കൂരപുലർത്തിടേണ്ടും
കൂടിന്നുടയോനെ കാത്ത് കാത്ത്
കഞ്ഞിയും കപ്പയും മീനുമായി
കണ്ണിമകൂട്ടാതിരിക്കുന്നു -

ഇങ്ങനെ ചക്കക്കുരു ചുട്ടുതിന്ന് വിശപ്പടക്കുന്ന കുട്ടികളെയും കപ്പയും മീനും കഞ്ഞിയുമായി കണ്ണിമകൂട്ടാതെ ഭർത്താവിനെ കാത്തിരിക്കുന്ന ഗൃഹനായികമാരെയും കടത്തനാട്ട് മാധവിയമ്മയുടെ കവിതകളിൽ മാത്രമേ കാണുകയുള്ളൂ.

'കഞ്ഞി'യെന്ന ഭക്ഷണപദാർത്ഥം പോയകാലത്തിലെ ദരിദ്രകർഷക കുടുംബത്തിന്റെ ഭക്ഷണമായിരുന്നു. കഞ്ഞി, കപ്പ, മീൻകറി. ഇതിനപ്പുറമൊരു ഭക്ഷണം അവർക്ക് ഓണനാളിലോ കല്യാണനാളിലോ മാത്രം വന്നെത്തുന്ന വിരുന്നുകാർ മാത്രമായിരുന്നു. മേലാളന്റെ നെൽവയലുകൾ ഉഴുതും കിളച്ചും 'അരുച്ചെത്തി'യും കട്ടയുടച്ചും തെരുപ്പലക വെച്ചും വെള്ളം തേവിയും വളം ചേർത്തും വിത്തു വിതച്ചും കള പറിച്ചും പുഴുവീതും, കളംപെരുക്കിയും പത്തായം നിറച്ചുകൊടുക്കുന്ന കർഷകത്തൊഴിലാളിക്ക് ലഭിക്കുന്നത് താപ്പിടിയും വല്ലിയും മാത്രം. അവരുടെ മക്കൾ കൂരയ്ക്കകത്ത് ചക്കക്കുരു ചുട്ടുതിന്നും കപ്പ വേവിച്ച്തിന്നും വിശപ്പടക്കുന്നു. ഇത് കേരളത്തിന്റെ ഒരു കാലത്തെ സാമൂഹ്യ ചരിത്രമാണ്. 'കഞ്ഞി' യെന്ന വാക്ക് തന്നെ ഉപയോഗിച്ചിരുന്നതും ചിലരെങ്കിലും ഇന്നും ഉപയോഗിക്കുന്നതും ചീത്ത അർത്ഥത്തിലാണ്. കഞ്ഞിയും ചോറും തമ്മിലുള്ള നിലവാരവ്യത്യാസം കവിതയിലാവിഷ്കരിച്ച് ഒരു സംസ്കാരത്തെയും ചരിത്രത്തെയും കാണിച്ചത് വൈലോപ്പിള്ളിയാണ്. 'കുടിയൊഴിക്കലി'ലെ തൊഴിലാളി ഭാര്യയോട് ചോദിക്കുന്നത് ഇങ്ങനെയാണ്.

"തേവിടിശ്ശി, നീയെന്തിനേ കഞ്ഞി
തേവിവെച്ചത്? ചോറെനിക്കില്ലേ?"

ഉന്നതകുലജാതനും പണക്കാരനുമായ ജാരന് ചോറും വീട്ടുകാരന്ന് കഞ്ഞിയും എന്നത് ഭക്ഷണത്തിന്റെ നിലവാരവ്യത്യാസം മാത്രമല്ല. ഇന്ത്യാ രാജ്യം തന്നെ ജാരന് ചോറും ഭർത്താവിന് കഞ്ഞിയും വിളമ്പിക്കൊടുത്തിന്റെ ഫലമായിട്ടാണ് നമ്മൾ വിദേശീയന്റെ ചൊൽപ്പടിക്ക് നില്ക്കേണ്ടിവന്നത് എന്ന സൂചന കൂടിയാണത്. അങ്ങനെയാണ് 'കഞ്ഞി' എന്ന ഭക്ഷണത്തിന്തന്നെ ഒരു തേവിടിശ്ശിത്തം വന്നുചേരുന്നത്. മാധവിയമ്മയുടെ കവിതയിൽ കർഷകക്കുടിലുകൾക്കും അവരുടെ ഭക്ഷണത്തിനുതന്നെയും നീചത്വം കല്പിക്കപ്പെട്ടതിന്റെ വേദനയാണ് നിറയുന്നത്.

പകലന്തിയോളം പാടത്ത് പണിയെടുക്കുന്ന കർഷകത്തൊഴിലാളി

പ്പെണ്ണിനും അവളുടെ കുടുംബത്തിനും പട്ടിണി മാറ്റാൻ കൊയ്ത്തൊഴിഞ്ഞ പാടത്തെ 'താപ്പിടി' മാത്രം ലഭിക്കുന്ന ദയനീയാവസ്ഥയെ കാണിക്കുന്ന കവിതയാണ് 'വേലയും കൂലിയും'

"ആളൊഴിഞ്ഞ, അരിഞ്ഞ കണ്ടത്തിൽ
ഞാനൊരുത്തി പരതുന്നു.
ഒറ്റ തെറ്റയായ് വിട്ടുപോയതാ
നെല്ക്കതിരിന്റെ പൊട്ടുകൾ
വേലയോയിത്? വേലക്കൊത്തതാം
കൂലിയോയെന്റെ ഭാണ്ഡത്തിൽ?
പുന്നെൽച്ചോറിന്റെ പൂതി മാറ്റുവാൻ
'ഇന്നിത്താപ്പിടി' പോരുമോ?

എത്ര തന്നെ ആയാലും ആ താപ്പിടിയിൽ സംതൃപ്തി കണ്ടെത്തുന്ന നിർമ്മലമായ ഒരു മാനസികാവസ്ഥയാണ് കർഷകർക്കുള്ളത്. വിതയ്ക്കുമ്പോഴും വളർത്തുമ്പോഴും കൊയ്തെടുക്കുമ്പോഴും ഉണ്ടാകുന്ന അനിർവ്വചനീയമായ ഒരു സംതൃപ്തിയിലാണവർ ജീവിക്കുന്നത്.

കന്നിപ്പാടത്ത് കളപറിക്കുകയും, വളമിട്ട് ചവിട്ടിയൊതുക്കിയ പാടത്ത് വിത്തെറിയുകയും പുലർകാലത്തിന്റെ കൊടും തണുപ്പിൽ പാടത്തിറങ്ങി, മുറംവെച്ച് പുഴുവിനെ വിതയ്ക്കുകയും കാക്കക്കാലിന്റെ തണൽ പോലുമില്ലാത്ത, കൊടുംവെയിലിൽ പാടത്ത് പണിയെടുക്കുകയും ചെയ്യുന്ന കർഷകസ്ത്രീകളോട് മാധവിയമ്മയ്ക്ക് എന്തെന്നില്ലാത്ത സ്നേഹവും ബഹുമാനവുമാണ്. ആയിരമരിവാളുകൾ ആരൽമീനുകൾ പോൽ മിന്നിമായുന്ന 'ആരിയം' പുന്നെൽപ്പാടത്ത് കർഷകസ്ത്രീകൾക്കൊപ്പമിറങ്ങാനും നിറകതിരുകൾ കൊയ്തെടുക്കാനും കവയിത്രിയുടെ മനസ്സ് കൊതിക്കുകയാണ്. പക്ഷേ, അവർക്കതിന് കഴിയുന്നില്ല.

"ഒന്നടുക്കിപ്പിടിച്ച് കൊയ്യുവാൻ.
ഒന്നുകയ്യിലൊതുക്കുവാൻ
ഹാ, മനസ്സുകൊതിച്ചു, പക്ഷേയീ
കൈകൾ വേല ചെയ്തീലല്ലോ...." കുടുംബത്തിന്റെ ആഭിജാത്യം തന്നെ അതിനനുവദിച്ചില്ലല്ലോ എന്നാണ് കവിഹൃദയം സങ്കടപ്പെടുന്നത്.

കേരളത്തിലെ പാവം കർഷകരെ കാൽച്ചുവട്ടിൽ നിർത്തി ഉപദ്രവിച്ചിരുന്ന ഒരു കാലമാണ് ഇരുപതാം നൂറ്റാണ്ടിന്റെ ആദ്യകാലം. കൃഷിക്കാരനുണ്ടാകുന്ന എല്ലാ നേട്ടങ്ങളെയും തട്ടിയെടുക്കുകയും മർദ്ദനത്തിന്റെയും ഭീഷണിയുടെയും നിഴലിൽ നിർത്തിക്കൊണ്ട് ജന്മികളും ഭൂവുടമകളും കർഷകരെ ചൂഷണം ചെയ്യുകയുമായിരുന്നു. നീലേശ്വരം രാജ, കരക്കാട്ടിടം നായനാർ, കല്യാട്ട് എശമാനൻ, ചിറക്കൽ തമ്പുരാൻ, കണക്കയിൽ ഗോവിന്ദൻ നമ്പ്യാർ തുടങ്ങിയ വൻകിട ജന്മിമാർ കൃഷിക്കാരെ, മനുഷ്യത്വരഹിതമായ ചൂഷണങ്ങൾക്ക് വിധേയമാക്കുകയായിരുന്നു. വാശി, നുരി, വച്ചുകാണൽ, മുക്കാൽ, കങ്കാണി, കാഴ്ച, പൊലി, കള്ളപ്പറ, പൊളിച്ചെഴുത്ത്, ശീലക്കാശ് തുടങ്ങിയ അക്രമപ്പിരിവുകൾ കർഷ

കർക്ക് മേൽ അടിച്ചേല്പിക്കുകയായിരുന്നു. ജന്മിക്ക് പാട്ടമളക്കുന്ന കൃഷിക്കാരൻ പത്തുപറ നെല്ലളക്കുമ്പോൾ മൂന്ന് പറ ഉണക്കുവാശിയായി കൂടുതലളക്കണം. ഓരോ പത്തുപറ അളക്കുമ്പോഴും കണക്കുതെറ്റാതിരിക്കാൻ എന്ന പേരിൽ കുടിയാന്റെ നെല്ലിൽനിന്ന് ഒരു കുത്ത് നെല്ലെടുത്ത് കൂന വെക്കും. ഇത് ജന്മിക്കുള്ളതാണ്. വിശേഷദിവസങ്ങളിൽ, മുസ്ലിം ജന്മിക്കാണെങ്കിൽ കോഴിയും നെയ്യും, ഹിന്ദു ജന്മിയാണെങ്കിൽ ചേന, ചേമ്പ്, മത്തൻ, എളവൻ, നേന്ത്രക്കായ എന്നിവയും കൊണ്ടുകൊടുക്കണം. ഇതാണ് വെച്ചുകാണൽ. കുടിയാന്റെ വിളഞ്ഞ് കിടക്കുന്ന നെല്ല് കൊയ്യണമെങ്കിൽ, ജന്മിക്ക് കാഴ്ചവെച്ച് അനുവാദം വാങ്ങണം. ഇതിന് കാൽക്കുറ്റി നെയ്യ്, ഒരു കെട്ട് വെറ്റില, പത്തടയ്ക്ക, ഒന്നേകാൽ മുതൽ അഞ്ചുവരെ പണം എന്നിവ കാഴ്ച വെക്കണം. ഓരോ പത്തുപറയ്ക്കും മുക്കാലിടങ്ങഴി തോതിൽ ജന്മിക്ക് മറ്റൊരു ഭാഗവും കൊടുക്കണം. ഇതിന് പുറമെ ജന്മിക്ക് വലിയ പറയ്ക്ക് അളന്ന് കൊടുക്കണം. അതാണ് കള്ളപ്പറ. അങ്ങനെ കുടിയാനും കുടുംബവും അദ്ധ്വാനിച്ചുണ്ടാക്കുന്നതിന്റെ സിംഹഭാഗവും ഓരോ പേരും പറഞ്ഞ് ജന്മി തട്ടിയെടുക്കും. ജന്മിവർഗ്ഗം വാക്കാലുണ്ടാക്കിയ ഇത്തരം നിമയങ്ങൾ തെറ്റിക്കുന്നന്നവനെ ക്രൂരമായി മർദ്ദിച്ചിരുന്നു.

കൃഷിക്കാരന്റെ വീട്ടിലെ സുന്ദരികളായ സ്ത്രീകൾ ജന്മിമാർക്ക് സ്വന്തമായിരുന്നു. ജന്മിമാർ – കാമാസക്തരായ മൂരിക്കുട്ടന്മാർ, കുടിയാന്റെ കുടിലിലേക്ക് പെണ്ണിനെ തേടിവരുമ്പോൾ വീട്ടിലുള്ള മറ്റുള്ളവർ ഇരുട്ടിലെവിടെയെങ്കിലും ചെന്ന് ഒളിച്ചിരിക്കണം. ഈ കാടത്തരങ്ങൾക്കെതിരായി ശബ്ദമുയർത്തിത്തുടങ്ങിയത് 1930 കളിൽ കേരളത്തിലെ കർഷകപ്രസ്ഥാനത്തിന്റെ സംഘടിത പ്രവർത്തനങ്ങളോടുകൂടി മാത്രമാണ്. മദ്ധ്യവർഗ്ഗപ്രതിനിധിയായ, അഭിജാതയായ മാധവിയമ്മയിലെ കവയിത്രി പാവം കർഷകസ്ത്രീകളുടെ ദൈന്യതകൾ അറിയുകയും മനസ്സിൽ അടക്കാനാവാത്ത ഒരു ദുഃഖവും കർഷകസ്ത്രീകളോട് ദീനാനുകമ്പയും കൊണ്ടുനടക്കുന്നുണ്ടായിരുന്നു. അതിന്റെ തെളിവാണ് മാധവിയമ്മയുടെ കവിതകൾ.

പാടത്ത് പണിയെടുത്ത്, ചെളിക്കുണ്ടിൽ വിരലുകളമർത്തി നാടിന്റെ നന്മകൾ നെയ്തെടുക്കുകയും കാവ്യകവാടം തുറക്കുകയും ചെയ്യുന്നവരായ, എന്നാൽ നിരാശ്രിതരായ കർഷകരുടെ, മനുഷ്യജീവിതത്തിന്റെ തന്നെ ദൈന്യതയെ നോക്കിക്കാണുവാൻ, സ്വയം, പുറമ്പോക്കിലെ ഒരു പാഴ്ച്ചെടിയായി കവയിത്രി മാറിനില്ക്കുന്നതാണ് 'പുറമ്പോക്കിൽ' എന്ന കവിത.

"ഞാനിവിടെ സുഖമായ് കഴിയുന്നു...
ഹാ, നവം നവം കാഴ്ചകൾ കാണുന്നു
കാക്കകണ്ണു തുറക്കാത്ത കർക്കിടക
ക്കാറ്റിൽ, മാരിത്തകർപ്പിലും മഞ്ഞിലും
പാർത്തടം ചൂടും കുംഭമാസത്തിലും

വൃശ്ചികത്തിൽ കൊടും മരവിപ്പിലും
ഈ വരമ്പത്ത് കാത്തിരിപ്പാണ് ഞാൻ
ജീവിതത്തിൻ മഹോത്സവം കാണുവാൻ"

ഇങ്ങനെ കാത്തിരിക്കുന്ന ഈ പാഴ്ച്ചെടിക്ക് ഒരു പ്രത്യേകതയുണ്ട്. കണ്ണും കാതും കാലും വയറും തലച്ചോറുമുള്ള ചെടിയാണത്.

"കീറിനാറിപ്പഴകിയോരീരിഴ-
യാണു നാണം മറയ്ക്കാനുടുപുട!
ഉച്ചവെയിൽ വേവുതടുക്കുവാൻ
ചപ്രപാഴ്മുടിയാണെൻ തലക്കുട.
ഉണ്ടെനിക്ക് വയറ്, മസ്തിഷ്കവും
രണ്ടുകാൽ, രണ്ടു കണ്ണുമതിനാലെ
....
കറ്റ കെട്ടു കെട്ടായിച്ചുമടാക്കി
മർത്ത്യരേ, നിങ്ങൾ നീങ്ങിയകലവേ
ഇപ്പുറമ്പോക്കിൽ നിന്നെണീക്കുന്നു ഞാൻ
നെല്ക്കതിരുപെറുക്കിയെടുക്കുവാൻ"

ആരും വിതയ്ക്കാത്ത, ആരും നനയ്ക്കാത്ത, ആർക്കും ചവിട്ടിയരച്ചു കളയാവുന്ന ഒരു പാഴ്ച്ചെടിയായി ജീവിതത്തിന്റെ പുറമ്പോക്കിൽ നിന്നുകൊണ്ട് ഇഹലോക നരകജീവിതത്തിന്റെ ദുരിതപർവ്വത്തെ നോക്കിക്കാണുകയും അതിൽ പരിതപിക്കുകയുമാണ് മാധവിയമ്മ ചെയ്യുന്നത്.

കേരളത്തിലെ ജന്മി കുടിയാൻ ബന്ധത്തിന്റെയും കുടിയാന്മാരുടെ ജീവിതത്തിന്റെ പരിതാപകരമായ അവസ്ഥയെക്കുറിച്ചും കാവ്യഭാഷയിലൂടെ ബഹുജനത്തെ ബോദ്ധ്യപ്പെടുത്തിയ കവിയാണ് ചങ്ങമ്പുഴ. 'വാഴക്കുല' യിലൂടെ ചങ്ങമ്പുഴ നമുക്ക് കാണിച്ചുതന്നത് കുടിയാന്റെ നരകതുല്യ ജീവിതം മാത്രമല്ല, പാർശ്വവല്ക്കരിക്കപ്പെട്ട പുലയജന്മത്തിന്റെ കണ്ണീരുകൂടിയാണ്. മനതാരിലാശകൾപോലെ മുളച്ചുവന്ന മരതകക്കുന്നുകളെ താലോലിക്കുകയും ആത്മാവ് കൊണ്ട് വളവും വെള്ളവും ചേർത്ത് കുലപ്പിച്ചെടുത്ത വാഴയുടെ കുലവെട്ടിയെടുക്കുന്ന ജന്മിയുടെ മുഖത്തുനോക്കി നിശ്ശബ്ദനായി കണ്ണീരൊഴുക്കുന്ന പുലയന്റെ ചിത്രം മലയാള മനസ്സിൽ തീർത്തത് ചോരപ്പാട് ഉണങ്ങാത്ത ഒരു ദയനീയ ദൃശ്യമാണ്. കാരണം ജന്മിയുടെ കിങ്കരന്മാർ വെട്ടിയെടുത്തത് വാഴക്കുലയല്ല പുലയന്റെ-കുടിയാന്റെ മോഹത്തിന്റെ തലതന്നെയാണ്.

കേരളത്തിലെ ചെടികളെക്കുറിച്ചും കാർഷിക വിളവുകളെക്കുറിച്ചും ഓണക്കാലത്തെക്കുറിച്ചും മഹാകവി പി കുഞ്ഞിരാമൻ നായർക്കുശേഷം ഏറ്റവും കൂടുതൽ കവിതകളെഴുതിയത് കടത്തനാട്ട് മാധവിയമ്മയാണെന്ന് തോന്നുന്നു. വർണ്ണ വർഗ്ഗ വ്യത്യാസമില്ലാതെ, ജാതിചിന്തകൾ തലപൊക്കാത്ത, മേലാളനും കീഴാളനും പട്ടിണിക്കാരനും പണക്കാരനുമില്ലാത്ത ഒരു കേരളത്തെ കാണാനുള്ള മോഹത്തിൽ നിന്നായിരിക്കണം ഓണക്കാലത്തെക്കുറിച്ച് മാധവിയമ്മ ഇത്രയേറെ ഓണക്കവി

തകളെഴുതിയത്. ഓണക്കാലത്തിനെ ഗ്രാമീണ കർഷക യുവതിയോടും ഉണ്ണികൃഷ്ണനോടും ബന്ധപ്പെടുത്തിക്കൊണ്ടുള്ള കല്പനകൾ ഇക്കാര്യത്തെ ബലപ്പെടുത്തുന്നു. മനോഹരമായ കാവ്യകല്പനകൾക്കുള്ള ഉദാഹരണമായി എടുക്കാവുന്ന കവിതകളാണവ.

“കർക്കടകത്തിന്റെ കല്ലിലെമ്പാടും
തച്ചലക്കിത്തെളിഞ്ഞതെന്നാലും
അച്ചളിപ്പാടിടയിടെപ്പറ്റീ
ഉച്ചലിക്കു മുടുപുട ചുറ്റീ,
അമ്പിളിപ്പൊളിക്കൊയ്ത്തരിവാളിൻ
പിൻപിടി തന്റെയുക്കിൽച്ചെരുതി
വാർനെറുകയിൽപ്പഞ്ഞണം തൊട്ട്
വാരെഴും വെള്ളമേഘപ്പൊളിയാൽ
കാറണിച്ചാണകക്കലം കാട്ടീ
നീരുപാറ്റി നിലം ശുചിയാക്കി
പുന്നെൽച്ചെങ്കതിർ ക്കറ്റകൾ പേറി
വന്നെത്തുന്നിതാ ചിങ്ങപ്പുലരി.”

ശുദ്ധിയും ഐശ്വര്യവും കൊണ്ടുവരികയാണ്, കള്ളക്കർക്കിടകത്തിന്റെ ദാരിദ്ര്യത്തെത്തട്ടിമാറ്റിക്കൊണ്ട് ഓണപ്പുലരി. അരിവാൾ പിടി ഉക്കിൽച്ചെരുതി, വാർനെറുകയിൽ പഞ്ഞണംതൊട്ട്, ചാണകനീരുപാറ്റി നിലം ശുചിയാക്കി, കറ്റകളും പേറിവരുന്ന കർഷകയുവതിയായി ഓണക്കാലത്തെ സങ്കല്പിക്കാൻ മാധവിയമ്മയ്ക്കേ കഴിയൂ. ഓണത്തിന്റെ സമൃദ്ധി-സന്തോഷങ്ങളെയും കാർഷികവൃത്തിയുമായി ബന്ധപ്പെട്ട് കിടക്കുന്ന ആചാരനുഷ്ഠാനങ്ങളേയും ഒന്നിച്ച് ആവാഹിച്ചതാണ് ഈ കവിത.

വടക്കൻ കേരളത്തിൽ, കള്ളക്കർക്കടകത്തിനെ സഹിച്ചും ക്ഷമിച്ചും, ദാരിദ്ര്യത്തെ ആട്ടിയോടിക്കാൻ സംക്രമദിനത്തിൽ കലിയനെ പ്രീതിപ്പെടുത്തിയും, മാസാന്ത്യംവരെ ചതുരപ്പലകയിൽ ഭസ്മക്കളം വരച്ച് ഇലകളും പൂക്കളും നിവേദിച്ചും മോന്തായം കേൾക്കെ *രാമായണം* വായിച്ചും ആചാരാനുഷ്ഠാനങ്ങൾ ചെയ്ത് തീർക്കുന്ന കർഷകയുവതികൾ-വീട്ടമ്മമാർ-പോയകാലത്തിന്റെ ധന്യമായ ഗ്രാമീണ കാഴ്ചകളായിരുന്നു. അത്തരം ഗ്രാമത്തിന്റെ ഉൾത്തുടിപ്പറിയുന്ന മാധവിയമ്മയ്ക്ക് പുന്നെല്ലിൻ കറ്റകളുമായി വരുന്ന കർഷകയുവതിയായി മാത്രമേ ഓണത്തെ കാണാൻ കഴിയൂ. കേരളത്തിന്റെ സൗഭാഗ്യമായി ഓണത്തെ ദർശിക്കുന്ന കവയിത്രിയുടെ കവിതയെപ്പോലും ഓണക്കോടിയുടുത്തുവരുന്ന ഗ്രാമീണ യുവതിയായിട്ടാണ് കവി സങ്കല്പിക്കുന്നത്.

“മഞ്ഞൾ മുക്കിപ്പിഴിഞ്ഞ് ഞൊറിഞ്ഞ്
മിന്നും പൊന്നിൻ കസവിട്ടുളിഞ്ഞു
കോടക്കാറണി മേനിയിലൊക്കെ-

ക്കോടിയും ചുറ്റി....... വരുന്ന ഉണ്ണികൃഷ്ണനായി ഓണക്കാലത്തെ സങ്കല്പിക്കുന്നതിൽ മാതൃഭാഷയും ഭക്തിഭാവനയുമുണ്ട്. ഭക്തരെ സംബ

സ്ഥിച്ചിടത്തോളം ഉണ്ണികൃഷ്ണൻ 'ഓണം' തന്നെയാണ്. മത്സ്യം മുതൽ ഭാർഗ്ഗവരാമൻ വരെയുള്ള അവതാരങ്ങളിലൊന്നിലും തന്നെ കലയ്ക്കോ പ്രണയത്തിനോ സ്ഥാനമോ പ്രാധാന്യമോ ഉണ്ടായിരുന്നില്ല. രാമാവതാരത്തിൽ പതിവിൻപടിയുള്ള വിവാഹത്തിനും ദാമ്പത്യത്തിനും മാത്രമേ പ്രാധാന്യമുണ്ടായിരുന്നുള്ളൂ. എന്നാൽ വിശ്വമോഹന വശ്യമായ സംഗീതകലയും അതിൽ പതിനാറായിരത്തിയെട്ട് രാഗങ്ങളുമായി വരുന്നതും ഗോപികമാരുടെ ഹൃദയം കവരുന്നതും രാസലീലയാടുന്നതും ശ്രീകൃഷ്ണനാണ്. കൃഷ്ണാവതാരത്തിന്റെ ലക്ഷ്യങ്ങളിൽ പ്രധാനമായ ഒന്ന് സ്ത്രീജനങ്ങളിൽ പ്രണയഭാവം ഉണ്ടാക്കുക എന്നതുമാണ്. മധുരം കാത്തിരിക്കുന്ന കാമിനി ഹൃദയങ്ങൾക്ക് ഓണമായി വരുന്നത് കൃഷ്ണൻ തന്നെ.

അവതാരങ്ങളിൽ, അമ്മയെ സ്നേഹിക്കുന്നതും അമ്മയെ കരയിപ്പിക്കുന്നതും ഒരുപിടി ചെമ്മണ്ണിൽ പതിനാല് ലോകങ്ങളും അടങ്ങിയിട്ടുണ്ടെന്ന സത്യം കാണിച്ച് കൊടുത്ത് അമ്മയെ വിസ്മയിപ്പിക്കുകയും മണ്ണിന്റെ രഹസ്യം പഠിപ്പിക്കുകയും ചെയ്യുന്നത് കൃഷ്ണൻ തന്നെയാണ്.

പ്രസവിത്രി

കടത്തനാട്ട് മാധവിയമ്മ എന്ന കവിനാമത്തിലെ 'അമ്മ' എന്ന പദം മാത്രം അടർത്തിയെടുത്താൽ അതിലുണ്ട് ഒരുപാട് അർത്ഥങ്ങൾ. കവിയായിരിക്കെത്തന്നെ പ്രസവിത്രിയുടെ എല്ലാ ധർമ്മകർമ്മങ്ങളും അതിന്റേതായ അർത്ഥത്തിൽ മാധവിയമ്മ ചെയ്ത് തീർത്തിരുന്നു. അതിന്റേതായ ദുഃഖവും അവർ തന്നെ അനുഭവിച്ചിരുന്നു എന്നതിന്റെ തെളിവാണ് മകന്റെ വേർപാടിനെക്കുറിച്ചെഴുതിയ കവിതകൾ. വാർദ്ധക്യത്തിന്റെ പടിവാതിലിൽ നില്ക്കുമ്പോഴും മകന്റെ ഓർമ്മയിൽ ആ കവി ഹൃദയം വിതുമ്പിയിരുന്നു.

"ഓമനേ നമ്മൾ വീണ്ടുമൊന്നിച്ചാ
യേകതയിൽ ലയിപ്പോളം
വേദനിപ്പിക്കുമീനിനവെന്റെ
ജീവനും ജീവനായിടും"

ഇതേ അമ്മ തന്നെയാണ് ഗാന്ധിയൻ ആശയങ്ങളെ പിന്തുടർന്ന് വിശ്വമാനവികതയുടെ അമ്മയായ് തീരുന്നതും.

"നാളുകൾ നീങ്ങി
കന്യകപോയി
കാമിനിയായ്
കുടുംബിനിയായ്
അമ്മയാകുന്നു ഹാ,
ജീവിതത്തിൻ
കർമ്മകാണ്ഡം
വിടർന്നു വരുന്നു."

മഹാകവി കാളിദാസനെ സംബന്ധിച്ച ഒരു കഥയുണ്ട്. കാളിദാസൻ കാവ്യരചനയ്ക്കിടയിൽ ഒരിടത്ത് യഥാർത്ഥ മാതൃഭാവത്തെ കാണിക്കു

ന്നതിന് പല പദങ്ങളും ഉപയോഗിച്ചുനോക്കി. പക്ഷേ, ഒന്നും തന്നെ കവി ഉദ്ദേശിച്ച ഭാവത്തെ പ്രകടിപ്പിക്കുന്നതിന് പര്യാപ്തമായിരുന്നില്ല. രചനയ്ക്ക് ഭംഗം വന്ന കാളിദാസൻ എഴുതിയെടത്തോളം കവിത അങ്ങനെ തന്നെ വെച്ച് എഴുന്നേറ്റുപോയി. എത്രയോ സമയം കഴിഞ്ഞ് തിരിച്ചുവന്നപ്പോൾ പൂരിപ്പിക്കപ്പെടേണ്ടിയിരുന്ന പദത്തിന്റെ സ്ഥാനത്ത് 'പ്രസവിത്രി' എന്ന് ആരോ എഴുതിയിരിക്കുന്നു. അത് എഴുതിയത് സാക്ഷാൽ സരസ്വതി തന്നെയാണെന്ന് കാളിദാസൻ വിശ്വസിച്ചു. കവിതയാകട്ടെ അതിന്റെ സമ്പുഷ്ടതയിലേക്ക് ഉയരുകയും ചെയ്തു. സ്ത്രീയെ, മാതൃത്വത്തെ തികവാർന്ന അർത്ഥത്തിൽ കാണിക്കുന്ന പദമാണ് 'പ്രസവിത്രി' എന്നത്. ഇവിടെയാണ് മാധവിയമ്മയിലെ 'അമ്മ'യ്ക്ക് പ്രസവിത്രിയെന്ന വിശേഷാർത്ഥം കൊടുക്കാൻ തോന്നുന്നത്.

മാധവിയമ്മയുടെ കവിതകളിലെ സ്ത്രീകളിൽ നിഷ്കളങ്കരും അബലകളും അഭിമാനികളും അഭിജാതരും അനീതികളെ ചോദ്യംചെയ്യുന്ന ധീരകളും എല്ലാമുണ്ട്. വിനയം തുളുമ്പുന്ന ചിരിയും നാണം കുണുങ്ങാത്ത പ്രസരിപ്പും അഭിജാതലാവണ്യവും സ്ത്രീത്വത്തിന്റെ ശോഭ വർദ്ധിപ്പിക്കുന്നു എന്ന് കവി കരുതുന്നു. സ്ത്രീകൾ ഭീരുക്കളായി, അശക്തരായി ശത്രുക്കൾക്ക് മുമ്പിൽ കീഴടങ്ങുന്നതിനെ എതിർക്കുകയാണ് കവി ചെയ്യുന്നത്. സ്ത്രീ ആരുടെയും - ഉടമയുടേയോ ഭരണാധിപന്റെയോ സ്വന്തം ഭർത്താവിന്റെ പോലുമോ അടിമയല്ല സ്ത്രീ എന്ന് ഉറച്ചു വിശ്വസിക്കുന്നുണ്ട് മാധവിയമ്മ. ഗാന്ധിജിയുടേയും നെഹ്റുവിന്റെയും വിവേകാനന്ദന്റെയും ആദർശങ്ങൾ ഉൾക്കൊണ്ട ഒരു വ്യക്തിയെന്ന നിലയ്ക്കും കാവ്യലോകത്ത് തന്റെ ഗുരുവായി സ്വീകരിച്ച വള്ളത്തോളിന്റെ ആശയങ്ങളെ മുൻനിർത്തിയും സ്വാതന്ത്ര്യത്തിനുവേണ്ടി തൂലികകൊണ്ട് പോരാടിയ മാധവിയമ്മയ്ക്ക് സ്ത്രീയുടെ ബലഹീനതയെയോ അടിമത്ത മനോഭാവത്തെയോ അംഗീകരിക്കാനാവില്ല. ഭാര്യ, കാമുകി, അമ്മ എന്നിങ്ങനെയുള്ള സ്ത്രീഭാവങ്ങളിൽ അമ്മ എന്ന അംശത്തിനാണ് കവയിത്രി ഏറെ പ്രാധാന്യം കല്പിക്കുന്നത്. ഒരു തരത്തിലുമുള്ള ആദർശവല്ക്കരണം കവി തന്റെ കവിതകളിലൂടെ പ്രസരിപ്പിക്കുന്നില്ലെങ്കിലും കവിയുടെ കണ്ണിൽ മാതൃത്വഭാവമുള്ള സ്ത്രീയാണ് ആദർശവനിത. ഭാരതത്തെ മൊത്തം അമ്മയായി കാണുകയും ഭാരതസ്ത്രീകൾ തൻ ഭാവശുദ്ധിയെ പ്രകീർത്തിക്കുകയും ചെയ്ത മഹാകവി വള്ളത്തോളായിരിക്കണം ഇക്കാര്യത്തിൽ മാധവിയമ്മയെ സ്വാധീനിച്ചത്.

ജന്മനാടിന്റെ മണ്ണിനെയും കവയിത്രി പെണ്ണായും അമ്മയായും തന്നെയാണ് സങ്കല്പിക്കുന്നത്. നമുക്ക് ഭക്ഷണവും വെള്ളവും തന്നനുഗ്രഹിക്കുന്ന മണ്ണ് ഏവരുടെയും അമ്മ തന്നെയാണ്. മണ്ണാണ് നമ്മളെ പ്രസവിക്കുന്നത്, മണ്ണിലാണ് നമ്മൾ പിറന്നുവീഴുന്നതും പിച്ചവെക്കുന്നതും ഒടുവിൽ ചെന്ന് കിടക്കുന്നതും ആ അമ്മയുടെ മടിത്തട്ടായ ആറടി മണ്ണിൽ തന്നെ. ഇതിഹാസ കഥാപാത്രമായ സീതയെ പെറ്റത് മണ്ണാണ്. വൈലോപ്പിള്ളിക്കവിതയിലെ 'മീൻ കഴുകിയ വെള്ളത്തിൽ വച്ചാത്തേൻ

കദളിയും' (കുടിയൊഴിപ്പിക്കൽ) പിറന്നത് മണ്ണിൽ തന്നെയാണ്. (ഉപയോഗിച്ച് സുഖിപ്പിച്ചശേഷം പെണ്ണ് മീൻ കഴുകിയ വെള്ളം നനച്ച മണ്ണിലാണ് പിറന്നത് എന്നാക്ഷേപിച്ച് സ്വയം രക്ഷനേടുന്ന മദ്ധ്യവർഗ്ഗവും അർത്ഥശങ്കക്കിടയില്ലാത്തവണ്ണം സമ്മതിക്കുന്ന ഒരു കാര്യം അവൾ പുലയിപ്പെണ്ണാണെങ്കിലും 'തേൻകദളി' യാണ് എന്നത്രെ. എന്നാൽ ജന്മം കൊണ്ടും ജീവിതരീതി കൊണ്ടും മദ്ധ്യവർഗ്ഗത്തിൽപെട്ട മാധവിയമ്മ കീഴാള സ്ത്രീകളെയും അവരുടെ സ്ത്രീത്വത്തെയും സ്നേഹിക്കുകയാണ് ചെയ്യുന്നത്.)

മണ്ണായ പെണ്ണും പെണ്ണായ പെണ്ണും ഒരുപോലെ മാതൃത്വമുള്ളവരാണെന്നും നല്ലവരാണെന്നുമുള്ള, മാധവിയമ്മയുടെ കാഴ്ചപ്പാട് ഒരു കവിയുടെ വിശാലമനസ്കതയുടെയും രാജ്യസ്നേഹത്തിന്റെയും ഭാഗമാണ്. വേലയുടെ മഹത്ത്വവും വേല ചെയ്യുന്ന സ്ത്രീകളുടെ ഹൃദയനൈർമ്മല്യവും മാധവിയമ്മ വളരെ മനോഹരമായി ആവിഷ്കരിക്കുന്നുണ്ട്. ഈ സ്ത്രീകൾ ഗ്രാമശ്രീകളാണെന്നും ഇവരാണ് 'മണ്ണിന്റെ മക്ക'ളാണെന്നും കവി സമർത്ഥിക്കുന്നു. ഞാറ്റുകണ്ടത്തിൽ പണിചെയ്യുകയും പാടുകയും ചെയ്യുന്ന ഇവരാണ് ശരിയായ മലയാളി മങ്കമാരെന്നും കവി പറയുന്നു.

"മാറിടം മുന്നിലേന്തിത്തുളുമ്പി
മാറിമാറിക്കയ്യുകൾ വീശി
ഉൾപ്പുളകമിളക്കിത്തുളുമ്പു-
മപ്പൃഥുല നിതംബം തുളുമ്പി
പൂനിലാവാക്കി വെയിലിനെ മാറ്റി
ഗ്രാമശ്രീകൾ കുണുങ്ങിനടന്നു."

തൊഴിലാളി സ്ത്രീകൾ ഗ്രാമശ്രീകളാണെന്ന് ആവർത്തിച്ച് പറയുന്നതിനൊപ്പംതന്നെ അവർ വെയിലിനെ പൂനിലാവാക്കി മാറ്റുന്നവരാണെന്നും അവരുടെ സാന്നിദ്ധ്യം കൊണ്ട് നെൽവയലുകൾ തന്നെ സൗന്ദര്യമുള്ളതായിത്തീരുന്നു എന്നുമാണ് മാധവിയമ്മ പറയുന്നത്.

കർഷകസ്ത്രീകളുടെ കുടുംബജീവിതത്തിന്റെ, ഭാര്യാ ഭർതൃബന്ധത്തിന്റെ കെട്ടുറപ്പിൽ കുടുംബിനികളായ സ്ത്രീകൾക്കുള്ള പങ്കിനെക്കുറിച്ച് കവി പറയുന്നുണ്ട്. കൊടുമ്പിരി കൊള്ളുന്ന ദാരിദ്ര്യത്തിന്റെ നാളുകളിലും ഭർത്താവിനെയും മക്കളെയും സ്നേഹം നിറഞ്ഞ മനസ്സോടെ ആലിംഗനം ചെയ്ത് കുടുംബം സ്വർഗ്ഗമാക്കുന്ന നിഷ്കളങ്കരാണ് കർഷകത്തൊഴിലാളി സ്ത്രീകളെന്നും ആത്മാവിനെ സമർപ്പിക്കുന്ന ഭാര്യമാരാണെന്നും കവിമനസ്സ് പറയുന്നു. മാധവിയമ്മയുടെ കവിതകളിലെ പ്രണയത്തിൽ കാമത്തിന്റെ പങ്ക് വളരെ ലഘുവാണ്. ഏതാണ്ട് കുമാരനാശാനോടടുക്കുന്ന ഒരു രീതിയാണ് നമുക്കവിടെ കാണാനാവുക. 'മാംസനിബദ്ധമല്ലാത്ത' രാഗത്തിനാണ് മാധവിയമ്മ പ്രാധാന്യം കല്പിക്കുന്നത്. സ്വന്തം ഭർത്താവാണെങ്കിൽപോലും അമിതമായ കാമേച്ഛ പ്രകടിപ്പിച്ചാൽ അതിനെ ശാസിക്കാനും അറിയാവുന്നവളാണ് കേരളത്തിലെ

ഗ്രാമീണ കർഷകത്തൊഴിലാളികൾ.

“ഭോഗവാസന തഞ്ചിച്ചാഞ്ചാടിത്തുടിച്ചെത്തു-
മാനവരാശിയാം നാഥന്റെ കടാക്ഷത്തെ
ശാസിത്താൽ നിരക്ഷരം തൽകുടുംബിനി തന്റെ
ഭാസുരഭൂകുടിതന്നുജ്ജ്വല ചലനത്താൽ”

വിശ്വപ്രകൃതിയിൽ പോലും മാതൃത്വം ദർശിക്കുന്ന മാധവിയമ്മയുടെ മാതൃഭാവം നിരുപമവും നിഷ്കളങ്കവുമാണ്. മലയാളത്തിൽ നാലപ്പാട്ട് ബാലാമണിയമ്മ മാത്രമാണ് മാതൃത്വത്തെക്കുറിച്ച് ഏറെ കവിതകളെഴുതിയ ഒരാൾ. അഞ്ചുവയസ്സായ മകൻ നഷ്ടപ്പെട്ടതിന്റെ തീവ്രദുഃഖം നിറഞ്ഞ കവിതയാണ് മാധവിയമ്മയുടെ 'എന്റെ മകനേ' എന്നത്. മകന്റെ മരണശേഷം വർഷങ്ങളേറെ കഴിഞ്ഞിട്ടും മകന്റെ ഓർമ്മയിൽ നിത്യവും മനസ്സുരുകുന്ന ഒരമ്മയാണതിലുള്ളത്. 'ഭാര്യാ ദുഃഖം പുനർഭാര്യാ.. പുത്ര ദുഃഖം ദിനേദിനേ' എന്ന് മുമ്പൊരു കവി പാടിയിരുന്നതിന്റെ യഥാർത്ഥ പൊരുൾ കാട്ടിത്തരുന്ന കവിതയാണത്. ഈ കവിത മനസ്സിരുത്തി വായിച്ചുതീരുമ്പോൾ കവിളിലേക്കൊരുതുള്ളി കണ്ണീരടർന്നുവീഴാത്തയാതൊരു സഹൃദയനുമുണ്ടാവില്ല.

“അന്നു നീയെന്റെ മടിത്തട്ടിലൊരു
കുഞ്ഞായ് ചുരുങ്ങിയിരുന്നു.
ഇന്നു നീയെൻ കരൾത്തട്ടിലൊരു
ബ്രഹ്മാണ്ഡമായി വളർന്നു!
ഇല്ലാ നീ പോയതില്ലെങ്ങും പൂർണ്ണ
ഫുല്ലതിയങ്കലുയർന്നു
അണ്ഡകടാഹം പുണരും കയ്യാൽ
അമ്മയെ കെട്ടിപ്പിടിക്കൂ.”

സന്താന നഷ്ടത്തിലുള്ള വേദന ഒരിടത്ത് ഇങ്ങനെയെങ്കിൽ അത് പ്രകൃതിയിലേക്കും പകരുന്നത് നോക്കുക.

“കുഞ്ഞുവാഴയ്ക്ക് കൂമ്പുകിളർന്നു.
മഞ്ജുവായത് പൊട്ടിവിടർന്നു
ഭംഗിയിൽ കായ്കൾ തിങ്ങിവളർന്നു
മഞ്ഞയായവ മൂത്തു പഴുത്തു.
സുന്ദരമായതു വെട്ടിയെടുത്താൽ
പിന്നെ വായയ്ക്കെന്തസ്തിത്വമുള്ളൂ?”

ഈ വരികളും ഓർമ്മിപ്പിക്കുന്നത് മകന്റെ വേർപാടു തന്നെയാണ്.

കുഞ്ഞായിരുന്നപ്പോൾ കുസൃതി കാട്ടുകയും വീടിനകത്ത് അടുക്കി വെച്ചിരിക്കുന്ന പലതും വലിച്ചെറിഞ്ഞ് കളിക്കുകയും ചെയ്ത മകനെ ശാസിച്ച അമ്മ, മകനില്ലാതായപ്പോൾ അടുക്കും ചിട്ടയിലും കിടക്കുന്ന വീടു കാണുമ്പോൾ അമ്മയുടെ ഹൃദയം വേദനയേറ്റ് പിളരുകയാണ്. മകൻ തിരിച്ചുവന്ന് വീണ്ടും എല്ലാം താറുമാറാക്കിയെങ്കിൽ! എന്ന് ആ മാതൃഹൃദയം ആശിച്ചുപോവുകയാണ്. ഈ കവിതയും അനുവാച

കന്റെ കണ്ണ് നിറയ്ക്കും. വൈലോപ്പിള്ളിയുടെ 'മാമ്പഴ'ത്തോളം ഉയർന്നു നില്ക്കുന്ന ഒരു കവിതയാണിത്.

> മാമ്പഴം ഒരമ്മയേയും ഉണ്ണിയേയും വിഷയമാക്കി എഴുതുന്ന വാക്യങ്ങളല്ല. അമ്മയെക്കുറിച്ചുള്ള ഉണ്ണിയുടെ ചിന്തയാണ്. അതൊരു ആദർശത്തിന്റെ ആഖ്യാനമല്ല. അഭിലാഷത്തിന്റെ പൂരണമാകുന്നു. തന്റെ ആഗ്രഹത്തിന് വിപരീതമായി നില്ക്കുന്ന അമ്മ, തന്റെ മരണത്താൽ പശ്ചാത്താപതപ്തയായി മുമ്പിൽ മുട്ടുകുത്തുന്നു എന്ന് അവൻ സങ്കല്പിക്കുന്നു. ഈ സങ്കല്പമാണ് അവന്റെ നിർവൃതി. ഈ സങ്കല്പമാണ് അവന്റെ വിജയവും.
> (പ്രൊഫ. എം എൻ വിജയൻ - കവിതയും മനഃശാസ്ത്രവും)

വൈലോപ്പിള്ളിക്കവിതയിലും മാധവിയമ്മയുടെ കവിതയിലും കഥാപാത്രങ്ങൾ, വേർപെട്ടുപോയ ഉണ്ണിയും ഉണ്ണിയുടെ വേർപാടിൽ വേദനിക്കുന്ന അമ്മയുമാണുള്ളത്. രണ്ട് കവിതകളിലും ഉണ്ണികളുടെ കുസൃതിയെ ശാസിക്കുകയും അവരില്ലാത്ത കാലത്ത് അവരെയോർത്ത് കണ്ണീരൊഴുക്കുകയും, കുസൃതി കാണിക്കാൻ ഉണ്ണികൾ തിരിച്ചുവരണമെന്ന് പ്രാർത്ഥിക്കുകയും ചെയ്യുന്ന അമ്മമാരാണ്. എന്നാൽ മാധവിയമ്മയുടെ കവിതയിലെ അമ്മയുടെ ദുഃഖം ക്രമേണ സ്നേഹവും ഭക്തിയും തത്ത്വചിന്തകളുമായി മാറുകയാണ് ചെയ്യുന്നത്. ഈ സമയത്ത് മാധവിയമ്മയിൽ പൂന്താനത്തിന്റെ മുഖഭാവമാണുള്ളത്. മാധവിയമ്മയുടെ പുത്രദുഃഖം ഇങ്ങനെയാണ്.

"മുറ്റം, പൂച്ചെടി പുഞ്ചിരികൊള്ളുന്നു.
എങ്ങുമെങ്ങുമലസത മേയുന്നു.
മിന്നി മിന്നിത്തിളങ്ങുന്ന പൂമുഖം
എങ്ങുപക്ഷേ, തുടിക്കുന്ന ജീവിതം
എങ്ങെങ്ങോടിത്തകർക്കുന്ന കാലുകൾ?
കണ്ണുകാട്ടി ക്കുണുങ്ങിവിളിക്കുന്നു.
....
മാപ്പെനിക്കെൻ മകനേ വരികെന്റെ
മുറ്റമൊന്ന് വെടിപ്പുകേടാക്കുവാൻ" (കുസൃതിക്കുട്ടൻ)

ഗാന്ധിമാർഗ്ഗത്തിൽ

വള്ളത്തോളിനെപ്പോലെ ഗാന്ധിജിയെ ആരാദ്ധ്യനായ ഗുരുനാഥ നായിട്ടാണ് മാധവിയമ്മ കണ്ടത്. ഗാന്ധിയൻ ആദർശങ്ങളെ സ്വന്തം ജീവി തത്തിൽ പകർത്താൻ ശ്രമിക്കുകയും ചെയ്തു. അമിതാഡംബരത്തിൽ അവർക്കൊട്ടും താല്പര്യമുണ്ടായിരുന്നില്ല. (ഇക്കാര്യങ്ങൾ മുമ്പ് സൂചി പ്പിച്ചിട്ടുണ്ട്. എങ്കിലും ഗാന്ധിയൻ ആദർശത്തോട് മാധവിയമ്മയ്ക്കുണ്ടാ യിരുന്ന ആദരവിനെ സൂചിപ്പിക്കാൻ ആവർത്തിച്ചു എന്നു മാത്രം) ഗാന്ധി ജിയെക്കുറിച്ച് ധാരാളം കവിതകൾ മാധവിയമ്മ എഴുതിയതിൽ പ്രധാന പ്പെട്ടവയാണ് 'ഗതകാല ചിന്തകൾ', 'ഗാന്ധിജി', 'കേഴുകനാടേ', 'നമോ വാകം', 'കൂട്ടിലെ തത്തമ്മ' തുടങ്ങിയവ.

'ഗതകാല ചിന്ത'കളിൽ കുട്ടിക്കാലത്തെ ഓർമ്മകളെ ചികഞ്ഞെടു ക്കുകയാണ് കവയിത്രി. ഉന്നത നായർകുലത്തിൽ ജനിച്ച താൻ കീഴ്ജാ തിയിൽപ്പെട്ട, തീണ്ടലുള്ള ഒരു പെണ്ണിന്റെ കുടെ കളിച്ചതും, പിന്നീട് കവിതാദേവി സഖിയായ് വന്നതും അതോടെ പുസ്തകം വായന തുട ങ്ങിയതും കൗമുദി ടീച്ചർ ഗാന്ധിജിക്ക് സ്വർണ്ണാഭരണങ്ങൾ ഊരിക്കൊ ടുത്ത കഥയും പിന്നീട് ടീച്ചർ ആഭരണങ്ങൾ ധരിക്കാതിരുന്ന വാർത്തയ റിഞ്ഞതും ഇതിന്റെയൊക്കെ ഫലമായി സ്വാതന്ത്ര്യസമരത്തിൽ പങ്കെ ടുക്കാനുള്ള ആഗ്രഹം ജനിച്ചതും പക്ഷേ, അജ്ഞാതമായ ഏതോ വേലി ക്കെട്ടുകളാൽ തടയപ്പെട്ടതും അങ്ങനെ ഗാന്ധിജിയെ സ്മരിച്ചുകൊണ്ടി രിക്കുന്നതുമാണ് കവിത.

ഗാന്ധിജിയുടെ തൃപ്പാദങ്ങളിൽ കുമ്പിട്ടതിന് ശേഷമാണ് ഘാതകൻ അദ്ദേഹത്തിന്റെ നേർക്ക് വെടിയുതിർത്തത് എന്നു പറയുമ്പോൾ ശത്രു ക്കൾക്ക് പോലും ഗാന്ധിജിയോടുണ്ടായിരുന്ന ബഹുമാനത്തെയാണ് മാധ വിയമ്മ സൂചിപ്പിക്കുന്നത്. ഭാരതത്തിലെ എല്ലാ വിഭാഗം ജനങ്ങളേയും ഉത്തേജിതരാക്കാൻ കഴിവുള്ള ഒരേയൊരു നാമധേയമാണ് ഗാന്ധിജിയു ടേതെന്ന് മാധവിയമ്മ ഉറച്ച് വിശ്വസിക്കുന്നു. ആ ദിവ്യപ്രഭ മാഞ്ഞതോടെ

ഭാരതം ശരിക്കും ഇരുട്ടിലായി. എല്ലാവർക്കും വഴിവിളക്കായിരുന്ന ഗാന്ധിജിയുടെ മരണശേഷം ഭാരതീയരായ നാം എവിടെ നില്ക്കുന്നു എന്ന ചോദ്യത്തിന് മാധവിയമ്മയുടെ ഉത്തരം ഇങ്ങനെയാണ്.

"താനും കെട്ടിയ പെണ്ണും തട്ടാനും
മാത്രമായിച്ചുരുങ്ങീനാം!
ഹാ പണം പണമിന്ന് ദൈവതം
ഹാ പിണം ബാക്കിയൊക്കെയും" (ഗതകാല ചിന്തകൾ)

വർത്തമാനകാലത്തിൽ പണത്തിനാണ് പ്രാധാന്യം. മനുഷ്യർ ചലിക്കുന്ന ശവങ്ങളായിത്തീരുകയാണ്. ഇവിടെയാണ്, ഉത്തരാധുനിക കാലത്തിന്റെ പ്രത്യേകതകളെ നാം തിരിച്ചറിയേണ്ടിയിരിക്കുന്നത്. ബഹുരാഷ്ട്ര മുതലാളിത്തം, ഉപഭോക്തൃത മുതലാളിത്തം, വ്യവസായാനന്തര മുതലാളിത്തം എന്നൊക്കെ വിളിക്കുന്ന ഒരു കാലമാണിത്. ബഹുരാഷ്ട്ര മുതലാളിത്തത്തിന്റെ ആഗോള വിപണി മനുഷ്യന്റെ ദേശീയവും വ്യക്തിപരവുമായ സ്വത്വങ്ങളെ ശിഥിലീകരിക്കുന്നു. ഇത്തരമൊരു ലോകത്ത് പ്രാദേശിക സംസ്കാരങ്ങൾക്ക് അർത്ഥവും സ്വത്വവും നഷ്ടപ്പെടുന്നു. മനുഷ്യന് ചരിത്രബോധവും ഇടവും നഷ്ടമാകുന്നു. ജീവിതം ആഴമില്ലാത്തതായിത്തീരുന്ന ഒരവസ്ഥയാണിത്.

ആഗോളവിപണിയിൽ ഓരോ മനുഷ്യനും ഓരോ മാർക്കറ്റായി തീരുകയാണ്. മാർക്കറ്റിൽ വില്ക്കലും വാങ്ങലും ലാഭമുണ്ടാക്കലുമാണ് പ്രധാനം. അവിടെ സ്നേഹം, വിശ്വാസം, ഔദാര്യം തുടങ്ങിയ യാതൊരു വികാരങ്ങൾക്കും ഇടമില്ല. പ്രണയംപോലും വിലപേശി വില്ക്കുന്ന ഒരു ചരക്കു മാത്രമാണ്. അവിടെ മനുഷ്യൻ കേവലം ജൈവ യന്ത്രങ്ങളായി അധഃപതിക്കുന്നു. യന്ത്രങ്ങൾക്ക് വികാരങ്ങളില്ല, ചിന്തയില്ല. അതുകൊണ്ടാണ് ആഴമില്ലാതെ, സ്നേഹമില്ലാതെ, നമ്മൾ ചെയ്യുന്ന പ്രവൃത്തികളെ 'യാന്ത്രികം' എന്നു വിളിക്കുന്നത്. യന്ത്രങ്ങൾക്ക് തകരാറ് വരുമ്പോൾ ഒരു മെക്കാനിക്കിനെയോ ഒരു ടെക്നീഷ്യനെയോ സമീപിക്കുന്നു. മനുഷ്യന്റെ കാര്യത്തിൽ അയാൾ ഒരു ഡോക്ടറെയാണ് സമീപിക്കുക. അവിടെയും ചൂഷണവും വിലപേശലും നടക്കുന്ന വർത്തമാനകാലം തികച്ചും സ്വാർത്ഥതയുടേതാണെന്നും സ്നേഹശൂന്യവുമാണെന്ന കാഴ്ചപ്പാടാണ് കവയിത്രിക്കുള്ളത്.

ഈ ലോകത്തിലെ എല്ലാതരം ഭീകരതകൾക്കും പരസ്പരപ്പോരുകൾക്കും ശത്രുതയ്ക്കും ഭരണവൈകല്യങ്ങൾക്കും കുടിപ്പകയ്ക്കും കാരണം ആത്മാർത്ഥതയും പരസ്പര ധാരണയും വിശ്വാസവുമില്ലായ്മയും ശുദ്ധമായ പ്രണയമില്ലായ്മയുമാണ്. മനസ്സിൽനിന്ന് എല്ലാത്തരം നീചത്തരങ്ങളേയും കുടിയിറക്കുന്നത് ശുദ്ധമായ പ്രണയമാണ്. വഴിപിഴച്ചുപോയ ഒരു ജനവിഭാഗത്തിന്റെ അസ്വസ്ഥത! വഴിമുട്ടി, ദിക്കറിയാതെ, അന്ധകാരത്തിൽപെട്ടുപോകുന്ന മനുഷ്യന്റെ വിഹ്വലതയാണ് മാധവിയമ്മയുടെ 'വിജനവീഥിയിൽ' എന്ന കവിതയിലുള്ളത്.

"ഇവിടെ,യന്ധയായ് നില്ക്കുമെനിക്കുനീ
വഴിവിളക്കൊന്ന് കാട്ടിത്തരില്ലയോ!
പ്രണയദീപമേ നിൻമണിമന്ദിര-
പ്പടിതുറക്കുവാൻ കാലമായില്ലയോ!"

പ്രണയഗോപുരത്തിന്റെ പടിവാതിൽ തുറക്കുന്നതും കാത്ത് തൊഴുകൈകളോടെ നില്ക്കുന്ന കവിമനസ്സിനെയാണ് ഇവിടെ നമ്മൾ കാണുന്നത്. മനസ്സിൽ പ്രണയം മുളയ്ക്കായ്കയാണ് നമ്മളെ ക്രൂരന്മാരാക്കുന്നത്. ഹിറ്റ്ലർ അങ്ങനെയായിരുന്നു. 'ഏതെങ്കിലുമൊരു ജൂതപ്പെൺകുട്ടിയെങ്കിലും എന്നെ പ്രണയിക്കുന്നു എന്ന് പറഞ്ഞിരുന്നെങ്കിൽ ഞാനിങ്ങനെ ആകുമായിരുന്നില്ല' എന്നാണ് ഒരിക്കൽ ഹിറ്റ്ലർ പറഞ്ഞത്. ചെറുപ്പന്നേയുള്ള മോഹം പോലെ ഒരു ചിത്രകാരനാകുമായിരുന്നു എന്നദ്ദേഹം കൂട്ടിച്ചേർക്കുകയും ചെയ്തു. ഹിറ്റ്ലർ ഒരു 'സാഡോമസോക്കിസ്റ്റ്' ആയിത്തീരാൻ കാരണം താനാഗ്രഹിച്ചതുപോലെ പ്രണയം ലഭിക്കാതെ പോയതാണെന്ന് സ്വയം സാക്ഷ്യപ്പെടുത്തുന്നതിൽനിന്ന് പ്രണയത്തിന്റെ ശക്തിചൈതന്യം നമുക്ക് മനസ്സിലാക്കാവുന്നതാണ്. ലോകം കണ്ട മഹാന്മാരായ എല്ലാ എഴുത്തുകാരും പ്രണയത്തെ പുകഴ്ത്തിയവരാണ്.

തൊഴിലാളികൾ

'ഗ്രാമശ്രീ'കളിലും മറ്റ് പല കവിതകളിലും കർഷകത്തൊഴിലാളികളെ പ്രകീർത്തിച്ച മാധവിയമ്മ എല്ലാ തൊഴിലാളി വർഗ്ഗത്തെയും ആദരവോടെയാണ് കാണുന്നത്. ഒരു കവിതയുടെ ശീർഷകം തന്നെ 'തൊഴിലാളി' എന്നാണ്.

"ഞാനൊരു തൊഴിലാളി, ജീവിത പ്രപഞ്ചത്തിൽ
പാതയിൽ സ്വയം വെട്ടും തിരുത്തും നടത്തുന്നോൻ"
തീർന്നില്ല
"പാടലചരവിപൂണ്ട പാതയിൽ, പ്പാടത്തിന്റെ
പാലൊളിച്ചളിക്കൂട്ടിൽ, നാല്ക്കവലകൾ തോറും
ധൂമപങ്കില വ്യവസായശാലകൾ തോറും
ഭീമഹിംസ്രജന്തുക്കൾ മോങ്ങുന്നവനാന്തരത്തിൽ
വാനിന്റെ പരപ്പിങ്കൽ, ആഴിതൻ ചുഴിപ്പിങ്കൽ
ഞാനെത്താത്ത സ്ഥലമില്ല, ലോകത്തിൻ കടാഹത്തിൽ
സുന്ദരനല്ല, സുകുമാരനല്ല, ഞാൻ പക്ഷേ
എന്നിടനെഞ്ചിൽത്തുടിക്കുന്നൊരീഹൃൽപ്പഞ്ജരം"

അതാണ് മാധവിയമ്മ കണ്ടെത്തിയ തൊഴിലാളി. തൊഴിലാളിയെ സാർവ്വദേശീയാടിസ്ഥാനത്തിൽ നോക്കിക്കാണുകയാണ് കവയിത്രി. ജീവിതത്തിന്റെ എല്ലാ മേഖലകളിലും നിറഞ്ഞുനില്ക്കുന്ന തൊഴിലാളിയാണ് ചരിത്രം സൃഷ്ടിക്കുന്നത് എന്ന തത്ത്വത്തെ തിരിച്ചറിഞ്ഞ കവിയുടെ വാക്കുകളാണിത്. മാർക്സിയൻ സിദ്ധാന്തത്തെ അടുത്തറിയാനോ വായിച്ചറിയാനോ സാഹചര്യമില്ലാതിരുന്നിട്ടും മുജ്ജന്മബോധമെന്നോണമോ ഭാരതത്തിലാകമാനം വീശിയടിച്ച പുരോഗമനാശയത്തിന്റെ ചൂരേറ്റതുകൊണ്ടോ മാധവിയമ്മയുടെ ഉൾമനസ്സ് ആവാഹിച്ചെടുത്തതാണീ ബോധം. ഇത് പുരോഗമനത്തിന്റെ ഭാഷയുമാണ്.

പുരോഗമന പ്രസ്ഥാനം

1937 ൽ രൂപംകൊണ്ട ജീവൽസാഹിത്യ സംഘടനയാണ് 1944 ൽ

പുരോഗമനസാഹിത്യ സംഘടനയെന്ന പേരിൽ അറിയപ്പെട്ടത്. മനുഷ്യനെ സഹജമായ ജാഡ്യത്തിൽ നിന്നുണർത്തി കർമ്മനിരതനാക്കുക, അതിനുവേണ്ടി സാർവ്വലൗകികവും ശാസ്ത്രയുക്തവുമായ വീക്ഷണത്തോടെ സമകാലിക പ്രശ്നങ്ങളെ അതിന്റെ യഥാർത്ഥാവസ്ഥയിൽ ചിത്രീകരിക്കുക. ഇതായിരുന്നു പുരോഗമനസാഹിത്യപ്രസ്ഥാനം മുന്നോട്ടുവെച്ച ആശയം. സമകാലീന പ്രശ്നങ്ങൾക്ക് കലാപരമായ മാർഗ്ഗത്തിലൂടെ പരിഹാരമുണ്ടാക്കാൻ യത്നിക്കണമെന്ന് 1935 ൽ തന്നെ കേസരി എ ബാലകൃഷ്ണപിള്ള ആഹ്വാനം ചെയ്തിരുന്നു. തകഴി, ദേവ്, ബഷീർ, പൊൻകുന്നം വർക്കി തുടങ്ങിയവർ കഥകളിയും സുബ്രഹ്മണ്യൻ തിരുമുമ്പും ചങ്ങമ്പുഴയും പി കുഞ്ഞിരാമൻ നായരും

"ഉണർന്നെണീക്കുവിനടിമച്ചങ്ങല
പൊറുത്തിടാത്തോരെ
ഉണർന്നെണീക്കുകതൻ നാടിന്നായ്
സമരം ചെയ്വോരെ" എന്നു പാടിക്കൊണ്ട് എൻ വി കൃഷ്ണവാരിയരും,

"ചോര തുടിക്കും ചെറുകയ്യുകളേ
പേറുകവന്നീപ്പന്തങ്ങൾ" എന്ന് പറഞ്ഞുകൊണ്ട് വൈലോപ്പിള്ളിയും പിന്നെ ഒ എൻ വിയും വയലാറും പി ഭാസ്കരനുമെല്ലാം ഈ ആശയത്തെ അനുസരിച്ച് കവിതകളെഴുതിയവരുമാണ്. വാസ്തവത്തിൽ മലയാള സാഹിത്യത്തിന്റെ നവോത്ഥാനത്തെ വിളിച്ചുണർത്തുക എന്ന ചരിത്രപരമായ കർത്തവ്യമാണ് പുരോഗമന സാഹിത്യ പ്രസ്ഥാനം നിർവ്വഹിച്ചത്.

പുരോഗമന സാഹിത്യപ്രസ്ഥാനത്തിന്റെ കാലത്തുതന്നെയാണ് സോഷ്യലിസ്റ്റ് റിയലിസം ചർച്ചാവിഷയമായതും. സാഹിത്യകാരൻ തനിക്ക് ചുറ്റിലുമുള്ള ജീവിതം യാഥതഥമായും വിമർശനാത്മകമായും ചിത്രീകരിച്ചാൽ മാത്രം പോര പുതിയൊരു സാമൂഹ്യ വ്യവസ്ഥ ഉരുത്തിരിഞ്ഞുവരുന്നതിനെ സൂചിപ്പിക്കുകകൂടി ചെയ്യണമെന്ന് വന്നു. സന്ദേശപ്രധാനമായ ഈ കാഴ്ചപ്പാടാണ് സോഷ്യലിസ്റ്റ് റിയലിസം. ഡി എം പൊറ്റക്കാടിന്റെ 'ഏഴുദിവസങ്ങൾ', ദേവിന്റെ 'ഉലക്ക' തുടങ്ങിയ രചനകൾ ഈ രീതിയിൽ പുറത്തുവന്നു. സാഹിത്യകാരൻ ജീവിതത്തെ വിമർശനാത്മകമായി ചിത്രീകരിച്ചാൽ മാത്രം പോര, നിയാമകശക്തികളെ നിർദ്ധാരണം ചെയ്യുകകൂടി വേണം എന്ന കേസരിയുടെ അനുശാസനം സോഷ്യലിസ്റ്റ് റിയലിസ്റ്റുകൾ ഉൾക്കൊണ്ടിരുന്നു.

ചുരുക്കത്തിൽ മലയാള സാഹിത്യത്തിൽ ഒരു ചലനം സൃഷ്ടിക്കാൻ പുരോഗമന സാഹിത്യകാരന്മാർക്ക് കഴിഞ്ഞു. മലയാള സാഹിത്യത്തെ ജീവിതത്തിന്റെ നേർക്കു തിരിച്ചുവിടാൻ അവർക്ക് സാധിച്ചു. പുരോഗമന സാഹിത്യത്തെ രൂക്ഷമായി വിമർശിച്ചിരുന്ന കുട്ടികൃഷ്ണമാരാർ പോലും 'സാഹിത്യത്തിന്' ജീവിതവുമായി ഉണ്ടായിരിക്കേണ്ട ബന്ധത്തെ എടുത്തുകാട്ടാൻ കഴിയുന്നതാണ് ഈ സംഘടനയുടെ നേട്ടമെന്ന് പറഞ്ഞിട്ടുണ്ട്.

നഷ്ടസ്വർഗ്ഗം

പോയകാലത്തിന്റെ നന്മകൾ നഷ്ടം വന്നുപോകുന്നതിൽ ദുഃഖിതയാണ് മാധവിയമ്മ. എന്നാൽ 'ഇന്നി'നെ അംഗീകരിക്കാതിരിക്കുകയോ നാളെയെപ്പറ്റി ചിന്തിക്കാതിരിക്കുകയോ ചെയ്യുന്നില്ല. നല്ലൊരു നാളെയെക്കുറിച്ച് പ്രതീക്ഷകൾ പുലർത്തുന്നുമുണ്ട്.

"നാളെ തൻ നെരിപ്പോടിൻ നാളങ്ങളുയരുമ്പോൾ
ആവോളം ഉലയൂതുന്നു ഇന്ന്" എന്നാണ് കവയിത്രി പറയുന്നത്. അതേസമയം

"ഇന്നിന്റെ വരുതിക്ക് വഴങ്ങാതടിതെറ്റി
ത്തെറ്റിതന്നിഷ്ടം നടക്കുന്നു നാളെതൻ മുകുളങ്ങൾ"

എന്ന പരാതിയും കവിക്കുണ്ട്. പുതുയുഗത്തിന്റെ പുളകങ്ങളും പരിഷ്കാരങ്ങളും ഏറ്റുവാങ്ങി മുൻപിൻ ചിന്തയില്ലാതെ നടക്കുന്ന പുതുതലമുറയെക്കുറിച്ച് ഒരു മുത്തശ്ശിയുടെ ആവലാതിയാണത്. .... അല്ല മുത്തശ്ശിയുടെ വേവലാതിയാണ്.

"മണ്ണിൻ പൊടികളെ പൊന്നിൻതരിയാക്കി.
തണ്ണീർത്തടങ്ങളെ തീർത്ഥമാക്കി
പൈക്കളിൽ പെറ്റമ്മയെകണ്ട്, ഹാ വഴി
പോക്കന്ന് സംഭാരനീരൊരുക്കി."

സഹജീവികളെ സ്നേഹിക്കുകയും സഹായിക്കുകയും ചെയ്തിരുന്ന കഴിഞ്ഞകാലത്തിലെ, ഒരു തലമുറയുടെ മുഗ്ദ്ധഭാവത്തെ കൊണ്ടാടുകയാണ് കവയിത്രി ചെയ്യുന്നത്.

വാർദ്ധക്യത്തോടടുക്കുമ്പോൾ ഉപദേശികളായി തീരുന്ന ഒരു സ്വഭാവം ചിലർക്കെങ്കിലുമുണ്ടാകാം. പക്ഷേ, മാധവിയമ്മയെ അക്കൂട്ടത്തിൽ പെടുത്താനാവില്ല. കാരണം ജീവിതത്തിന്റെ ദുരിതപർവ്വത്തിലും

സഹജീവിസ്നേഹം നിറച്ച ഒരു മനസ്സുമായി നടക്കുകയും നന്മകൾ നിറഞ്ഞൊരു ലോകം മാത്രം സ്വപ്നം കാണുകയും ചെയ്ത ഒരു വ്യക്തിത്വത്തിന് ഉടമയായിരുന്നു മാധവിയമ്മ. 'വാർദ്ധക്യം' എന്ന കവിതയിൽ വാർദ്ധക്യം നല്ലതാണെന്നവർ പറയുന്നുണ്ട്. എങ്കിലും വാർദ്ധക്യത്തെ നേർക്കുനേർ കാണാൻ മാധവിയമ്മയിലെ കവയിത്രിയുടെ മനസ്സിന്റെ ഒരു ഭാഗം തയ്യാറല്ല. കാരണം യുവത്വത്തിലാണ് മനസ്സിൽ കവിതയുടെ വസന്തം വിടരുന്നതെന്നാണ് അവർ പറയുന്നത്. അതുകൊണ്ടാണ് മാധവിയമ്മയ്ക്കേ പ്രായമുള്ളൂ മാധവിയമ്മയിലെ കവിക്ക് പ്രായമില്ല എന്ന് സുകുമാർ അഴിക്കോട് പറയുന്നതും.

വാർദ്ധക്യത്തെക്കുറിച്ച് മാധവിയമ്മ എഴുതിയ മറ്റൊരു കവിതയാണ് 'വേഗമാകട്ടെ' എന്നത്. തികച്ചും തത്ത്വചിന്താസ്പർശമുള്ള ഒരു കവിതയാണിത്. ജീവിതം ഒരു യാത്രയാണ്. ജനിമൃതികൾക്കിടയിലെ ദുരിത സഞ്ചാരം! വാർദ്ധക്യം ചിലർക്ക് കൊടുക്കുന്നത് അനാഥത്വമാണ്. നമ്മുടെ നാട്ടിലെ ചില വലിയ ക്ഷേത്രങ്ങളുടെ പരിസരവും അഗതി മന്ദിരങ്ങളും വൃദ്ധസദനങ്ങളും നമ്മളോട് പറയുന്നത് വാർദ്ധക്യത്തിന്റെ അനാഥത്വമാണ്. പത്തും പന്ത്രണ്ടും പ്രസവിച്ച് മക്കളെയെല്ലാം പോറ്റി വളർത്തി യോഗ്യരാക്കിത്തീർത്ത അമ്മമാർ! വാർദ്ധക്യത്തിലെ ബലഹീന നാളുകളിൽ വൃദ്ധസദനത്തിലെ, പാതിതുറന്നിട്ട ജനൽപാളിയിലൂടെ, അകലെ ചക്രവാള സീമയിൽ ഉരുകിയൊലിക്കുന്ന ശോണരശ്മികളെ നോക്കി, അതിൽ സ്വന്തം ചിത്രംകണ്ട് വിതുമ്പുന്ന എത്രയെത്ര അമ്മമാരുണ്ടിവിടെ. വാർദ്ധക്യത്തിൽ അനാഥയായി, പെരുവഴിയിലിറങ്ങി, ഊന്നുവടിയിൽ ചാഞ്ഞ് ദിക്കറിയാതെ തെണ്ടിനടക്കുന്നവർ! വഴിവക്കിലെ ആൽത്തറയിലിരുന്ന് തോളിലെ മാറാപ്പ് തുറക്കുമ്പോൾ

"ചെല്ലിച്ച കരങ്ങളാൽ ചികഞ്ഞുനോക്കുന്നോനീ
പിന്നിട്ട ദശാബ്ദങ്ങൾ, മുന്നിലെ പഴംകെട്ടിൽ"

അതിൽ കാണുന്നതാകട്ടെ "മിന്നുന്ന, മിനുങ്ങുന്ന, മങ്ങുന്ന, മുഷിയുന്ന, വർണ്ണ വൈചിത്ര്യം ചേർന്നൊരായിരം നുറുങ്ങുകൾ!"

ഇവ കഴിഞ്ഞകാല സമ്പാദ്യം! വക്കും കോണും നിറവുമുള്ള വക്കിടയിൽ കരിക്കട്ടപോൽ കറുത്തവയുമുണ്ട്.

ഇതിഹാസ പാത്രങ്ങൾ

പുരാണേതിഹാസ കഥകൾക്ക് പുതുഭാഷ്യം നല്കുന്നതിലും അതിനെ വർത്തമാന കാലത്തിന്റെ മുമ്പിൽ, മുമ്പെങ്ങുമില്ലാത്ത വിധം ഒരു ചോദ്യചിഹ്നമാക്കി നിർത്തുന്നതിലും പുരാണേതിഹാസ കഥാസന്ദർഭങ്ങളെ വർത്തമാനകാല ജീവിതവുമായി സമരസപ്പെടുത്തുന്നതിലും അസാധാരണമായ കഴിവാണ് മാധവിയമ്മ കാണിക്കുന്നത്. 'ഗോപികാഗീതം', 'നിഹിതം ഗുഹയാം', 'മുത്തച്ഛന്റെ കണ്ണീർ' എന്നിവ ഇതിന് ഉദാഹരണങ്ങളാണ്.

സ്ത്രീകൾ പൊതുവെ കൃഷ്ണഭക്തകളാണെന്ന് തോന്നുന്നു. മനസ്സിനെ പ്രണയാതുരമാക്കുന്ന സംഗീതവും ആഴത്തിന്റെയും രതിയുടെയും നിറമായ നീലയും പ്രകൃതിയുടെ പച്ചയും കലർന്ന മയിൽപ്പീലിയും താളം തീർക്കുന്ന അരമണിയും രാഗമുതിർക്കുന്ന ഈറക്കുഴലും മെയ്യിൽ വെണ്ണക്കൊഴുപ്പും മനസ്സിൽ പ്രണയത്തിന്റെ ക്ഷീരസാഗരവുമേന്തുന്ന കൃഷ്ണനെ കിരീടവും ചെങ്കോലും കൊടുത്ത് അധികാരത്തിന്റെ അകലത്തിലേക്ക് മാറ്റിനിർത്തിയപ്പോൾ ഗോപികമാർ പറയുന്നത് കേൾക്കുക.

"അന്യനായിത്തീരുന്ന ഒരു കൃഷ്ണനെയല്ല ഞങ്ങൾക്കു വേണ്ടത്" എന്നാണ്. ശ്രീകൃഷ്ണന്റെ മഥുരാപുരിയിലേക്കുള്ള യാത്രാവേളയിൽ ഗോപികമാർ പറയുന്നു.

"പാൽ, വെണ്ണ കട്ടകരങ്ങളാൽ നീയാ-
പാളുന്ന ചെങ്കോൽ പിടിക്കുക പക്ഷേ,
പൂമാല ചാർത്തിയ തൂ മാറിടത്തിൽ
പൂണ്ണാദഹാരങ്ങൾ കെട്ടുക പക്ഷേ;
പുത്തൻ മനയോല പൂശിയ മെയ്യിൽ
കുബ്ജക്കുറിക്കൂട്ടണിയുക പക്ഷേ,
നിന്നെ നീയായ് കാണാൻ വൃന്ദാവനത്തിൽ
മണ്ണിലെത്തും വരും കാലങ്ങൾ കണ്ണാ!"

ഗോപികമാർ തുറന്നു പറയുന്നത്, കണ്ണാ ഞങ്ങൾക്ക് നീയല്ല നഷ്ടപ്പെടുക. നീ പോയാൽ നിനക്ക് ഞങ്ങളാണ് നഷ്ടപ്പെടുക, എന്നാണ്. ഈ അകല്ച്ച ഗോപികമാരേക്കാൾ കൃഷ്ണനാണ് സഹിക്കാൻ പറ്റാതെ വരിക. അത് അസ്സഹനീയവുമാണ്. ഈ തലതിരിച്ചിടലാണ് യഥാർത്ഥ ഭക്തി. ഭക്തി തന്നെയാണ് കാമമെന്നും, ദൈവങ്ങളോടുള്ള കാമമാണ് ഭക്തിയെന്നും, ഭക്തിയും വാത്സല്യവും നവരസങ്ങൾക്കപ്പുറത്തുള്ള രസങ്ങളാണെന്നും നമുക്കറിയാവുന്നതാണ്. സംഭോഗലംഭശൃംഗാരത്തേക്കാൾ വിപ്രലംഭശൃംഗാരമാണ് പ്രണയത്തിന്റെ കാര്യത്തിൽ സുഖകരമായതെന്ന് ഗോപികമാർ തിരിച്ചറിയുന്നുമുണ്ട്.

മാധവിയമ്മയും ബാലാമണിയമ്മയും സുഗതകുമാരിയും ലളിതാംബിക അന്തർജ്ജനവും മാധവിക്കുട്ടിയുമെല്ലാം ഒരർത്ഥത്തിൽ കൃഷ്ണഭക്തരാണ്. ഇവരിൽ മാധവിയമ്മയും മാധവിക്കുട്ടിയുമാണ് കൃഷ്ണസന്നിധിയിൽ ഭക്തമീരയെപ്പോലെ നിന്നതും, കൃഷ്ണന്റെ നീലിമയിലും വേണുഗാനത്തിലുമലിഞ്ഞ് ഒഴുകിപ്പോയതും. അനുരാഗസമൃദ്ധവും നിഷ്കളങ്കവുമായ ഭക്തിയാണ് ഗോപികയായ മാധവിയമ്മയ്ക്കുണ്ടായിരുന്നത്. കവയിത്രി വിലപിക്കുന്നത് കേൾക്കൂ.

"തേരുരുളൊച്ചയിലുച്ചൃംഖലമായ്
താവകയാത്രയൊരുങ്ങിനിന്നപ്പോൾ
ഒന്നു തിരിഞ്ഞു നീ നോക്കീലയല്ലോ
കണ്ണായ്, ക്കരളായ ഞങ്ങളെക്കണ്ണാ"

ശരശയ്യയിൽ കിടക്കുന്ന ഭീഷ്മരെ കൃഷ്ണസഹായരായ പാണ്ഡവർ സന്ദർശിക്കുന്ന രംഗമാണ് മുത്തച്ഛന്റെ കണ്ണീരിൽ ചിത്രീകരിക്കപ്പെട്ടത്. കൃഷ്ണനും ഭീഷ്മരുമെല്ലാം ഇവിടെ പഴയവർ തന്നെ. ഭീഷ്മരുടെ ശയനചിത്രം ശാന്തരസത്തിന്റെ ഉറവപോലെ കാണപ്പെടുന്നു.

"കാരിരുമ്പിൻ കറുത്ത ശരശയ്യ;
ആളൊഴിഞ്ഞ മുടിഞ്ഞ പടനിലം
ഏകനായ് നീണ്ടുനിവർന്നു കിടക്കുന്ന
ഭീമസേനൻ ഭീഷ്മ പിതാമഹൻ
ധ്യാന ലീന നയനമുകുളങ്ങൾ
താണു ചുംബിക്കുമാദ്യാർക്കരശ്മികൾ
ഉത്തരായണം കാത്തുകിടക്കുമാ;
വൃദ്ധ സൈനിക വിഗ്രഹത്തിനു മേൽ
ഉൾപ്പുളകം നിഴലു വിരിക്കുന്ന
മൃത്യുവിന്റെ തണുത്ത ചിറകുകൾ"

ഈ ചിത്രത്തിൽ ആധുനിക മനുഷ്യൻ പ്രത്യക്ഷപ്പെടുന്നുണ്ട്. അതും ധർമ്മപുത്രരിലൂടെയാണ്. പഴയ ധർമ്മപുത്രർ ചോദിക്കാനിടയില്ലാത്ത ഒരു ചോദ്യമാണ് ഈ കവിതയിലെ ധർമ്മപുത്രർ ചോദിക്കുന്നത്. അവിനീതവും അവിവേകപൂർണ്ണവുമായ ചോദ്യമാണിത്. പക്ഷേ, പുതിയ മനുഷ്യൻ സംശയിക്കാതെ ചോദിക്കുന്ന ചോദ്യവും അതാണ്. ആ പുതിയ ചോദ്യത്തിന് ഉത്തരം പറയുന്നതിലൂടെ, എല്ലാ കാലത്തെ കുട്ടികൾക്കും, പേരക്കുട്ടികൾക്കും ഭീഷ്മർ മുത്തച്ഛനാണെന്ന് കവി തെളിയിച്ചിരിക്കുന്നു. ഭീഷ്മരുടെ ഉദ്ബോധനത്തിന്റെയെന്നപോലെ മാധവിയമ്മയുടെ കവിതയുടെയും പ്രസക്തി - വർത്തമാന പ്രസക്തി എന്നതുപോലെ ത്രൈലോക്യ പ്രസക്തിയുള്ളതുമാണെന്ന് ഈ കവിത വ്യക്തമാക്കുന്നു.

ഹസ്തിനപുരത്തിന്റെ ആസ്ഥാനമണ്ഡപത്തിൽ വിവസ്ത്രയാക്കപ്പെടുന്ന പാർഷതിയെയാണ് 'നിഹിതംഗുഹായാം' എന്ന കവിതയിൽ ചിത്രീകരിച്ചിരിക്കുന്നത്. കൊട്ടാരക്കെട്ടിലെ ശുദ്ധാന്തപുരത്തിലെ പൊൽത്തിരിവിളക്കിലെരിയും തിരിപോലെ നില്ക്കുകയാണ് ദ്രൗപതി.

ശാന്തമാം തടാകത്തെക്കലക്കി കാട്ടാനയുൽ-
ഭ്രാന്തമായ് പറിച്ചിട്ട നീലത്താമര പോലെ
ഒറ്റമുണ്ടുടുത്തവൾ വാർമുടിയഴിഞ്ഞവൾ,
വീർപ്പിലാഞ്ഞുലഞ്ഞവൾ, വിഹ്വല, രജസ്വല!
(രവിവർമ്മ ചിത്രം പോലെ മനോഹരമായ ഒരുചിത്രം!
ഉപമാലങ്കാരത്തിന്റെ നിറവ്!)

ഉളറും തീജ്വാല പോലെയും അമറുംകാട്ടാറുപോലെയും ഉലയും മാറും കിഴിഞ്ഞഴിയും മുടിയുമായ്....എന്നാൽ പൂട്ടിയ മിഴികളോടെ നില്ക്കുന്ന പാഞ്ചാലിയുടെ കവിളിലൂടെ ഒഴുകിയത് നീർമുത്തുമണികളോ രോഷത്തീപ്പൊരികളോ എന്ന് കവിക്ക് സംശയം. അപമാനിതയായ എക്കാലത്തേയും സ്ത്രീ! അവൾ പുരുഷാധിപത്യത്തെ ചോദ്യം ചെയ്യു

കയാണ്. അപമാനിതയായ പാഞ്ചാലി വാക്കുകളെ അഗ്നിഗോളങ്ങളാക്കി ഗുരുഭൂതർക്കും നീതിപാലകരെന്ന് പറയുന്നവർക്കും രാജാക്കന്മാർക്കും നേരെ വലിച്ചെറിയുകയാണ്.

ആദ്യം പാണ്ഡവർ അടിമപ്പെട്ടുകഴിഞ്ഞു. ഭർത്താക്കന്മാരായ പാണ്ഡവർ ഭാര്യയായ ദ്രൗപതിയെ അടിമപ്പെടുത്തി. ഇവിടെ പാഞ്ചാലിയുടെ ചോദ്യമുയരുകയാണ്.

അടിമപ്പെട്ടുള്ളോർക്ക് മറ്റൊരാളിനെ വീണ്ടും
അടിമപ്പെടുത്താനെന്തവകാശമീമണ്ണിൽ?
അറിവുള്ളോരെ! ചൊല്ലിത്തരേണമവശയ്ക്ക്
അപമാനിതയ്ക്കിന്നീ ധർമ്മത്തിൻ ഗതിമാത്രം

ദ്രൗപതിയുടെ ചോദ്യത്തിന് മുമ്പിൽ ധർമ്മത്തിൻ വക്താക്കൾക്ക് ശ്വാസം നിലയ്ക്കുകയാണ്. ഇന്ത്യൻ രാഷ്ട്രീയത്തെ പുരാണകഥയുടെ പുനരാവിഷ്കാരത്തിന്റെ ഭാഷയിൽ അവതരിപ്പിച്ചിരിക്കുകയാണ് മാധവിയമ്മ എന്നുവേണം കരുതാൻ. ബ്രിട്ടീഷാധിപത്യത്തിൽ, അവരുടെ മുമ്പിൽ നട്ടെല്ല് വളച്ച് നിന്നിരുന്ന, കേരളത്തിലെ ജന്മികുടിയാൻ- ഭൂവുടമകൾ (സ്വയമേ അടിമയായവർ) അവർക്ക് കീഴിലുള്ള തദ്ദേശീയജനങ്ങളെ - പട്ടിണിപ്പാവങ്ങളെ, അശരണരെ, കീഴാളരെ അടിമകളാക്കുകയും പണയപ്പെടുത്തുകയും ചെയ്തിരുന്ന ഒരു കാലഘട്ടത്തെയാണ് അനുവാചകർക്ക് ഓർമ്മവരിക.

മറ്റെന്തിനേക്കാളും സ്വാധികൾക്ക് അസഹ്യമായിരിക്കുന്നത് അപമാനമാണ്. *രാമായണ*ത്തിലെ സീതയ്ക്കും ഇതുതന്നെയായിരുന്നു പ്രശ്നം; അഭിമാനം വ്രണപ്പെട്ടത്. ആശാന്റെ *സീതാകാവ്യം* മനസ്സിരുത്തി വായിക്കുന്നവർക്ക് ഇക്കാര്യം മനസ്സിലാക്കാവുന്നതേയുള്ളു. സീതയും കുന്തിയും ദ്രൗപദിയും ഗാന്ധാരിയും ബലന്ധരയും ഹിഡുംബിയും പീഡിപ്പിക്കപ്പെട്ടവരും അപമാനിക്കപ്പെട്ടവരുമായിരുന്നു. സീതാദേവി തന്റെ അപമാനത്തെ പരിഹരിച്ചത് മരണത്തിലൂടെയാണ്. സീതതന്നെയാണ് ദ്രൗപദി എന്നു പറയുന്നത് പത്മപുരാണമാണ്. ദ്രൗപതിയും സീതയുമെല്ലാം ഏതു കാലത്തെയും സ്ത്രീകളുടെ പ്രതിനിധികളായിത്തീരുന്നത് ഇങ്ങനെയാണ്.

കൃഷ്ണനെ നേരിലറിയാൻ കഴിയാത്തതിലുള്ള ദുഃഖം നിമിത്തം കണ്ണീർപൊഴിക്കുന്ന ഭീഷ്മരും, ഏകലവ്യനോട് ഗുരുദക്ഷിണയായി വിരലറുത്ത് വാങ്ങിയതിൽ പരിതപിക്കുന്ന ദ്രോണരും, "മൂത്തു നരയ്ക്കും കാമോന്മാദം മുടിവെച്ചാടാൻ" തുടങ്ങിയപ്പോൾ മാറാദുരിതം മാറിൽ താങ്ങേണ്ടിവന്ന സുകന്യയും, കള്ളമോതിയതുകൊണ്ടല്ല ക്ഷത്രിയരോടുള്ള കുടിപ്പക കത്തിനിന്നതുകൊണ്ടാണ് താൻ കർണ്ണനെ ശപിച്ചതെന്ന സത്യം മനസ്സിലാക്കുകയും, സൽഫലം നല്കുമെന്ന് കർണ്ണൻ ആശിച്ച താൻ വിഷവൃക്ഷമായിത്തീർന്നുപോയതിൽ പശ്ചാത്തപിക്കുകയും ചെയ്യുന്ന പരശുരാമനും മാധവിയമ്മയുടെ പുരാണവ്യാഖ്യാനങ്ങൾക്ക് ഉദാഹരണങ്ങളാണ്.

കടത്തനാട്ട് മാധവിയമ്മയുടെ രാജ്യസ്നേഹം കേരളത്തിന്റെ നാലതിരുകൾക്കപ്പുറം പോകുന്ന ചില സന്ദർഭങ്ങളുണ്ട്. ഭാരതത്തിന്റെ മൊത്തം പൈതൃകത്തെയും അതിന്റെ മാഹാത്മ്യത്തെയും നമസ്കരിക്കുകയും നാട്ടറുതിയിലും കുന്നിൻപുറങ്ങളിലും വളരുന്ന സസ്യജാലങ്ങൾപോലും സമൃദ്ധമാണെന്ന് അഭിമാനപുരസരം ഓർമ്മപ്പെടുത്തുകയും വിളിച്ചുപറയുകയുമാണ് 'ഒരു പച്ചമരുന്നിന്റെ കഥ' എന്ന കവിതയിൽ അവർ ചെയ്യുന്നത്.

സപ്തസാഗരം താണ്ടി മൃതസഞ്ജീവനി പൂക്കുന്ന മലനിരയെ കൈയിലേന്തി ഹനുമാൻ വന്നെത്തിയപ്പോൾ മോഹാലസ്യത്തിൽ നിന്നുണർന്നത് ശ്രീരാമൻ മാത്രമല്ല ഭാരതം മുഴുവനാണ്. ഇവിടെ ഈ മൃതസഞ്ജീവനി കേവലം ഒരു പച്ചമരുന്നല്ല, നമ്മുടെ രാഷ്ട്രീയ സാംസ്കാരിക പാരമ്പര്യത്തിന്റെ സത്തയാണ് - നവോത്ഥാനമാണ്. അതിന്റെ ഗന്ധസ്പർശ വിശേഷത്താൽ ഒരു നാട് തന്നെയാണുണർന്നത്. രാഷ്ട്രീയവും സാംസ്കാരികവുമായ ഉണർവ്വ്.

കവിതയേയും പിറന്ന നാടിന്റെ ഭാഷയേയും സാഹിത്യത്തേയും സ്വാതന്ത്ര്യത്തെയും ഒരുപോലെ സ്നേഹിച്ച കവയിത്രിയാണ് കടത്തനാട്ട് മാധവിയമ്മ. പുന്നെല്ലിന്റെ ലഹരിദായകഗന്ധം മാറത്തൊതുക്കി നില്ക്കുന്ന നെൽവയലുകൾ, ഒരു ജനസഞ്ചയത്തിന് അന്നം ചുരത്തുന്ന നെൽവയലുകൾ മണ്ണിട്ട് നികത്തി സിമന്റ് വനങ്ങൾ തീർക്കുന്ന ആധുനിക ശ്രമങ്ങൾക്കെതിരെ ശക്തമായി പ്രതികരിക്കുന്ന കവയിത്രി ജന്മനാടിന്റെ കാർഷിക സൗഭാഗം നിറഞ്ഞ ഒരുപിടി മണ്ണ് മനസ്സിലേന്തുന്നവളാണ്.

"നിര നിരെ കോൺക്രീറ്റ് കെട്ടിടങ്ങൾ
ചിരിതൂകിപ്പുതുമയെ യാദരിപ്പൂ!
പകുതിതുറന്ന കടത്തുവാതിൽ
ചിറികോട്ടി പ്പഴമയെ പരിഹസിപ്പൂ"

പഴമയോടുള്ള ഈ പരിഹാസം കവിമനസ്സിനെ അസ്വസ്ഥമാക്കുന്നു. അപ്പോളാകട്ടെ കാടിന്റെ വസന്തസുഗന്ധം മാടിവിളിക്കുമ്പോൾ എന്തോ ഒരു സുഖം കവിക്ക് ലഭിക്കുകയാണ്.

"മാടിവിളിച്ചു മദയാമാം
കാടിൻ വസന്തസുഗന്ധമെന്നെ"

കഴിഞ്ഞകാലത്തിന്റെ കാർഷിക സൗഭാഗ്യം പാടേ നശിച്ച ഒരവസ്ഥയെക്കുറിച്ചുള്ള വേവലാതിയാണ് 'ഒന്നാംവിത്ത്' "നാളത്തെ നാമ്പ് കിനാവുകാണും ധീരനാം കർഷകാ നീയെവിടെ?" എന്നാണ് കവി ചോദിക്കുന്നത്. ഈ കർഷകൻ കിനാവുകാണുന്നത്, അയാൾ ഉയിരും വിയർപ്പും നല്കി വളർത്തിയ വയൽകൃഷി മാത്രമല്ല നഷ്ടംവന്നുപോയ ഒരു സംസ്കാരം തന്നെയാണ്.

സർഗ്ഗസംഗീതം

നാളെതൻ നെരിപ്പോടിൽ നാളങ്ങളുയരുവാൻ ആവോളം ഊതിക്കാച്ചിയും നെരിപ്പോട് കെടാതെ സൂക്ഷിക്കുകയും ചെയ്യുന്ന സ്വർണ്ണപ്പണിക്കാരനായിത്തീരുന്നുണ്ട് കവയിത്രി. ഭാവികാല സൗഭാഗ്യവതിയെ വേൾക്കാൻ 'ഇന്നിന്റെ ആമാടത്തുണ്ടുകൾ' ഉരുക്കിയെടുക്കുന്ന ശ്രമകരമായ ജോലിയാണ് ഈ സ്വർണ്ണപ്പണിക്കാരൻ ചെയ്യുന്നത്. ഇവിടെയെല്ലാം കവിഹൃദയം ആവശ്യപ്പെടുന്നതും ആഗ്രഹിക്കുന്നതും തുറന്നുപാടാനുള്ള സ്വാതന്ത്ര്യമാണ്. ആധുനിക കാലത്തിന്റെ ആസുരതയ്ക്ക് നടുവിൽ സർഗ്ഗചൈതന്യംപോലും നഷ്ടപ്പെടുന്ന, നിഷേധിക്കപ്പെടുന്ന, വേട്ടയാടപ്പെടുന്ന അവസ്ഥയെക്കുറിച്ച് കവി പാടുന്നുണ്ട്. ആസുര ചിന്തകൾക്കിടയിൽ സർഗ്ഗസംഗീതത്തിന് നിലനില്പില്ല എന്ന് അവർ തിരിച്ചറിയുന്നു.

"തോക്കുകൾ തൻമുന കാവൽനില്ക്കുന്നിടം
രാക്കിളി കൂടുകെട്ടില്ല" എന്നാണ് കവി പക്ഷം. സാഹിതി എന്നത് ദിവ്യമായ ഒന്നാണെന്നും അതിന്റെ സാന്നിദ്ധ്യം ഈ പ്രപഞ്ചത്തെത്തന്നെ മാറ്റിമറിക്കുന്നു എന്നുമാണ് മാധവിയമ്മയുടെ വിശ്വാസം. ഭാഷയെക്കുറിച്ചും സാഹിത്യത്തെക്കുറിച്ചും കവിയുടെ ഭാഷ്യം ഇങ്ങനെയാണ്.

"മാനവത്വത്തിൽ മായാക്ഷതങ്ങളിൽ
മാധുര്യത്തിൻ മരുന്നു പുരട്ടുവാൻ
ആദിനർത്തകൻ തന്റെ ജടയിൽനി-
ന്നാർദ്രഗംഗയായെത്തി നീ ഭൂമിയിൽ.
ആദി വാല്മീകി ചൊല്ലിയ ഛന്ദസ്സായ്
ആദി മാനവൻ പാടിയ പാട്ടായി
ഭൗമഭാവന പൊട്ടിവിടർന്നതാം
പാവനാത്മിതേ, സ്വാഗതം സാഹിതി!"

സാഹിത്യദേവതയുടെ പാദസ്പർശത്താൽ ലോകം കുളിരണിയുന്നതും പുഷ്കലമായിത്തീരുന്നതുമായ കാഴ്ചയാണ് "ദേവീ സാഹിതി" യിൽ കാണുന്നത്.

"നീ വരുന്ന വഴിയിലെ പൂക്കൾ
താരകങ്ങളായ് മാറുന്നു.
നിൻമൃദുല സുരഭില ശ്വാസ-
സുന്ദരസ്പർശമേല്ക്കവേ
കാട്ടുചോലകൾ പാട്ടുപാടുന്നു
പാഴ്ച്ചെടികൾ തളിർക്കുന്നു.
നിൻപാദസ്പർശമേല്ക്കുമോരോ
പിഞ്ചുപുല്ലിൻ തലപ്പിലും
ഹാ, വിടരുന്നു ലോക സൗഭഗം
പൂവിടും നവരത്നങ്ങൾ"

കവിക്ക് വേണ്ടത് ജ്ഞാനവും ഭാവനയും പിറന്ന നാടിന്റെ ഭാഷയുമാണ്. മണ്ണപ്പം ചുട്ടും മാമ്പൂ മണത്തും കൊത്തങ്കല്ലാടിയും തോട്ടിൽ കളിച്ചും ചെറുമീൻ പിടിച്ചും ഓണപ്പൂ പറിച്ചും നാടിന്റെ ഉൾത്തുടിപ്പറിഞ്ഞ ഒരനുഭവസമ്പത്ത് വേണം. അതാണയാളെ നാടിന്റെയും നാട്ടിന്റെയും ലോകത്തിന്റെയും കവിയാക്കുന്നത്. സംസ്കൃതത്തിന്റെ പാണ്ഡിത്യം പോര മാതൃഭാഷതൻ പൊൻവെളിച്ചം വേണം, ഭാവന വിരിയാനും പിറന്ന നാടിന്റെ - മാതൃഭാഷയുടെ സംസ്കാരപ്പൊലിമ വിടർത്തുവാനും. പിറന്ന മണ്ണിനോടും മണ്ണിന്റെ മനസ്സിനോടും അതിന്റെ ഹൃദയഭാഷയോടുമുള്ള പ്രേമവായ്പ് മാധവിയമ്മയുടെ കവിതകളിൽ കാണാം.

കടത്തനാട്ട് മാധവിയമ്മയുടെ പിരിയാത്ത സഖിയാണ് 'കവിത' കവിതയെ തോഴിയായും സന്തതസഹചാരിയായും കവി കാണുന്നു.

"കല്ലിലും നെല്ലിലും പുല്ലിലും
കള്ളീ നാമൊന്നായ്ക്കളിച്ചതല്ലേ?
അല്ലും പകലു മുറക്കിലുമൂണിലും
തല്ലുംതടവുമായ് ക്കൂടിയില്ലേ.
അക്കരെ,യിക്കരെ യേകമായ് തോന്നിക്കും
വീട്ടുവളപ്പിലെ നീർച്ചുഴിയിൽ
മുങ്ങിയും പൊങ്ങിയും, നീന്തിത്തുടിച്ചും നാം
അങ്ങനെ വർഷം കഴിച്ചതല്ലേ"

വാർദ്ധക്യത്തിന്റെ പടിവാതില്ക്കൽ നില്ക്കുമ്പോഴും, കാല്ക്കീഴിലെ മണ്ണ് കേവലം താങ്ങായ് മാത്രം നില്ക്കുമ്പോഴും തോഴിയായ കവിത വന്ന് കുട്ടിക്കാലത്തേതുപോലെ കണ്ണ് പൊത്തിക്കളിക്കുന്നു.

"ആരോ പിറകിൽ വിളിക്കുന്നു നിന്നെയെൻ
തോഴീ 'കവിതേ, കവിതേ' എന്ന്"

മാധവിയമ്മയുടെ കേരളം ഇന്ത്യാ ഭൂപടത്തിന്റെ തെക്കേക്കോണിലെ ഒരു തുണ്ട് ഭൂമിയല്ല. അത് 'അമരഭൂമി'യാണ്. ജന്മനാടായ കേരളത്തിന്റെ

പെരുമയിൽ, അതിന്റേതുമാത്രമായ പച്ചപ്പിന്റെ ലാസ്യഭാവത്തിൽ, പെരുമഴയിൽ വീശുന്ന കാറ്റിൽപോലും പുഷ്പഗന്ധം വഹിക്കുന്ന സൗഭഗതയിൽ അഭിമാനം കൊള്ളുന്നുണ്ട് കവയിത്രി.

തീക്കളം ചുറ്റിയിരുന്ന് മൺപുറ്റിലെ ചക്കക്കുരു ചുട്ടുതിന്നും അന്തിപ്പട്ടിണി മറന്നും തുള്ളിച്ചാടി കളിക്കുന്ന കുഞ്ഞുങ്ങളുള്ള കേരളം, ചന്ദനത്തൈ മണിത്തെന്നലലനീക്കി മുങ്ങിക്കുളിച്ചു വരുന്ന കേരളം! ഇങ്ങനെ ഇല്ലായ്മയെപ്പോലും കളിചിരികൊണ്ട് മറയ്ക്കുന്നതും, അപ്പോഴും കുളിച്ചൊരുങ്ങി നില്ക്കുന്നതുമായ സൗഭാഗ്യവതിയാണ് മാധവിയമ്മയുടെ കേരളം.

ഗാന്ധിജിയും വിവേകാനന്ദനും സഞ്ജയനും മാധവിയമ്മയുടെ കവിതകൾക്ക് വിഷയമായിട്ടുള്ള ആരാദ്ധ്യപുരുഷന്മാരാണ്. ആർഷഭാരതത്തിന്റെ ആത്മാവായിട്ടാണ് വിവേകാനന്ദനെ മാധവിയമ്മ കാണുന്നത്. ഭീരുത്വത്തെ പിഴുതെറിഞ്ഞ്, ആലസ്യത്തിനുമേൽ കത്തിവെച്ച ധീരനാണ് മാധവിയമ്മയെ സംബന്ധിച്ചിടത്തോളം ആ മഹാപുരുഷൻ. തടവറയിൽക്കിടന്ന ഭാരതത്തിൽ നൂതനാശയങ്ങൾ നല്കിയ ഗാന്ധിജിയും പാറപ്പുറത്ത് മുളച്ച് വിടർന്ന പനിനീരലരായ സഞ്ജയനും മാധവിയമ്മയുടെ പ്രകീർത്തനങ്ങൾക്ക് വിധേയരാവുന്നു. അടഞ്ഞുകിടക്കുന്ന വാതിലുള്ള ഏകാന്തസൗധമല്ല, കാറ്റും വെളിച്ചവും ഉള്ളിൽ കടക്കുന്ന, മാറ്റങ്ങൾ മാമ്പൂ മണം പരത്തുന്ന, തുറന്ന സ്ഥലമാണ് തനിക്ക് പ്രിയങ്കരം എന്ന് മാധവിയമ്മ പറയുന്നത്, സ്വാതന്ത്ര്യം മാത്രം ജീവിതലക്ഷ്യമാക്കിയ ഗാന്ധിജിയേയും വിവേകാനന്ദനേയും സഞ്ജയനേയും മനസ്സിൽ പേറുന്നതുകൊണ്ടായിരിക്കണം.

ചികയും നോട്ടത്തോടെ, ഉഴറും തിമർപ്പോടെ അളക്കാൻ വയ്യാത്ത ആഴത്തെ തേടുകയും സ്വർഗ്ഗലോകവും ധ്രുവലോകവും ബ്രഹ്മലോകവും സത്യലോകവുമൊക്കെ സ്വന്തമാക്കുകയും ചെയ്യുന്ന മനുഷ്യന്റെ നേട്ടങ്ങളിൽ അഭിമാനം കൊള്ളുന്നു അതേ അവസരംതന്നെ "ഗോളാന്തരയാത്രിക ആകാനിനക്കാകത്തുകയൊന്നു മാറ്റാൻ" എന്ന് മനുഷ്യന്റെ പരിമിതിയെ ഓർമ്മപ്പെടുത്താനും കവി മുതിരുന്നുണ്ട്. ഗോവർദ്ധനപൂജയ്ക്കാവശ്യപ്പെടുന്ന കൃഷ്ണനിലൂടെ പരിസ്ഥിതി സംരക്ഷണത്തിന്റേതായ വാദമുഖങ്ങൾ അവതരിപ്പിക്കാനും മാധവിയമ്മ ശ്രമിക്കുന്നുണ്ട്.

കഥയുടെ ലോകത്തേക്ക്

മാധവിയമ്മ എഴുതിയ പന്ത്രണ്ട് ചെറുകഥകളുടെ സമാഹാരമാണ് *ജീവിത തന്തുക്കൾ*. കാഥികയുടെ കാലത്ത് സ്ത്രീകൾ കുടിച്ചുതീർത്ത കണ്ണീരിന്റെയും തിന്നുതീർത്ത വിശപ്പിന്റെയും ഏറ്റുവാങ്ങിയ മർദ്ദനങ്ങളുടെയും സഹിച്ചുതീർത്ത പീഡനങ്ങളുടെയും അംശങ്ങളാണ് മിക്ക കഥകളുടെയും ഇതിവൃത്തം. താനൊരു കഥാകൃത്തല്ലെന്ന് *ജീവിതതന്തുക്കളുടെ* മുഖവുരയിൽ മാധവിയമ്മ പറയുന്നുണ്ട്. എങ്കിലും നേർക്കുനേർ കണ്ടനുഭവിച്ച ചില കാര്യങ്ങൾ തുറന്നുപറയുകയാണ് തന്റെ കഥകളിൽ.

അമ്മയും മകനും, പിച്ചാണ്ടി, സ്ത്രീ ജീവിതം, പ്രണയത്തിന്റെ പൗരുഷം, പ്രസംഗവേദിയിലെ പ്രണയം, നാത്തൂൻ, സംബന്ധക്കാരൻ, അമ്മ, ഞാനൊരു പെണ്ണാണ്, കവിയുടെ ഭാര്യ, അച്ഛൻ, പുത്രവധു എന്നിവയാണ് ഈ സമാഹാരത്തിലെ കഥകൾ. മാധവിയമ്മയുടെ കവിതകളിലെന്നപോലെ കഥകളിലും അശ്ലീലം ചുവയ്ക്കുന്ന ഒരു വാക്കുപോലുമില്ല. പ്രണയം സന്മാർഗ്ഗത്തിന്റെ അതിരുകൾ കടക്കുന്നുമില്ല. മാധവിയമ്മയുടെ പ്രകൃതത്തിനും ജീവിതരീതിക്കും ആദർശവിശ്വാസങ്ങൾക്കും പോന്നതല്ല എന്നതുകൊണ്ടാവാം അത്തരം കാര്യങ്ങൾ സ്വമേധയാ ഒഴിവായിപ്പോകുന്നത്.

ഇന്നത്തെ കഥകളുടെ നിലവെച്ചുനോക്കിയാലും മാധവിയമ്മ കഥയെഴുതിയ കാലഘട്ടത്തിലേത് വെച്ച് നോക്കിയാലും മാധവിയമ്മയുടെ കഥകൾ ശൈലീഗുണമുള്ളവയല്ല. ആസ്വാദ്യകരമായ ഒരു ചെറുകഥയ്ക്ക് ആവശ്യമെന്ന് വായനക്കാർ ധരിക്കുന്ന ഭാഷാ സൗകുമാര്യവും അതിന് വേണ്ടത്ര ഉണ്ടെന്ന് പറയാനാവില്ല. ശൈലിക്കും, ഭാഷാഗുണത്തിനുമപ്പുറം പ്രമേയത്തിനാണ് കാഥിക പ്രാധാന്യം നല്കിയിരിക്കുന്നത്. ഇങ്ങനെയൊക്കെയാണെങ്കിലും മാധവിയമ്മയുടെ കഥകൾ സ്ത്രീലോക

ത്തിന്റെ ദുരിതങ്ങളെ വിശദീകരിക്കുന്നവയും സാമൂഹിക ദുരന്തത്തിലേക്കും വെളിച്ചം വീശുന്നവയുമാണ്.

നോവലുകൾ

മാധവിയമ്മയെഴുതിയ രണ്ട് ചരിത്രാഖ്യായികളാണ് *തച്ചോളി ഒതേനനും, പയ്യംവള്ളി ചന്തു*വും. വടക്കൻപാട്ടുകളുടെ പൊലിമയിൽ നിന്ന് ചേറിക്കൊഴിച്ചെടുത്ത രണ്ട് കഥകളാണ് ഇവ രണ്ടും. തച്ചോളി ഒതേനന്റെയും പയ്യംവള്ളി ചന്തുവിന്റെയും കഥയറിയാത്ത മലയാളികളുണ്ടാവില്ല. പ്രത്യേകിച്ച് മലബാറുകാർ. ഒതേനൻ ഒരു പ്രത്യേക ജാതിയുടെയോ ദേശത്തിന്റേയോ സ്വകാര്യസ്വത്തായിരുന്നില്ല. ഏതൊരു കേരളീയനും അധികാരപൂർവ്വം അവകാശപ്പെടാവുന്ന പൊതുസ്വത്താണത്.

മാധവിയമ്മ, തച്ചോളി ഒതേനന്റെ കഥയെഴുതിയതിന് ഒരു പ്രത്യേകതയുണ്ട്. അതെന്തെന്ന് കാഥികയുടെ വാക്കുകൾ തന്നെ കേൾക്കുന്നതായിരിക്കും നല്ലത്.

> ഒതേനന്റെ മേൽ എനിക്കൊരു പ്രത്യേക അവകാശമുണ്ട്. ഒതേനനാൽ പ്രസിദ്ധമാക്കപ്പെട്ട അതേ വംശത്തിലാണ് എന്റെ പിതാമഹൻ ജനിച്ചത്. ഈ അവകാശബോധവും സ്വതവേ എനിക്കദ്ദേഹത്തോടുള്ള ബഹുമാനവും, പോരെങ്കിൽ എന്റെ അച്ഛന്റെ പ്രേരണയുമാണ് ഈ ജീവചരിത്രമെഴുതാൻ എന്നെ ഉദ്യുക്തയാക്കിയത്.

പലമാതിരി അന്വേഷണങ്ങൾ നടത്തിയും പഴയ പാട്ടുകാരെ വരുത്തി പാടിച്ചും മിക്കതും യാഥാർത്ഥ്യങ്ങളെന്ന് തോന്നിയതുമായ ഐതിഹ്യങ്ങളെ അടിസ്ഥാനപ്പെടുത്തിയുമാണ് ഏതാണ്ട് നാനൂറ് വർഷങ്ങൾക്ക് മുമ്പ് ജീവിച്ചിരുന്ന ആ ചരിത്രപുരുഷന്റെ ജീവചരിത്രം മാധവിയമ്മ എഴുതിയിരിക്കുന്നത്. ഈ ചരിത്ര നോവൽ പിന്നീട് ചലച്ചിത്രമാക്കപ്പെട്ടു. അഭിനയ ചക്രവർത്തിയായിരുന്ന സത്യൻ മാധവിയമ്മയുടെ കഥാപാത്രത്തെ അഭ്രപാളിയിലെ അനശ്വരതയാക്കിത്തീർക്കുകയായിരുന്നു.

സത്യത്തിൽ ഈ നോവലിന് ഒരു സാധാരണ നോവലിന്റെ രചനാപരമായ ഗുണവിശേഷങ്ങളില്ല. ഒരു ചരിത്രം പറഞ്ഞുപോകുന്ന രീതിയാണിതിൽ അവലംബിച്ചിരിക്കുന്നത്. അതായത് വായനക്കാരൻ പ്രതീക്ഷിക്കുന്ന ഘടനാവിശേഷം ഇതിന് ഇല്ലതന്നെ. എന്നാലും തച്ചോളി ഒതേനൻ എന്ന വീരനായകന്റെ ജീവിതത്തിലെ പ്രധാനപ്പെട്ട എല്ലാ സംഭവങ്ങളും അതിന്റെ ചാരുതയോടെ വിവരിക്കപ്പെട്ടിട്ടുണ്ട്.

കേരളത്തിലെ ദേശീയ പ്രസ്ഥാനത്തിന്റെ ആദ്യകാലത്തെ അനിഷേദ്ധ്യ നേതാക്കളിൽ ഒരാളും തികഞ്ഞ വിപ്ലവകാരിയുമായിരുന്ന ശ്രീ. മൊയാരത്തു ശങ്കരനാണ് മാധവിയമ്മയുടെ *തച്ചോളി ഒതേനൻ* എന്ന കൃതിക്ക് ആമുഖോപന്യാസമെഴുതിയത്. പ്രസ്തുത ഉപന്യാസത്തിൽ തച്ചോളി ഒതേനൻ ശരിക്കും ആരായിരുന്നുവെന്ന് വിശദീകരിക്കുക മാത്ര

മല്ല, കേരളത്തിന്റെ ചരിത്രത്തിൽ ഒതേനന്റെ സ്ഥാനമെന്താണെന്ന് കൂട്ടിച്ചേർക്കുകയും മാധവിയമ്മയുടെ ചരിത്രാഖ്യായികയുടെ മേന്മയും അത്തരമൊരു ചരിത്രാഖ്യായികയുടെ ആവശ്യകതയെ പരാമർശിക്കുകയും ചെയ്യുന്നുണ്ട്. സ്വാതന്ത്ര്യസമരപോരാളിയെന്ന നിലയിലും ഒരു കവിയെന്ന നിലയിലും മാധവിയമ്മയുടെ പിതാവുമായും ഭർത്താവുമായും അടുത്ത ബന്ധമാണ് മൊയാരത്തു ശങ്കരനുണ്ടായിരുന്നത്. മൊയാരത്തിന്റെ ആമുഖോപന്യാസത്തിന്റെ ആത്യന്തിക ഭാവത്തിൽനിന്ന് അദ്ദേഹത്തിന് മാധവിയമ്മയോടുണ്ടായിരുന്ന സഹോദര തുല്യമായ സ്നേഹത്തിന്റെ നിറവ് അനുവാചകന് മനസ്സിലാവുകയും ചെയ്യും.

> തച്ചോളി ഒതേനന്റെ ഒരു ജീവചരിത്രം എഴുതിക്കാണണം എന്നുള്ളത് എന്റെ ആത്യന്തികമായ ആശാകോടിയിൽപ്പെട്ട ഒന്നാണ്. കൂടാതെ, നല്ലൊരു രാജ്യാഭിമാനിയും പയ്യർമല നായർ സമാജത്തിന്റെ, നിർഭാഗ്യവശാൽ ഈയടുത്ത് അന്തരിച്ചുപോയ ഒരു സമുദായ പ്രവർത്തകനും ആയിരുന്ന ശ്രീമാൻ ടി കെ അപ്പനായർ അവർകൾ ബി എ എന്നോട് ഈ കഥാനായകന്റെ ഒരു ജീവചരിത്രം എഴുതി പ്രസിദ്ധം ചെയ്യണമെന്ന് ഒന്നിലധികം തവണ ആവശ്യപ്പെട്ടിട്ടുണ്ടായിരുന്നു. എനിക്കതിന് കഴിഞ്ഞില്ലെങ്കിലും അല്പായുസ്സായ ആ സുകൃതിയുടെ ആഗ്രഹം അദ്ദേഹം കഥാവശേഷനായ ഉടനെ ഇങ്ങനെ നിർവ്വഹിക്കപ്പെട്ടുകാണുവാനും ആ ഗ്രന്ഥത്തിന് എന്റെ ഒരു ആമുഖോപന്യാസം ചേർക്കുവാനും ഇടയായത് എനിക്ക് എത്രയും സന്തോഷാവഹമായ ഒരു സംഗതിയാണ്. അതിനാൽ ഈ പുസ്തകത്തിന് ഒരു ആമുഖോപന്യാസം എഴുതുകയെന്നത് തുലോം കിഞ്ചിജ്ഞനായ എനിക്ക് അനർഹമായ ഒരു ബഹുമതിയാണെങ്കിലും, അതിന് സദയം അനുവദിച്ച ഗ്രന്ഥകർത്രി ശ്രീമതി കെ മാധവിയമ്മയോട് ഞാൻ ആദ്യമായി നന്ദി പറഞ്ഞുകൊള്ളുന്നു.

ഏതാണ്ട് 400 വർഷങ്ങൾക്കുമുമ്പ് ജീവിച്ചിരുന്ന തച്ചോളി ഒതേനനെ അക്കാലത്തുണ്ടായിരുന്ന സാധാരണ നായർ പ്രമാണികളിൽനിന്നും വിഭിന്നനായ ഒരാളായിട്ടാണ് ശ്രീമാൻ മൊയാരത്തു ശങ്കരൻ അദ്ദേഹത്തിന്റെ സുദീർഘമായ ആമുഖോപന്യാസത്തിൽ വിശേഷിപ്പിച്ചിരിക്കുന്നത്. ഒതേനന്റെ കളരിയിൽ ജോനകൻ, തിയ്യൻ, പുള്ളുവൻ, മലയൻ തുടങ്ങി എല്ലാ ജാതിയിലും മതത്തിലുംപെട്ട ശിഷ്യന്മാർ ഉണ്ടായിരുന്നുവെന്നും അങ്ങനെ നാനാ ജാതിവിഭാഗത്തിൽപ്പെട്ട ആളുകളുമായി വളരെ നല്ലൊരു സുഹൃദ്ബന്ധം അദ്ദേഹത്തിനുണ്ടായിരുന്നുവെന്നും പറയുന്നുണ്ട്.

മൊയാരത്തു ശങ്കരൻ

കേരളത്തിലെ കോൺഗ്രസ് പ്രസ്ഥാനത്തിന്റെ ആദ്യകാലം മുതൽ പ്രസ്ഥാനത്തിനുവേണ്ടി തന്റെ സർവ്വ കഴിവുകളും ഉപയോഗിച്ച്

പ്രവർത്തിക്കുകയും അതിനെ താലോലിച്ച് വളർത്തുകയുംചെയ്ത ധീരനായ രാഷ്ട്രീയ പ്രവർത്തകനായിരുന്നു മൊയാരത്ത് ശങ്കരൻ. എന്നാൽ അതേ കോൺഗ്രസിന്റെ ധർമ്മഭടന്മാരാൽ ആ ധീരപുരുഷൻ കൊല്ലപ്പെട്ടു എന്ന വിധിവൈപരീത്യമാണുണ്ടായത്. പി കൃഷ്ണപിള്ളയെപ്പോലെ കഴിവുള്ള ഒരു സംഘാടകനായിരുന്നു മൊയാരത്ത് ശങ്കരൻ. കേരളത്തിൽ ഉപ്പുസത്യഗ്രഹത്തിന്റെ നേതാവായി അറിയപ്പെടുന്നത് കെ കേളപ്പനായിരുന്നെങ്കിലും അതിന്റെ വിജയത്തിന് വഴിയൊരുക്കിയിരുന്നത് ശങ്കരന്റെ സംഘടനാശേഷിയായിരുന്നു. കേരളീയ സമൂഹത്തിൽ പുരോഗമന സ്വഭാവമുള്ള ഒരു രാഷ്ട്രീയാവബോധം സൃഷ്ടിക്കുന്നതിൽ സുപ്രധാനമായ പങ്കുവഹിച്ച വ്യക്തിയാണ് മൊയാരത്തു ശങ്കരൻ എന്ന ചരിത്രപുരുഷൻ.

വിദ്യാർത്ഥിയായിരിക്കെത്തന്നെ വിപ്ലവകാരിയായിരന്നു ശങ്കരൻ. വിദ്യാർത്ഥി സമാജം നിരോധിച്ച സ്കൂളിനെതിരെയും തീണ്ടലിനെതിരെയും സമരം ചെയ്തു തുടങ്ങിയതാണ് മൊയാരത്ത് ശങ്കരന്റെ സമരവീര്യം. ശങ്കരൻ തലശ്ശേരി മിഷൻ സ്കൂളിൽ ഏഴാം ക്ലാസിൽ പഠിക്കുന്ന കാലത്താണ് ശ്രീനാരായണ ഗുരുവും ഹഠയോഗിയായ മനുസ്വാമിയും തലശ്ശേരിയിൽ വന്നതും ജഗന്നാഥക്ഷേത്രത്തിന് കുറ്റിയടിച്ചതും. അയിത്താചാരവും ജന്മിമർദ്ദനവും രൂക്ഷമായ കാലമായിരുന്നു അത്. ദാരിദ്ര്യവും കഷ്ടപ്പാടും മാത്രമനുഭവിച്ച ഈഴവർ കുടുംബത്തോടെ മതംമാറിത്തുടങ്ങി. ഇതിനെ യൂറോപ്യന്മാർ അനുകൂലിക്കുകയും ചെയ്തു. ഈ ഘട്ടത്തിലാണ് ഗുരു വന്നതും തിയ്യ സമുദായത്തെ ഹിന്ദുമതത്തിന്റെ പേരിൽ വിളിച്ചുണർത്തി ക്ഷേത്രം പ്രതിഷ്ഠിച്ചുകൊടുത്തതും.

സ്വാമികൾ രണ്ടാംവട്ടം വരുമ്പോൾ കുമാരനാശാനും കൂടെയുണ്ടായിരുന്നു. 'മിന്നാമിനുങ്ങ്' എന്ന കവിത *മിതവാദി* പ്രസിദ്ധീകരിച്ചുവന്നത് വായിച്ചവർക്ക് ആശാൻ പ്രിയങ്കരനായിരുന്നു. ആ സമയത്താണ് സദസ്യരുടെ ചോദ്യത്തിനുത്തരമായി *നളിനി* എന്ന കാവ്യം എഴുതുന്നുണ്ട് എന്ന് ആശാൻ പറഞ്ഞത്.

ഗുരുവിന്റെ രണ്ടാം വരവിൽ ആശാൻ ഗുരുവിന്റെ ഒപ്പം വന്നില്ലെങ്കിലും ഒരാഴ്ച കഴിഞ്ഞ് ആശാനുമെത്തി. ആശാൻ ബുദ്ധമതത്തിൽ ചേർന്നുകഴിഞ്ഞിരുന്നു. ആ തവണ കുമാരനാശാൻ കവിതയെപ്പറ്റിയല്ല മതം, അഹിംസ, ബുദ്ധമതം എന്നീ വിഷയങ്ങളെപ്പറ്റിയാണ് നിത്യവും മൊയാരത്തു ശങ്കരനടങ്ങുന്ന ശ്രോതാക്കളോട് സംസാരിച്ചിരുന്നത്.

മരുമക്കത്തായ സമ്പ്രദായത്തിന്റെ വഴികളിൽ ജീവിതം തുടങ്ങേണ്ടി വന്ന ഒരാളാണ് മൊയാരത്തു ശങ്കരൻ. ആ ദുഷിച്ച സമ്പ്രദായം മൊയാരത്തിന്റെ ആദ്യകാല ജീവിതംതന്നെ തകിടംമറിച്ചിരുന്നു. അറയിൽ നെല്ലുണ്ടോ, തൊടിയിൽ തേങ്ങയുണ്ടോ, പറമ്പിൽ വാഴക്കൂട്ടമുണ്ടോ എന്നൊന്നും നോക്കാതെ കാതുകുത്തും തെരട്ടും പുളികുടിയും പിറന്നാളും ചാത്തവും പേര് പറഞ്ഞ് സദ്യ നടത്തിയും ഭാര്യമാർക്കും മക്കൾക്കും ചെലവിന് കൊടുക്കേണ്ടതില്ല എന്ന മരുമക്കത്തായ സമ്പ്ര

ദായത്തിന്റെ തണലിൽ സ്ഥാനികളും തറവാട്ടുകാര് നായന്മാരും വസ്തു വകകൾ കണ്ട വീട്ടിലെല്ലാം കയറി സംബന്ധം ചെയ്ത് മക്കളെയുണ്ടാക്കി മുടിഞ്ഞ നായന്മാർ പിന്നീട് ഒന്നുമില്ലാതെ വന്നപ്പോൾ അവരിൽ ചില രൊക്കെ വക്കീൽ ഗുമസ്തന്മാരായി വേഷപ്പകർച്ച നടത്തി. നാട്ടിൽ പുതിയ പുതിയ കേസുകൾ ഉണ്ടാക്കലായിരുന്നു അവരുടെ ജോലി. ഇവ രുടെ വലയിൽ കെണിഞ്ഞ ആളുകളെയും വീടിനെയും അവർ ഊറ്റി ക്കുടിച്ചു.

സമുദായം മുടിക്കുന്ന കല്യാണങ്ങളും സദ്യയും നിർത്തുന്നതിൽ അക്കാലത്തെ നായർ സമാജമാണ് മുൻകൈ എടുത്തത്. അന്ന് ഉത്തര കേരളത്തിലെ നായർ സമാജത്തിന്റെ സ്ഥിരാദ്ധ്യക്ഷൻ കേസരി നായ നാർ ആയിരുന്നു. സമാജത്തിന്റെ സെക്രട്ടറി സഖാവ് എ കെ ജിയുടെ പിതാവായ രൈരു നമ്പ്യാരുമായിരുന്നു. സമുദായ പരിഷ്കരണ ശ്രമ ങ്ങളും വ്യാപാരോദ്യമങ്ങളും സമുദായാഭിമാനികളെ ഇരുത്തിച്ചിന്തിപ്പിച്ച സാമ്പത്തികത്തകർച്ചയും അതിന് കാരണമായ ചാഞ്ചാട്ടവും വ്യവഹാര ങ്ങളും ചേരിപിരിഞ്ഞ പോരാട്ടങ്ങളും - എല്ലാമെല്ലാം ശങ്കരൻ കുട്ടിയാ യിരുന്നപ്പോൾ തന്നെ കേട്ടും കണ്ടും അനുഭവിച്ചതാണ്.

മേല്പറഞ്ഞ പരിവർത്തനദശയുടെ തുടക്കത്തിലാണ് ശങ്കരന്റെ അമ്മയെ കടത്തനാട്ടേക്ക് സംബന്ധം ചെയ്തു കൊടുത്തത്. ഈ സംബന്ധം ബന്ധുക്കൾക്കിടയിൽ കോളിളക്കം സൃഷ്ടിച്ചു. ഇത് ബഹ ളങ്ങൾക്കും സൗന്ദര്യപ്പിണക്കങ്ങൾക്കും കാരണമായി. ഇങ്ങനെ കലങ്ങി മറിഞ്ഞ ഒരന്തരീക്ഷത്തിലാണ് ശങ്കരൻ പിറന്നുവീണതു തന്നെ. അനീ തികളോടും അസ്വാതന്ത്ര്യത്തോടുമുള്ള അമർഷം അങ്ങനെയാണ് മൊയാരത്ത് ശങ്കരന്റെ മനസ്സിൽ ആഴത്തിൽ വേരൂന്നിയത്. വിദ്യാർത്ഥി യായിരിക്കെത്തന്നെ *കേരള സഞ്ചാരി*യിലും നീലഞ്ചേരി ശങ്കരൻ നായർ കൂത്തുപറമ്പിൽവെച്ച് നടത്തിയ *സുജനവിനോദിനി*യിലും ശങ്കരൻ ലേഖ ങ്ങൾ എഴുതിയിരുന്നു. പിന്നീട് പ്രസിദ്ധ സർക്കസുകാരനായി തീർന്ന (കേരളത്തിലെ സർക്കസ് കലയുടെ പിതാവ്) കീലേരി കുഞ്ഞിക്കണ്ണൻ ഗുരുക്കളായിരുന്നു മൊയാരം പഠിച്ച സ്കൂളിലെ കായികാദ്ധ്യാപകൻ. നിരീശ്വരവാദിയായിരിക്കാൻ കുഞ്ഞിക്കണ്ണൻ ഗുരുക്കളായിരുന്നു കാരണം.

ഒരു നല്ല കവികൂടിയായിരുന്നു ശങ്കരൻ. ശ്രീനാരായണഗുരുവും കുമാ രനാശാനും തലശ്ശേരിയിൽവന്ന സമയം ഗുരുവും കുമാരനാശാനുമൊ ക്കെയായി പരിചയപ്പെടാനുള്ള അവസരം മൊയാരത്ത് ശങ്കരന് ലഭിച്ചു. ഈയവസരത്തിലൊരിക്കൽ മൊയാരം തന്റെ കവിത ചൊല്ലിക്കേൾപ്പി ക്കുകയുണ്ടായി. ശ്രീനാരായണഗുരുവിന് ശങ്കരന്റെ കവിത നന്നെ ബോദ്ധ്യമായി എന്നത് കൂടാതെ കുമാരനാശാൻ മൊയാരത്തിന്റെ കവി തയെ പുകഴ്ത്തുകയും തുടർന്നും കവിതകളെഴുതാൻ പ്രേരിപ്പിക്കുകയും ചെയ്തു.

ഈ കാലത്തും, ശങ്കരൻ കോൺഗ്രസ് പ്രവർത്തകനായിരുന്നപ്പോഴും കമ്യൂണിസ്റ്റ് നേതാവായിരുന്നപ്പോഴും പലപ്പോഴും സന്ദർശിക്കുന്ന വീടാ

യിരുന്നു കടത്തനാട്ട് മാധവിയമ്മയുടേത്. അദ്ദേഹത്തിന് മാധവിയമ്മയുടെ അച്ഛനുമായും ഭർത്താവുമായുമുള്ള സ്നേഹബന്ധം അത്തരത്തിലുള്ള ഒന്നായിരുന്നു.

ജിവിതം മുഴുവനും രാജ്യസേവനത്തിനും ജനനന്മയ്ക്കുമായി ഉഴിഞ്ഞുവെച്ച ആ ധീരവിപ്ലവകാരി കണ്ണൂർ സബ്ജയിലിൽ മർദ്ദനത്തിനിരയായി മരിച്ച വിവരമറിഞ്ഞപ്പോൾ മാധവിയമ്മയെഴുതിയത് ഇങ്ങനെയാണ്.

"അന്ധകാരത്തിൽ ശൂന്യശൂന്യമാം കയത്തിങ്കൽ
ബന്ധുരസ്മരണയായ് മാഞ്ഞുപോയല്ലോ ഭവാൻ
പശ്ചിമാകാശത്തിന്റെ വാക്കത്തുരക്താംബരം
ചുറ്റിയ വെൺമേഘങ്ങൾ തൻ മദ്ധ്യത്തിൽ നില്ക്കുമ്പോഴും
മാഞ്ഞീലാ, ഭവാൻ മുഖത്തൂറിയ മന്ദസ്മിതം
ചാഞ്ഞീലതവാശയം കൂരിരുൾ ക്കൂത്താട്ടത്തിൽ
നിങ്കൽനിന്നടർന്നെത്തി മാമരത്തുഞ്ചംതോറും"
(കണ്ണുനീർ - *മാതൃഭൂമി ആഴ്ചപ്പതിപ്പ്,* 1948 മെയ് 30)

ധീരവിപ്ലവകാരി സ: മൊയാരത്തു ശങ്കരൻ എഴുതിയ ആമുഖോപന്യാസത്തോടെ പ്രസിദ്ധീകൃതമായ *തച്ചോളി ഒതേനൻ* എന്ന ആഖ്യായിക ജനശ്രദ്ധയാകർഷിച്ചു. കാരണം നാട്ടിലെ പാണന്മാർ പാടി നടന്ന വീരകഥകളുടെ ചില ഭാഗങ്ങൾ മാത്രമേ അക്കാലംവരെ ജനങ്ങൾക്കറിയുമായിരുന്നുള്ളൂ. എന്നാൽ മാധവിയമ്മയുടെ നോവലിന് ഒരു ആദിമദ്ധ്യാന്ത പൊരുത്തമുണ്ടായിരുന്നു. തച്ചോളി ഒതേനന്റെ ജനനം മുതൽ മരണംവരെയുള്ള പ്രധാന സംഭവങ്ങൾ പൊടിപ്പും തൊങ്ങലും അമിതമായി ചേർക്കാതെ പറയുന്ന ആഖ്യായികയാണ് കടത്തനാട്ട് മാധവിയമ്മയുടെ *തച്ചോളി ഒതേനൻ*. അവിടവിടെ ചില പ്രകൃതി വർണ്ണനകളും സ്ഥലസംബന്ധമായ വിശദീകരണങ്ങളും ഇതിലുണ്ട്. നേർക്ക് നേരാംവണ്ണം ചരിത്രം പറയുകയാണ് കാഥിക ചെയ്യുന്നത്. ഏതാണ്ടൊരു പ്രബന്ധ രീതിയാണിതിനുള്ളത്. എങ്കിലും ഒതേനൻ എന്ന ചരിത്രപുരുഷന്റെ കുട്ടിക്കാലം മുതലുള്ള സ്വഭാവവിശേഷങ്ങളും കുസൃതികളും വ്യക്തിചിത്രവും ഈ കൃതിയിലുണ്ട്.

ഒരു നോവലിന് ആവശ്യമായി വരുന്ന നാടകീയ മുഹൂർത്തങ്ങൾ സൃഷ്ടിക്കുന്നതിൽ മാധവിയമ്മ വിജയം കണ്ടെത്തിയതിന്റെ തെളിവാണ് മൂന്നാം അദ്ധ്യായത്തിലെ മാണിക്കോത്ത് പറമ്പിൽ തേങ്ങ പറിക്കലും ഉപ്പാട്ടിയും ബാലനായ ഒതേനനും തമ്മിലുള്ള വാക്കേറ്റം, നാലാം അദ്ധ്യായത്തിൽ ഒതേനൻ തന്റെ അച്ഛനെ കാണാൻ ചെന്നപ്പോൾ അച്ഛനായ വാഴുന്നോരുടെ ഭാര്യയുമായി കുളക്കടവിൽ വെച്ചുണ്ടാവുന്ന സംഭവങ്ങൾ, എട്ടാം അദ്ധ്യായത്തിൽ ഓണപ്പുടവ വാങ്ങാൻ അച്ഛന്റെ തറവാട്ടിൽ കയറിച്ചെന്നപ്പോൾ ഇളയച്ഛന്റെ മുമ്പിൽ അഭ്യാസമുറകൾ കാണിച്ച് സ്വയം പരിചയപ്പെടുത്തുന്നത്, ഒൻപതാം അദ്ധ്യായത്തിൽ പയ്യനാടൻ ചിണ്ടനുമായി ഒതേനൻ പടവെട്ടുന്നത്, പത്താം അദ്ധ്യായത്തിൽ സാമൂതിരി

പ്പാടിന്റെ മുമ്പിൽ ഒതേനൻ തന്റെ അഭ്യാസത്തികവ് കാണിക്കുന്നത്, പതിനൊന്നാം അദ്ധ്യായത്തിൽ ചാത്തോത്ത് കുങ്കിയോട് തേച്ച് കുളിക്കാൻ താളി ചോദിക്കുന്നത്, കണ്ടാച്ചേരിച്ചാപ്പന്റെ കൂടെ ആൾമാറാട്ടം നടത്തി കുങ്കിയമ്മയുടെ കിടപ്പറയിലെത്തുന്നത്, പന്ത്രണ്ടാം അദ്ധ്യായത്തിൽ കോട്ടയ്ക്കൽ കുഞ്ഞാലിമരയ്ക്കാരുമായി സന്ധിചെയ്യുന്നത്, പതിമൂന്നിൽ പുന്നോറാം കേളപ്പന്റെ കല്ലറയിൽ കുടുങ്ങുന്നത്, പതിനഞ്ചാം അദ്ധ്യായത്തിൽ നമ്പിക്കുറുപ്പുമായി ഏറ്റുമുട്ടുന്നത്, ഒടുവിലത്തെ അദ്ധ്യായത്തിൽ ഒതേനനെ അകത്തിട്ട് പൂട്ടുന്നതും ഭാര്യ അറ തുറക്കുന്നതും തുടങ്ങിയ സംഭവങ്ങളുടെ വിവരണങ്ങൾ.

പാത്രസൃഷ്ടിയുടെ കാര്യത്തിൽ ഒതേനന് പുറമെ കണ്ടാച്ചേരി ചാപ്പൻ എന്ന കഥാപാത്രത്തിന്റെ സൃഷ്ടി മനോഹരമാണ്. ഒതേനന്റെ അച്ഛനായ വാഴുന്നോർക്ക് ദാസിയിൽ ജനിച്ച മകനാണ് കണ്ടാച്ചേരി ചാപ്പൻ. ചാപ്പനും ഒതേനനും ഒരച്ഛന്റെ മക്കളും ഒരിക്കലും പിരിയാത്ത സുഹൃത്തുക്കളുമാണ് എന്നതിലുപരി ഒതേനന്റെ ഏതു പ്രവൃത്തിക്കും ബുദ്ധിപൂർവ്വമായ മാർഗ്ഗം ഉപദേശിക്കുന്നവനാണ് ചാപ്പൻ. കണ്ടാച്ചേരി ചാപ്പന്റെ ജനനചരിത്രവും സ്വഭാവവും ബുദ്ധിപ്രയോഗവും സമാനമായിരിക്കുന്നത് മഹാഭാരതത്തിലെ വിദുരരോടാണ്. പുറമാല കുങ്കമ്മ, കാവിൽ ചാത്തോത്ത് കുഞ്ഞിക്കുങ്കി തുടങ്ങിയവരാണ് നിറഞ്ഞുനില്ക്കുന്ന സ്ത്രീ കഥാപാത്രങ്ങൾ.

നാടൻപാട്ടുകളും നാട്ടറിവുകളും നാട്ടുവഴികളും പിറന്ന നാടിന്റെ തനത് സമ്പത്തായ കളരിമുറകളും നന്നായറിയാവുന്ന ഒരെഴുത്തുകാരിയാണ് കടത്തനാട്ട് മാധവിയമ്മ എന്നതിന് തെളിവാണ് കളരിയഭ്യാസമുറകളുടെയും കളരിച്ചിട്ടകളുടെയും ആയുധങ്ങളുടെയും വിവരണങ്ങൾ സാക്ഷ്യപ്പെടുത്തുന്നത്. അടവുകളും ചുവടുകളും വടിവുകളും തികഞ്ഞവനും, കാവിൽ ഭഗവതിയുടെ പ്രിയ ഭക്തനും പൂഴിക്കടകനടിയുമറിഞ്ഞ് ഉറക്കത്തും തടവുള്ളവനും, അരയിൽ അസാമാന്യ ശക്തിയുള്ള ഉറുക്കും നൂലുമുള്ളവനുമായ തച്ചോളി ഒതേനക്കുറുപ്പ്. മാറ്റാന്റെ മുമ്പിൽ മാനായും പുലിയായും മറയുന്ന തച്ചോളി ഒതേനൻ വധിക്കപ്പെടുന്നത് ചുണ്ടങ്ങാപ്പൊയിൽ ഉള്ളുമ്പൻ ബപ്പൻ എന്ന മുസ്ലിം യുവാവിന്റെ വെടിയേറ്റാണ്. ഇതൊരു വീരനായകന്റെ അന്ത്യം മാത്രമല്ല, കാലത്തിന്റെ മാറ്റം സൂചിപ്പിക്കുന്ന ഒരു സംഭവം കൂടിയാണ്.

അക്കാലംവരെ പോരുകൾക്ക് ഉപയോഗിച്ചിരുന്നത് കളരിമുറകളും വാള്, കുന്തം, ഉറുമി തുടങ്ങിയ ആയുധങ്ങളുമായിരുന്നു. യോദ്ധാക്കൾ മുഖാമുഖം നിന്നുള്ള അങ്കംവെട്ടലായിരുന്നു. അത്തരത്തിലുള്ള ഒരു കാലഘട്ടത്തിന്റെ അന്ത്യമായെന്നും വെടിയുണ്ടകളുടെ (തോക്കിന്റെ) കാലം വന്നുവെന്നും സൂചിപ്പിക്കപ്പെടുന്ന ഒരു സത്യമാണ് തച്ചോളി ഒതേനന്റെ ജീവിതാന്ത്യം സാക്ഷ്യപ്പെടുത്തുന്നത്. ഒതേനന്റെ മരണസമയത്ത് ശരീരത്തിൽ മന്ത്രത്തകിടിന്റെ അസാന്നിദ്ധ്യം കാണിക്കുന്നത് കളരി മുറകൾക്ക് പിന്നിലെ വിശ്വാസങ്ങളെ നിലനിർത്താൻവേണ്ടി മാത്രമാണ്.

ജാതിമത ഭേദമോ ധനികനും ദരിദ്രനുമെന്ന വ്യത്യാസമോ കൂടാതെ ജനങ്ങളെ സ്നേഹിക്കുകയും കീഴ്ജാതിക്കാരെപോലും സ്വന്തം കളരിയിൽ ചേർത്ത് പഠിപ്പിക്കുകയും ചെയ്ത തച്ചോളി ഒതേനനെ ഉള്ളുമ്പൻ ബപ്പൻ വെടിവെച്ച് വീഴ്ത്തിയപ്പോൾ ആ ഘാതകനെ അമ്പെയ്ത് വീഴ്ത്തിയതും ഒതേനന്റെ അരയിൽ തിരുകിയ കത്തികൊണ്ടുതന്നെ അവനെ കുത്തിക്കൊന്നതും നെഞ്ചത്തടിച്ച് കരഞ്ഞുകൊണ്ട് ഒതേനനെ ശുശ്രൂഷിച്ചതും ഒരു പുള്ളുവനായിരുന്നു എന്നത് ഒതേനന്റെ ജീവിത കഥയുടെ മാറ്റുകൂട്ടുകയാണ് ചെയ്യുന്നത്. അജയ്യനായ, അഭിമാനിയായ തച്ചോളി ഒതേനനെ ചതിച്ചുകൊന്നവനെ വധിക്കുന്നത് ഒതേനന്റെ കത്തി കൊണ്ടു തന്നെയായിരിക്കണമെന്നത് കീഴാളനായ പുള്ളുവന്റെ ബുദ്ധിയും തീരുമാനവുമാണ്. തന്റെ യജമാനന്റെ അഭിമാനം രക്ഷിക്കുകയാണ് ആ പ്രവൃത്തിയിലൂടെ പുള്ളുവൻ ചെയ്തത്.

ജീവൻ പോകുന്നതിന് മുമ്പ് ഒതേനൻ കുടിച്ചത് പുള്ളുവന്റെ കൈ കൊണ്ട് കൊടുത്ത ജലമായിരുന്നു. ധീരനും ഉന്നതകുലജാതനുമായ ഒതേനന്റെ കീഴാളസ്നേഹമാണിത് കാണിക്കുന്നത്. ഒതേനന്റെ ഒടുവിലത്തെ ആഗ്രഹങ്ങളും ആവശ്യങ്ങളും ഒരു കുടുംബനാഥൻ എന്ന നിലയ്ക്ക് അദ്ദേഹത്തിന്റെ സ്വഭാവശുദ്ധിയെ കാണിക്കുന്നതാണ്. 'ഭാര്യ കുങ്കിക്കും മകനും കഴിഞ്ഞുകൂടാനുള്ള വക! കണ്ടാച്ചേരി ചാപ്പന് എന്നും സഹായം! ഇതൊന്നും കൂടാതെ തച്ചോളിത്തറവാട്ടിൽ ഒന്നുള്ളതുവരെ പുള്ളുവനും കുടുംബത്തിനും വേണ്ടതെല്ലാം! ഇത്രയും ചെയ്യണമെന്നുമാണ് ജ്യേഷ്ഠൻ കോമക്കുറുപ്പിനോട് ഒതേനൻ അവസാനമായി ആവശ്യപ്പെട്ടത്.

പിറന്ന നാടിന്റെ നന്മയ്ക്കും സ്വാതന്ത്ര്യത്തിനുംവേണ്ടി ജീവൻ സമർപ്പിച്ചവരേയും പടപൊരുതുന്നവരേയും സ്വന്തം ജീവനും അന്നവും കൊടുത്ത് സ്നേഹിച്ച നിഷ്കളങ്കരുടെ കഥയും ചരിത്രവും മാത്രമാണ് കേരളത്തിലെ കീഴാളവർഗ്ഗത്തിനുള്ളത്. അത് സ്വാതന്ത്ര്യസമരകാലത്തും കമ്യൂണിസ്റ്റ് പ്രസ്ഥാനത്തിന്റെ ആദ്യകാലങ്ങളിലും അങ്ങനെതന്നെയാണ്. കിഴക്ക് വെള്ള കീറുന്നതുമുതൽ സന്ധ്യമയക്കംവരെ നടുവളച്ചദ്ധ്വാനിച്ച്, അന്തിക്ക് കൂടണഞ്ഞ്, കിട്ടിയ നാഴിയരി കാച്ചിക്കുടിച്ച് കിടക്കുന്ന പുലയന്റെ ചാളയിൽ ഒളിവിൽ കഴിഞ്ഞ കമ്യൂണിസ്റ്റുകാരന് തലചായ്ച്ചുറങ്ങാൻ, ചാളയ്ക്കകത്ത് അരി വേവിക്കുന്ന കല്ലടുപ്പ് പിഴുതെടുത്ത്, നിലം ചാണകം മെഴുകി, മീതെ പായ വിരിച്ച് കിടത്തിയുറക്കുകയും പണിക്ക് പോകാതെ സഖാവിന് കാവലിരിക്കുകയും ചെയ്ത കീഴാളന്റെ വിപ്ലവക്കൂറിന്റെ കഥയുണ്ട് കേരളീയന് ഓർമ്മിക്കാൻ.

മറ്റ് ചരിത്രകാരന്മാർ പറയുന്നതും പദ്യസാഹിത്യ ചരിത്രത്തിൽ രേഖപ്പെടുത്തിയിരിക്കുന്നതുമായ തച്ചോളി ഒതേനന്റെ കഥകളിൽനിന്നും കുറേയൊക്കെ മാറ്റങ്ങൾ വരുത്തിയാണ് മാധവിയമ്മയുടെ ആഖ്യായിക. എങ്കിലും നാടകീയത നിറഞ്ഞത് മാധവിയമ്മയുടെ വ്യാഖ്യാനം തന്നെയാണ്.

പയ്യംവള്ളി ചന്തു

ഒരു നോവൽ എന്ന നിലയ്ക്ക് ഭാഷാപരവും ഘടനാപരവുമായ വ്യത്യാസങ്ങളും ആഖ്യാനത്തിന്റെ പ്രത്യേകതകൊണ്ട് *തച്ചോളി ഒതേനൻ* എന്ന കൃതിയേക്കാൾ മുന്നിൽനില്ക്കുന്നതാണ് *പയ്യംവള്ളി ചന്തു* നോവൽ. ചന്തുവിന്റെ കഥയുടെ പശ്ചാത്തലമായി വരുന്നത് മുച്ചൂടും നശിച്ച പഴശ്ശിക്കോവിലകവുമായി ബന്ധപ്പെട്ടതാണ്. “മൂപ്പിനും ഇളമയ്ക്കും വഴക്കായി. രണ്ട് താവഴിയും തമ്മിൽ തല്ലിയൊടുങ്ങി, ഒരൊറ്റ അന്തികൊണ്ട് തമ്പാട്ടിമാരും തമ്പുരാക്കന്മാരും എല്ലാം പടയിൽ പെട്ടു. ആർക്കും ഇടപെടാൻ അവസരം കിട്ടിയില്ല. ഛിദ്രം വർദ്ധിച്ചു. ആഴക്ക് മൂഴക്ക് ചോളം വരെ കണക്ക് പറഞ്ഞ് ആണും പെണ്ണും കൊത്തിയൊടുങ്ങി” ഇങ്ങനെ നശിച്ച ഒരു തറവാടിന്റെ നടുമുറ്റത്തെവിടെയോ അന്ന് ബാക്കിയായ ഒരു ഇളം പൈതൽ, അമ്മിണി. അവൾ ഒടുവിൽ ചെന്നെത്തുന്നത് പയ്യംവള്ളി ചന്തുവിനടുത്ത്.

വീരനായകനായിരുന്ന, കോട്ടയം കേരളവർമ്മ പഴശ്ശിരാജയുടെ ജീവിതകാലത്തെക്കുറിച്ചും അദ്ദേഹത്തിന്റെ യുദ്ധതന്ത്രങ്ങളെക്കുറിച്ചുമാണ് ചരിത്രരേഖകൾ പറയുന്നത്. പഴശ്ശിത്തമ്പുരാന്റെ വീരമൃത്യുവിന് ശേഷം പഴശ്ശിക്കുടുംബത്തിന്റെ നാശത്തെക്കുറിച്ച് അധികമാരും ഒന്നും പറയുന്നില്ല. പക്ഷേ, കടത്തനാട്ട് മാധവിയമ്മ പഴശ്ശിക്കുടുംബത്തിലെ ഇളംമൊട്ടിനെ, വടക്കൻ കഥയിലെ വീരനായകരിലൊരാളായ പയ്യംവള്ളി ചന്തുവുമായി ബന്ധിപ്പിക്കുകയാണ് ഈ നോവലിൽ.

> ബ്രിട്ടീഷുകാരെ തുരത്താനുള്ള സായുധ സ്വാതന്ത്ര്യസമരം ഇന്ത്യയിൽ ആദ്യം നടന്നത് കേരളത്തിലാണ്. 19-ാം നൂറ്റാണ്ടിന്റെ ആദ്യദശകത്തിൽ വടക്കൻ കേരളത്തിൽ പഴശ്ശി കേരളവർമ്മ തമ്പുരാനും തിരുവിതാംകൂറിൽ വേലുത്തമ്പിദളവയും ബ്രിട്ടീഷ് മേല്ക്കോയ്മയോട് സന്ധിയില്ലാ സമരം ചെയ്തു.
>
> (*സ്വാതന്ത്ര്യസമരവും മലയാള സാഹിത്യവും* - പ്രൊഫ. എം അച്യുതൻ)

പഴശ്ശി തലസ്ഥാനമായി കോട്ടയം ഭരിച്ചിരുന്ന രാജവംശത്തിന്റെ പടിഞ്ഞാറൻ ശാഖയിലെ അംഗമായിരുന്നു കേരള ചരിത്രത്തിലെ വീരനായകനായ പഴശ്ശിരാജ. മൈസൂരിൽനിന്നും ആക്രമണമുണ്ടായപ്പോൾ നാട്ടുകാരെ ഉപേക്ഷിച്ച് ആത്മരക്ഷാർത്ഥം തിരുവിതാംകൂറിലേക്ക് പലായനം ചെയ്യാത്ത ചുരുക്കം ചില നാടുവാഴികളിൽ ഒരാളായിരുന്നു അദ്ദേഹം. നിർണ്ണായക നിമിഷത്തിൽ സ്വന്തം രക്ഷയെ കരുതാതെ പ്രജകളെ സേവിച്ച പഴശ്ശിരാജയ്ക്ക് ജനങ്ങൾക്കിടയിൽ അസൂയാവഹമായ സ്വാധീനമുണ്ടായിരുന്നു.

യുദ്ധകാലത്ത് കോട്ടയത്തു കോവിലകത്തെ തമ്പുരാട്ടിമാർക്ക് താമസിക്കുവാൻ വളരെ ഉറപ്പിൽ കെട്ടിച്ച കോട്ടയാണ് പഴശ്ശി കോവിലകം.

പിന്നീട് ബ്രിട്ടീഷുമായി യുദ്ധം നടത്തിയ കോട്ടയത്തരചൻ പഴശ്ശികോവിലകത്താണ് അധികകാലം താമസിച്ചതെന്ന് പറയപ്പെടുന്നുണ്ടെങ്കിലും അദ്ദേഹം കിഴക്കൻ മലകളിൽ പന്ത്രണ്ട് മലങ്കോട്ടകൾ പണിതിട്ടുള്ളതിൽ, പ്രസ്തുതയുദ്ധകാലത്ത് മാസംതോറും മാറിമാറി താമസിക്കുകയാണുണ്ടായത്. രാജാവ് അന്ന് താമസമുള്ള കോട്ടയേതെന്ന് കൈതേരി കെട്ടിലമ്മയിൽനിന്ന് മനസ്സിലാക്കിയ ഒരു കാര്യസ്ഥൻ ഒറ്റു കൊടുത്ത വഴിക്കാണ് പന്ത്രണ്ടാമത്തെ കൊല്ലം രാജാവിന്റെ കോട്ട വളഞ്ഞ് ബ്രിട്ടീഷുകാർക്ക് തമ്പുരാനെ പിടിക്കാൻ കഴിഞ്ഞത്. സൈന്യം കോട്ടയിൽ കടന്നപ്പോൾ രക്ഷയില്ലെന്ന് കണ്ട് പഴശ്ശിരാജാവ് വൈരം വിഴുങ്ങി മരിച്ചു. (ഇത് ഒരു വ്യാഖ്യാനം)

കടത്തനാട്ട് രാജാവ്, അവിഞ്ഞാട്ട് നായർ, പെരുവയിൽ നമ്പ്യാർ, ഇരുവനാട്ട് നമ്പ്യാന്മാർ, കല്യാട്ട് യശമാനൻ, വയനാട്ടിലെ ഏമാന്മാർ എന്നിവരെല്ലാം കമ്പനിയോട് ചേർന്ന് നില്ക്കുന്നവരും കമ്പനിക്ക് കുരുമുളക് വില്ക്കുന്നവരുമായിരുന്നു. എന്നാൽ ഇവർ കമ്പനിക്ക് കുരുമുളക് വിറ്റുകിട്ടുന്ന പണംകൊണ്ട് കേരളവർമ്മയ്ക്കും കാട്ടിൽ താമസിക്കുന്ന കൂട്ടാളികൾക്കും ഭക്ഷണസാധനങ്ങൾ ഏർപ്പാട് ചെയ്യുകയും തോക്കുകൾ മുതലായ യുദ്ധസാമഗ്രികൾ എത്തിച്ചു കൊടുക്കുകയും ചെയ്തിരുന്നു.

തന്റെ അവകാശങ്ങൾ നിഷേധിക്കുകയും നികുതിഭാരത്താൽ വീർപ്പുമുട്ടിക്കുകയും ചെയ്ത ബ്രിട്ടീഷ് മേധാവിത്വത്തിനെതിരെ 1793 മുതൽ 1805 വരെയുള്ള ഒരുവ്യാഴവട്ടക്കാലം വയനാടൻ കാടുകളെ സങ്കേതമാക്കി ഗറില്ലായുദ്ധം നടത്തി ബ്രിട്ടീഷുകാരെ പരാജയഭീതി കൊണ്ട് നടുക്കിയ ധീരദേശാഭിമാനിയാണ് കേരളവർമ്മ പഴശ്ശിരാജ.

തോമസ് ഹാർവെ ബാബർ എന്ന സബ്കലക്ടറുടെ നേതൃത്വത്തിലുള്ള സൈന്യം 1805 നവംബർ 30-ാം തീയതി പഴശ്ശിയുടെ ഒളിത്താവളം വളയുകയും പുഴയുടെ തീരത്ത് വെച്ച് വെടിവെച്ച് കൊല്ലുകയും ചെയ്തു. പഴശ്ശിയുടെ മൃതദേഹം ആചാരമര്യാദകളോടെ മറവ് ചെയ്യപ്പെട്ടു. കലാപകാരിയാണെങ്കിലും ജന്മനാ ഇന്നാട്ടിലെ ഒരു നാടുവാഴിയായ ഇദ്ദേഹത്തെ യുദ്ധത്തിൽ പരാജയപ്പെട്ട ശത്രുവായി വേണം കണക്കാക്കാൻ എന്നതുകൊണ്ടാണ് ഇങ്ങനെയൊരു പരിഗണന നല്കാൻ ഞാൻ തീരുമാനിച്ചത് എന്നാണ് ടി എച്ച് ബാബർ പറഞ്ഞത്.

ബാബർക്ക് പഴശ്ശിയോട് ഉണ്ടായിരുന്ന മുൻവൈരാഗ്യമാണ് അയാൾ ഏതു വിധേനയും പഴശ്ശിയെ വധിക്കാൻ തീരുമാനിച്ചത്. തന്റെ ഭാര്യ ഹെലൻ ഫിയറോന്റെ ആദ്യഭർത്താവും ആത്മമിത്രവുമായിരുന്ന മേജർ കാമറൂണിനെ പേരിയയിൽ വെച്ച് പഴശ്ശി വധിച്ചതായിരുന്നു കാരണം.

മൈസൂരതിർത്തിക്കടുത്തുള്ള കങ്കാരപ്പുഴത്തീരത്തുവെച്ചാണ് പഴശ്ശിയെ കീഴടക്കിയത്. ബാബർക്ക് കൂട്ടായി ലെഫ്റ്റനന്റ് കേണൽ ഹിൽ, സൈനികഓഫീസർ ക്ലാഫം, 50 ശിപായിമാർ, 50 പൊലീസുകാർ

എന്നിവരാണ് ഉണ്ടായിരുന്നത്. പൊലീസുകാരെ നയിച്ചിരുന്നത് സുബേ ദാർ ചേരൻ.

മരണം ആസന്നമായ നിമിഷത്തിൽപോലും അന്തസ്സും ആഭിജാത്യവും വെടിയാത്ത പെരുമാറ്റമായിരുന്നു രാജാവിന്റേതെന്ന് ബാബർ സാക്ഷ്യപ്പെടുത്തുന്നുണ്ട്. മരിക്കാറായ നിമിഷത്തിൽ തന്നെ സമീപിച്ച, നാട്ടുകാരനായ കമ്പനിയിലെ ഉദ്യോഗസ്ഥനുമായ - കോഴിക്കോടിനടുത്ത് രാമനാട്ടുകര സ്വദേശി കല്പള്ളി പുലാപ്ര കരുണാകരമേനോൻ എന്ന കോല്ക്കാരൻ - പഴശ്ശിയെ കീഴടക്കാനെന്ന ഭാവത്തിൽ അടുത്തുചെന്നപ്പോൾ "മ്ലേച്ഛൻ, എന്നെ തൊട്ടശുദ്ധമാക്കരുത്. ദൂരെ മാറിനില്ക്ക്" എന്നാണ് ഉറച്ച സ്വരത്തിൽ ആ ഗംഭീര പുരുഷൻ ആജ്ഞാപിച്ചത്.

പഴശ്ശിയെ സഹായിക്കുന്നവർക്കെതിരെ നിരോധനാജ്ഞകളും ഭീഷണിയുണ്ടായപ്പോൾ പഴശ്ശി പറഞ്ഞത് ഇതാണ്. "നിങ്ങളും നിങ്ങളോട് കൂറ് പുലർത്തുന്നവരും ഈ രാജ്യത്തുനിന്നും പൂർണ്ണമായിട്ടും നിർമ്മാർജ്ജനം ചെയ്യപ്പെടുന്നതുവരെ എന്റെ ഒരൊറ്റ ഭടനും വിശ്രമിക്കുകയില്ല." പഴശ്ശിയെ വേട്ടയാടാൻ നിയുക്തനായ സബ് കലക്ടർ ടി എച്ച് ബാബർ പ്രിൻസിപ്പൽ കലക്ടർക്ക് അയച്ചുകൊണ്ടിരുന്ന റിപ്പോർട്ടുകളിലൊന്നിൽ ഇങ്ങനെ രേഖപ്പെടുത്തിയിരുന്നു.

> സാമാന്യ ജനങ്ങൾക്കിടയിൽ ലഹളത്തലവന്മാരോട് മതിപ്പും അനുഭാവവും വെച്ചുപുലർത്തുന്നവരുടെ എണ്ണം കുറവായിരുന്നില്ല. പഴശ്ശിരാജാവിനോടുള്ള കൂറും ബഹുമാനവും സാർവ്വത്രികവും ശക്തവുമായി കാണപ്പെട്ടു. ഒരുവീരപുരുഷനെയെന്നോണം അവരദ്ദേഹത്തെ ആരാധിക്കുന്നു. പഴശ്ശിയുടെ മരണംകൊണ്ട് ഈ ആരാധനാബോധം മായ്ച്ചുകളയാൻ കഴിയുമെന്ന് തോന്നുന്നില്ല.

കോല്ക്കാരൻ കരുണാകരമേനോൻ പഴശ്ശിയുടെ വധവുമായി ബന്ധപ്പെട്ട് എഴുതിവെച്ചിരിക്കുന്ന ഒരു കളവുകൂടി പറഞ്ഞേ മതിയാകൂ. "പൈച്ചി രാജാവിനെയും അനുചരന്മാരെയും തെരഞ്ഞ് വയനാട്ടിലെയും കൊയിലോട്ടിലെയും കാടുകളിൽ എന്റെ മേലുദ്യോഗസ്ഥന്മാർ തോമസ് എച്ച് ബാബറുമൊത്ത് ഏറെ നാൾ അലഞ്ഞു. ഒടുവിൽ മലയാളവർഷം 981 ൽ (1805-എ ഡി) രാജാവിനെ ഞാൻ എന്റെ സ്വന്തം കൈകൾകൊണ്ട് പിടികൂടി വകവരുത്തി. എന്റെ വളരെ അടുത്തുണ്ടായിരുന്ന രാജാവ് തന്റെ കൈയിലെ തോക്കുയർത്തി എന്റെ ശരീരത്തോട് ചേർത്തുവെച്ച് മൂന്നു പ്രാവശ്യം കാഞ്ചിവലിച്ചു. എന്നാൽ മൂന്ന് പ്രാവശ്യവും വെടിപൊട്ടിയില്ല. ഈയൊരു സാഹചര്യം മാത്രമാണ് എന്റെ ജീവൻ രക്ഷിക്കാനും അദ്ദേഹത്തിന്റേത് ഇല്ലാതാക്കാനും എനിക്കവസരം നല്കിയത്.

ഒരു ജീവിതകാലം മുഴുവനും സ്വരാജ്യത്തിന്റെ സ്വാതന്ത്ര്യത്തിനു വേണ്ടി ഉഴിഞ്ഞുവെച്ച പഴശ്ശിത്തമ്പുരാന്റെ മരണശേഷം അദ്ദേഹത്തിന്റെ കുടുംബം തമ്മിൽത്തല്ലി മരിച്ചു എന്നും അതിന്റെ ഒടുവിലത്തെ കണ്ണി

യായി അവശേഷിച്ച അമ്മിണി എന്ന പെൺകുട്ടിയെ ഏതോ ഒരു വഴി പോക്കൻ എടുത്തുവളർത്തിയെന്നും അവൾ ഒടുവിൽ പഴശ്ശിത്തറവാട്ടിന്റെ അധിപയായിത്തീർന്നു എന്നുമാത്രമാണ് മാധവിയമ്മ പറയുന്നത്.

മലയാംവള്ളി ഇല്ലത്തെ കുങ്കുനമ്പൂതിരി അകലെ, കൊട്ടിയൂര് തൊഴാൻ പോയി. തൊഴുതുമടക്കം പഴശ്ശിക്കോവിലകത്തെ പടിക്ക് താഴ ത്തെത്തി. കട്ടിയിരുട്ട്. പേടി തോന്നി. മതിരമ്മല് മമ്മാലി കിഴക്ക് കച്ചവട ത്തിന് പോയി മടക്കമായിരുന്നു. തമ്മിൽ കണ്ടപ്പോൾ ആശ്വാസം. പിന്നീട് യാത്ര മമ്മാലിയുടെ കൂടെയായി. മമ്മാലിക്കൊപ്പം നടന്ന് കോലോത്തെ പടിക്കലെത്തിയതായിരുന്നു. കോലോത്ത്നിന്ന് ഒരു കുഞ്ഞിന്റെ കരച്ചിൽ കേട്ടു. കുറ്റിച്ചൂട്ട് മിന്നിച്ച് അകത്ത് കയറി. തലങ്ങും വിലങ്ങും കിടക്കുന്ന ശവങ്ങൾക്കിടയിൽ ഒന്നിന് മീതെകിടന്ന് മുലകുടിക്കുന്ന കുഞ്ഞ്! നമ്പൂ തിരി കുഞ്ഞിനെയെടുത്തു.

മമ്മാലി പറഞ്ഞു. "ഇമ്മൂലക്കലെ മഴു എടുത്ത് കാലിമ്മലിടണ്ടാന്ന്".

നമ്പൂതിരി അത് കേട്ടതായി നടിച്ചില്ല. കുഞ്ഞിനേയുമെടുത്ത് നടന്നു. പൈക്കറവുള്ള കുന്നുമ്മൽ മാതൈയോട് ഉരി പാല് വാങ്ങി കുഞ്ഞിന് കൊടുത്തു. വീണു കിട്ടിയ കുഞ്ഞിനെ കുങ്കു നമ്പൂതിരി പോറ്റി വളർത്തി. കുങ്കുനമ്പൂതിരിക്കും ഭാര്യ പാർവ്വതിക്കും പെൺമക്കൾ വേറെ രണ്ടെണ്ണ മുണ്ടായി. കുങ്കുനമ്പൂതിരിയുടെ മറ്റ് രണ്ട് മക്കളും അമ്മിണിയും കുളക്ക ടവിൽ നീന്തുന്നതിനിടയിലുണ്ടായ ചില വാക്ക്പ്രയോഗങ്ങൾക്കിടയിൽ അമ്മിണി തിരിച്ചറിഞ്ഞത് അവളുടെ സ്വന്തം അസ്തിത്വത്തിന്റെ പ്രശ്ന മാണ്. പ്രശ്നം വീട്ടിനകത്തൊതുങ്ങിയില്ല. കുങ്കു നമ്പൂതിരി പയ്യംവള്ളി ചന്തുവിനെ വിളിച്ചുവരുത്തി കാര്യം പറഞ്ഞു. "ഈ കുട്ടി.... അമ്മിണി. ശരിക്കും പഴശ്ശി കോവിലകത്തേതാണ്. പരസ്പരം നാഴിയും മുന്നാഴിയും ചോളത്തിന് വരെ കണക്ക് പറഞ്ഞ് തമ്മിൽതല്ലി ഒടുങ്ങിയ തറവാടിന്റെ സന്തതി"

പഴശ്ശിത്തറവാട്ടിലെ കുട്ടിയാണ് അമ്മിണിയെന്ന് നമ്പൂതിരി പറഞ്ഞത് നാട്ടുകാർ വിശ്വസിച്ചില്ല. അവകാശികളില്ലെന്ന് കരുതി കൈയ ടക്കിയ സ്വത്തെല്ലാം വിട്ടുകൊടുക്കേണ്ടിവരുമല്ലോ എന്ന പേടിയായിരുന്നു പലർക്കും.

തച്ചോളി കോമക്കുറുപ്പ് (ഒതേനന്റെ ജ്യേഷ്ഠൻ) സാത്വികനായ കുറു പ്പിന്റെ സാന്നിദ്ധ്യത്തിൽ നേര് തെളിയിക്കാൻ തീരുമാനമായി. മതിരമ്മല് മമ്മാലിയുടെയും കുന്നുമ്മൽ മാതൈയുടെയും സാക്ഷി മൊഴിയുടെ അടി സ്ഥാനത്തിൽ നേര് തെളിഞ്ഞു. പയ്യംവള്ളി ചന്തു അമ്മിണിത്തമ്പാട്ടിയെ കോലോത്ത് കൊണ്ടുപോയി രാജ്ഞിയായി വാഴിച്ചു. അയാൾ അമ്മി ണിക്ക് ഭർത്താവിനെ തേടിനടന്നു.

പക്ഷേ, അവൾ കണ്ടെത്തിയ പുരുഷൻ ചന്തുവായിരുന്നു. ഒറ്റ രാത്രി വിവാഹം! ചന്തുവിനത് ചെയ്യേണ്ടിവന്നു. തന്റെ ഭാര്യയെക്കുറിച്ചും വളർ ന്നുവലുതായ മകനെക്കുറിച്ചുമോർത്ത് അയാൾ ദുഃഖിച്ചു.

ഒരു ദിവസം ചന്തു അമ്മിണിയോട് യാത്ര പറഞ്ഞ് ഇറങ്ങിപ്പോയി.

പുന്നോറാൻ കേളപ്പനോട് ഏറ്റുമുട്ടി. ശരിക്കും കേളപ്പനെ ചന്തു തോല്പിച്ചു. കോട്ട പിടിച്ചു. പക്ഷേ, ശത്രുവോങ്ങിയ വാളിനുനേരെ വെട്ടുതടുക്കാതെ ചന്തു മാറു കാണിച്ചുകൊടുത്തു. ചന്തുവിന്റെ ഉറ്റമിത്രവും വീരപരാക്രമിയുമായ തച്ചോളി ഒതേനനാണ് ചന്തുവിന്റെ മരണവാർത്ത അമ്മിണിയോട് പറയുന്നത്. അമ്മിണി ബോധം നശിച്ചുവീണു..

ചന്തു എന്തിനത് ചെയ്തു? എന്തായിരുന്നു ആ ധീരയോദ്ധാവിന്റെ മനസ്സിലപ്പോൾ? ഒന്നുമറിയില്ല. മനോഹരമായ ആഖ്യാനമാണ് മാധവിയമ്മയുടേത്.

നാട്ടുപ്രദേശത്തിന്റെ നന്മയാർന്ന വിവരണങ്ങൾകൊണ്ടും നാട്ടുഭാഷയുടെയും നാടൻശൈലിയുടെയും പ്രയോഗചാതുരികൊണ്ടും സമ്പുഷ്ടമാണ് ഈ നോവൽ. പഴയകാല യോദ്ധാക്കളുടെ വിശ്വാസങ്ങൾ, നാട്ടാചാരങ്ങൾ എന്നിവ ഈ നോവലിന്റെ പ്രത്യേകതയാണ്.

അധികാരത്തിന്റെയും സൗഭാഗ്യത്തിന്റെയും നടുവിലേക്ക് എടുത്തെറിയപ്പെട്ട അമ്മിണിക്ക് അതൊരു തടവറയായിട്ടാണ് തോന്നുന്നത്. തടവറയിലെ അസ്വാതന്ത്ര്യത്തിന്റെ വിങ്ങൽ അസഹ്യമായിത്തോന്നുന്ന അമ്മിണി പറയുന്ന വാക്കുകളും അഭിപ്രായങ്ങളും അക്കാലത്തെ സ്ത്രീകളുടേതിൽനിന്നും തികച്ചും വിഭിന്നവും ആധുനികവുമാണ്. അവളുടെ പ്രണയ പ്രകടനവും അങ്ങനെ തന്നെ.

ഒരു പെണ്ണിന്റെ കരുത്തും സ്നേഹവും നിറഞ്ഞ ഒരു കഥാപാത്രമാണ് അമ്മിണിത്തമ്പാട്ടി. ഒരു സ്ത്രീപക്ഷ രചനയായിട്ടു കാണാവുന്ന ഒരു നോവലായിട്ട് ഒരു പക്ഷേ, ഈ നോവലിനെ വിലയിരുത്താവുന്നതാണ്.

ഉത്തരകേരളത്തിലെ ഒരു കാലഘട്ടത്തിന്റെ സാംസ്കാരികതയും സാഹിത്യവും ദേശചരിത്രത്തിൽ അടയാളപ്പെടുത്തിയ കവിയും കഥാകാരിയും നോവലിസ്റ്റുമാണ് ശ്രീമതി കടത്തനാട്ട് മാധവിയമ്മ. ഉന്നത നായർ കുടുംബത്തിന്റേതായ ജാതിപ്പെരുമയും ധനാഢ്യതയും മറ്റ് സൗഭാഗ്യങ്ങളൊക്കെയുണ്ടായിട്ടും ഗാന്ധിയൻ ആശയങ്ങളെ മുറുകെ പിടിക്കുകയും അനാർഭാടമായ ജീവിതം നയിക്കുകയും സോഷ്യലിസ്റ്റ് മനോഭാവം പുലർത്തുകയും ചെയ്ത മാധവിയമ്മയുടെ കവിതകൾ ഒരു കാലഘട്ടത്തിന്റെ മനസ്സാക്ഷിയെ അടയാളപ്പെടുത്തുന്നവയായിരുന്നു. പിറന്ന നാടിന്റെ ഹൃദയത്തുടിപ്പായ നാടൻ ഭാഷയും നാട്ടാചാരങ്ങളുടെ തെളിമയും സ്വന്തം രചനകളിലേക്ക് ആവാഹിച്ചെടുത്ത് സാഹിത്യത്തിന്റെ പദ്യരൂപത്തിനൊരു പുതുഭാഷ്യം നല്കിയ കവി കൂടിയാണ് മാധവിയമ്മ.

സഹായക ഗ്രന്ഥങ്ങൾ

1. *പദ്യസാഹിത്യ ചരിത്രം* – ടി എം ചുമ്മാർ
2. *സ്വാതന്ത്ര്യസമരവും മലയാള സാഹിത്യവും* – പ്രൊഫ. എം അച്യുതൻ
3. *ഇന്ത്യ ഇരുളും വെളിച്ചവും* – പി ഹരീന്ദ്രനാഥ്
4. *ആത്മകഥ, മൊയാരത്ത് ശങ്കരൻ* – മൊയാരത്ത് ശങ്കരൻ
5. *കേളപ്പജി* – എഡിറ്റർ: കെ വി കുഞ്ഞിരാമൻ
6. *കടത്തനാട്ട് മാധവിയമ്മ- ലഘുജീവചരിത്രം* – കടത്തനാട്ട് നാരായണൻ
7. *കേരള സിംഹം* – ഡോ. കെ എം പണിക്കർ
8. *കടത്തനാട്ട് മാധവിയമ്മയുടെ കാവ്യലോകം* – പ്രൊഫ. ബി ഇന്ദിരാദേവി
10. *കവിതയും മനഃശാസ്ത്രവും* – എം എൻ വിജയൻ
11. *കേരളം പോരാട്ടത്തിന്റെ കനൽച്ചിന്തുകളിൽ* – ലേഖന സമാഹാരം
12. *മുത്തച്ഛന്റെ കണ്ണീർ* – കടത്തനാട്ട് മാധവിയമ്മ
13. *ജീവിത തന്തുക്കൾ* – കഥാസമാഹാരം – മാധവിയമ്മ
14. *തച്ചോളി ഒതേനൻ* – കടത്തനാട്ട് മാധവിയമ്മ
15. *പയ്യംവള്ളി ചന്തു* – കടത്തനാട്ട് മാധവിയമ്മ
16. *ഗ്രാമശ്രീകൾ* – കടത്തനാട്ട് മാധവിയമ്മ
17. *എന്റെ ജീവിത കഥ* – എ കെ ജി

9 789386 637475

Printed by Libri Plureos GmbH in Hamburg,
Germany